മാഹിം ഖാടിയിലെ കക്കകെൾ

Mahim Khadiyile Kakkakal
Marathi Novel

Madhu Mangesh Karnik

Translated by
A R Nair, Kalyan

CHINTHA PUBLISHERS
Thiruvananthapuram

First Edition
October 2021

Published
Chintha Publishers, Thiruvananthapuram

Typesetting
Star Communications, Thiruvananthapuram

Printed at
Time offset printers, Thiruvananthapuram

Cover Design
Vinod Mangoes

ISBN - 978-93-90301-80-5

CO - 2972 / 5398

Email: chinthapublishers@gmail.com
Website: www.chinthapublishers.com

Distribution
DESHABHIMANI BOOKHOUSE
H O Thiruvananthapuram 695035

Branch
Head Office Kunnukuzhi • Statue Thiruvananthapuram •
KSRTC Bus Station Thiruvananthapuram •
KSRTC Bus Station Alappuzha • KSRTC Bus Station Ernakulam •
Machingal Lane Thrissur • IG Road Kozhikode •
Mavoor Road Kozhikode • NGO Union Building Kannur •
Central Bus Terminal Complex Thavakkara Kannur

മാഹിം ഖാടിയിലെ കക്കകൾ

മറാഠി നോവൽ

മധു മങ്കേഷ് കർണിക്

പരിഭാഷ

എ ആർ നായർ, കല്യാൺ

ചിന്ത പബ്ലിഷേഴ്സ്

തിരുവനന്തപുരം-695 035

പദ്മശ്രീ മധു മങ്കേഷ് കർണിക്

മഹാരാഷ്ട്രയിലെ സിന്ധുദുർഗ്ഗ് ജില്ലയിൽ 28 ഏപ്രിൽ 1931 ൽ ജനിച്ചു. കൊങ്കൺ പ്രദേശത്തിന്റെ തനതായ ഭൂപ്രകൃതിയും ജനജീവിതവും മറാഠി/കൊങ്കണി ഭാഷകളിലെഴുതിയ കൃതികളിലൂടെ വർണ്ണശബളമാക്കിയ സാഹിത്യപ്രവർത്തകൻ. തന്റെ കർമ്മക്ഷേത്രം സാഹിത്യരചനയുടെ അതിരുകൾക്കുള്ളിൽ മാത്രം ഒതുക്കിനിർത്താതെ കൊങ്കൺ പ്രദേശത്തെ സാധാരണ ജനതയുടെ ഒരു വക്താവായി രാഷ്ട്രീയ സാഹിത്യ സാമുദായിക പ്രശ്നങ്ങളിൽ ഇടപെടുകയും പ്രവർത്തിക്കുകയും ചെയ്തു. 41 കഥകൾ, 12 നോവലുകൾ, 2 നാടകങ്ങൾ കൂടാതെ കവിത, ജീവചരിത്രം ഇവയാണ് മറാഠിസാഹിത്യത്തിന് അദ്ദേഹം നല്കിയ സംഭാവനകൾ. കേന്ദ്ര സർക്കാർ 'പത്മശ്രീ' നല്കി അദ്ദേഹത്തെ ആദരിച്ചു. *മാഹിം ചി ഖാടി*യെന്ന മറാഠി നോവൽ ഏറെ പ്രശസ്തമാണ്. ആരേയും മോഹിപ്പിച്ച് തന്നിലേക്കാകർഷിക്കുന്ന മുംബൈയെന്ന മഹാനഗരത്തിന്റെ വികൃതമുഖം ഈ നോവലിലൂടെ കഥാകൃത്ത് വായനക്കാർക്ക് കാണിച്ചുകൊടുത്തു.

എ ആർ നായർ, കല്യാൺ

ഒരു മുംബൈ മലയാളി. കേരള സർവ്വകലാശാലയിൽനിന്ന് അർത്ഥശാസ്ത്രത്തിൽ ബിരുദാനന്തര ബിരുദം. മഹാരാഷ്ട്ര സർക്കാരിൽ 35 കൊല്ലത്തെ സേവനത്തിനുശേഷം ക്ലാസ് 1 ഓഫീസറായി വിരമിച്ചു. മുംബൈക്കടുത്തുള്ള ഠാണെ ജില്ലയിൽ കല്യാൺ എന്ന സ്ഥലത്ത് താമസം. മാതൃഭാഷയായ മലയാളത്തോടൊപ്പം തന്നെ മറാഠി ഭാഷയേയും രണ്ടാം മാതൃഭാഷയായി സ്വീകരിച്ച് സ്നേഹിച്ചു. ആദ്യം ശ്രീ ബെന്യാമിന്റെ *ആടുജീവിത*മെന്ന നോവൽ *മസ്സാ*യെന്ന പേരിൽ മറാഠിയിൽ പ്രസിദ്ധീകരിച്ചു.

പ്രസാധകക്കുറിപ്പ്

സുപ്രസിദ്ധ മറാഠി നോവലിസ്റ്റായ മധു മങ്കേഷ് കർണിക്കിന്റെ *മാഹിം ചി ഖാടി* എന്ന നോവലിന്റെ മലയാള പരിഭാഷയാണ് *മാഹിം ഖാടിയിലെ കക്കകൾ*. മഹാനഗരത്തിലെ ചേരിപ്രദേശങ്ങളിൽ മനുഷ്യർ പാർക്കുന്ന കൂടുകളാണ് ഝോപ്പടികൾ. മാഹിം ഖാടിയുടെ ഓരത്ത് തേനറകൾ പോലെ അവ തൊട്ടുനില്ക്കുന്നു. ഖാടിയെന്നാൽ കരയിലേക്കുന്തി നില്ക്കുന്ന കടൽ. കടലും വലയും വള്ളങ്ങളും മാലിന്യവും മനുഷ്യരും കൂടിക്കുഴയുന്ന മഹാനഗരത്തിന്റെ ഓരങ്ങളിൽ മനുഷ്യർ പാർക്കുന്നുണ്ട്, ജീവിക്കുന്നുണ്ട്. അവർക്ക് സന്തോഷങ്ങളുടെയും സങ്കടങ്ങളുടെയും വേലിയേറ്റവും ഇറക്കവുമുണ്ട്. അവരുടെ ജീവിത സാഗരത്തിലേക്കാണ് മധു മങ്കേഷ് കർണികിന്റെ പ്രതിഭ തോണിയിറക്കുന്നത്. നിരവധി പുരസ്കാരങ്ങൾ നേടിയിട്ടുള്ള കർണികിന്റെ ഈ കൃതിയെ മറാഠിയിൽനിന്നും മലയാളത്തിലേക്ക് മൊഴിമാറ്റിയത് എ ആർ നായർ, കല്യാൺ ആണ്.

ചിന്ത പബ്ലിഷേഴ്സ്

ഒന്ന്

"അമ്മീ[1]....." അബ്ബാസ് ഞെട്ടിയുണർന്ന് വിളിച്ചു. ഇടിമുഴക്കം പോലൊരൊച്ചയാണ് അവനെ ഉണർത്തിയത്. സക്കീനയും ആ ഒച്ച കേട്ട് ഞെട്ടി. അവൾ പിടഞ്ഞെണീറ്റ് ഝോപ്പടിയുടെ വാതിൽ പാതിതുറന്ന് മുകളിലേക്ക് നോക്കി. ആ കാഴ്ച കണ്ടവൾ സ്തംഭിച്ചു നിന്നു. ഒരു ഭീകരസത്വം ചെവിയടയ്ക്കുന്ന ശബ്ദത്തോടെ തലയ്ക്കു മുകളിലൂടെ നീങ്ങുന്നു. അതിന്റെ ശരീരത്തിന്റെ അടിഭാഗത്തും നീണ്ട വശങ്ങളിലും ചുവപ്പും നീലയും നിറങ്ങളിലുള്ള വിളക്കുകൾ മിന്നിമിന്നി കത്തുന്നു. അല്പം അകലെ എത്തിയപ്പോഴാണ് അതൊരു വിമാനമാണെന്ന് സക്കീനയ്ക്ക് മനസ്സിലായത്. ഇത്രയും വലിയ വിമാനമോ? അവൾ സംശയിച്ച് നില്ക്കെ വിമാനം സാന്താക്രൂസിന്റെ ദിശയിലേക്ക് തിരിഞ്ഞ് അകന്നകന്ന് കാണാതായി. ഒപ്പം ആ ഒച്ചയും ക്ഷയിച്ച് ക്ഷയിച്ചില്ലാതായി. ഇന്നലെവരെ സക്കീനയും കുടുംബവും വർളിയിലെ ഝോപ്പടപ്പെട്ടിയിലായിരുന്നു. അതിനു മുകളിലൂടെയും വിമാനങ്ങൾ പോകുന്നതവൾ കണ്ടിട്ടുണ്ട്. അവയ്ക്കെല്ലാം തന്നെ ഒരു വലിയ സുറുമ മത്സ്യത്തിന്റെ വലിപ്പമേ കണ്ടിരുന്നുള്ളു.

വിമാനത്തിനു പുറകേപോയ അവളുടെ മനസ്സിനെ തടഞ്ഞത് രാവിലത്തെ "നമാസി" നുള്ള വിളിയായിരുന്നു. വിളിവന്ന ഭാഗത്തേക്കവൾ നോക്കി. വലിയ മിന്നാരങ്ങളുള്ള ഒരു മസ്ജിദ്. അവൾ ഊഹിച്ചു, അത് ബാന്ദ്രായിലെ മസ്ജിദാവണം, ഉടനെ മനസ്സു കൊണ്ടവൾ നിസ്കരിച്ചു.

"അമ്മീ...." വീണ്ടും അബ്ബാസ് നീട്ടിവിളിച്ചു. അവൻ ഭയന്നാണ് വിളിക്കുന്നതെന്ന് സക്കീനയ്ക്ക് മനസ്സിലായി. അവൾ വേഗം അവന്റെ അടുത്തെത്തി ആശ്വസിപ്പിച്ചു.

---

1. *അമ്മേ*

"ബേട്ടാ[1], അതൊരു വിമാനമായിരുന്നു... തലയ്ക്കു മുകളിലൂടെയാണ് പോയത്.... വലിയ ഒരെണ്ണം....."

വലിയ വിമാനം! അബ്ബാസിന് പിന്നെ കിടക്കണമെന്ന് തോന്നിയില്ല. അവൻ വേഗമെണീറ്റ് ഝോപ്പടിയുടെ വാതിൽ വലിച്ചു തുറന്നു. അതുകണ്ട സക്കീന പറഞ്ഞു:

"ബേട്ടാ[1], ആ വിമാനം പോയി.... വേറെ വരും..... നീ കുറച്ചുകൂടെ ഉറങ്ങ്...."

അത് ശ്രദ്ധിക്കാതെ അവൻ പുറത്തേക്ക് നോക്കി. എല്ലാം പുതിയ കാഴ്ചകളാണ്. ഇന്നലെ വർളിയിൽനിന്ന് ഇവിടേക്ക് വരുമ്പോൾ എല്ലാം ഇരുട്ടിൽ മറഞ്ഞിരിക്കയായിരുന്നു. മുന്നിലെ റോഡിലൂടെ ഒഴുകുന്ന വാഹനങ്ങളുടെ വെളിച്ചം മാത്രമാണ് കാണാനായത്. അടുത്തെവിടെയോനിന്ന് ഇരുട്ടിൽ കടലിന്റെ തുടരെത്തുടരെയുള്ള അലർച്ച കേൾക്കുന്നുണ്ടായിരുന്നു. അബ്ബ[2] പറഞ്ഞത് അവനും കേട്ടതാണ്.... പുതിയ ഝോപ്പടി[3] മാഹിം ഖാടി[4]യുടെ കരയിലാണ്... ചിലപ്പോഴൊക്കെ കടൽവെള്ളം കയറിവരും കുറെ കഴിഞ്ഞ് വന്നപോലെ പോവുകയും ചെയ്യും.... മുമ്പിൽ ഘോട്ബന്ദർ റോഡാണ്....

അബ്ബാസ് മുമ്പിലെ ഘോട്ബന്ദർ റോഡിലേക്ക് നോക്കിനിന്നു. ബൈക്കുകൾ, ആട്ടോകൾ, പലതരത്തിലും നിറത്തിലുമുള്ള കാറുകൾ, ലോറികൾ, ചുവന്ന സിങ്കിൾ – ഡബിൾ ഡെക്കർ ബസുകൾ.... എല്ലാം അങ്ങോട്ടുമിങ്ങോട്ടും മത്സരിച്ച് പായുന്നു. രസമുള്ള കാഴ്ച! അപ്പോഴേക്കും ഖാടി[5] കടന്നുവന്ന കടൽക്കാറ്റ് അവന്റെ മൂക്കിനെ തൊട്ട് കടന്നുപോയി. ഛെ! ഒരു ചീഞ്ഞ എലിയുടെ നാറ്റം! പെട്ടെന്നവൻ മൂക്കുപൊത്തി. പുതിയ കാഴ്ച നല്കിയ രസത്തെ ആ കടൽക്കാറ്റ് കൊന്നുകളഞ്ഞു. അബ്ബാസ് വീണ്ടും പുറത്തേക്ക് നോക്കി.

റോഡിനിരുവശവും ഝോപ്പടികൾ. തേനറകളെപ്പോലെ അവ തൊട്ടുതൊട്ടു നില്ക്കുന്നു. റോഡിനിപ്പുറമുള്ള മാഹിംഖാടിയുടെ ഓരത്താണ് തന്റെ ഝോപ്പടിയെന്ന് അബ്ബാസിന് മനസ്സിലായി. പിന്നെ അവന്റെ നോട്ടം തിരിഞ്ഞത് ഖാടിയിലേക്കാണ്. ഖാടി ശാന്തമാണ്. കറുത്തുകൊഴുത്ത വെള്ളത്തിൽ ഇടയ്ക്കിടെ ഓളങ്ങൾ ഇളകുന്നുണ്ട്. വെള്ളം പല ഝോപ്പടികളുടെയും അടിഭാഗം തൊട്ടുനില്ക്കുന്നു. എന്തൊക്കെയോ മാലിന്യങ്ങൾ അതിൽ നീന്തി നടക്കുന്നു. ഖാടിയുടെ ഒരുഭാഗത്ത് പല തരത്തിലുള്ള ബോട്ടുകളും വള്ളങ്ങളും ചാഞ്ചാടി നില്ക്കുന്നു. വലകൾ, വടങ്ങൾ, പാമരങ്ങൾ, നങ്കൂരങ്ങൾ എന്നിവ ബോട്ടുകളിലും കരകളിലുമായി വിശ്രമിക്കുന്നു. നീലയും ചുവപ്പുമായ കൊടികൾ ബോട്ടുകളിൽ പറക്കുന്നു. ഖാടി

---

1. *മോനെ*
2. *അച്ഛൻ*
3. *ചേരിയിലെ ഒരു വീട്*
4. *മാഹിമിലെ ചെറിയ ഉൾക്കടൽ*
5. *ഉൾക്കടൽ*

ക്കപ്പുറം നീലനിറത്തിലുള്ള കടലാണ്. അതിൽ പുഞ്ചിരിച്ച് കളിച്ചു നടക്കുന്ന കൊച്ചു കൊച്ചു തിരകൾ. ചിലപ്പോഴൊക്കെ കടലും ഖാടിയും ഒന്നാകാറുണ്ടെന്ന് അബ്ബ പറഞ്ഞതവൻ ഓർത്തു.

പെട്ടെന്നാണ് അവന്റെ ശ്രദ്ധ എതിരെയുള്ള വലിയ പൈപ്പ് ലൈനിലേക്ക് തിരിഞ്ഞത്. അതിന്റെ ഓരത്ത് പെണ്ണുങ്ങൾ സാരിത്തുമ്പുകൊണ്ട് മുഖങ്ങൾ പാതിമറച്ച് ചന്തികൾ കാട്ടി കുത്തിയിരിക്കുന്നു. അല്പം അകലെയായി ആണുങ്ങളും. അവർ പുകവലിക്കുന്നുമുണ്ട്. എല്ലാവരുടേയും സമീപത്ത് ചെറിയ ടബ്ബകളോ കുപ്പികളോ കാണാനുണ്ട്. അതിലൊക്കെ വെള്ളമായിരിക്കും. അബ്ബാസ് ഊഹിച്ചു.

അവൻ സക്കീനയോട് പറഞ്ഞു:

"അമ്മീ, വർളി മതിയായിരുന്നു...." എന്നിട്ടവൻ പൈപ്പുലൈനിനു നേരെ വിരൽ ചൂണ്ടിപ്പറഞ്ഞു:

"അങ്ങോട്ട് നോക്ക്."

സക്കീന നോക്കി. പിന്നെ മുഖംതിരിച്ചു. എന്നിട്ട് ഗൗരവം നടിച്ച് പറഞ്ഞു:

"അങ്ങോട്ടു നോക്കാതെ.... ഞാൻ ചായ വയ്ക്കാം....

എവിടെ പാവ്[1] കിട്ടുമെന്ന് നോക്ക്...."

അവൾ പത്തു പൈസയുടെ ഒരു നാണയം അവന്റെ കൈയിൽ കൊടുത്തു.

വിളി വരുമ്പോൾ പൈപ്പു ലൈനിനരികിലേക്ക് തങ്ങൾക്കും പോകേണ്ടിവരുമല്ലോ എന്നോർത്തവൾ വിവശയായി.

അബ്ബാസ് പൈസയുമായി ഘോടബന്ദർ റോഡിനെ ലക്ഷ്യമാക്കി നടന്നു. പുറകെനിന്ന് സക്കീന വിളിച്ചു പറഞ്ഞു: "ബേട്ടാ, ദേ ഒരു പാവ് വാല[2]" അവൾ ചൂണ്ടിക്കാട്ടിയ ദിശയിലേക്ക് അബ്ബാസ് നോക്കി.

റോഡിനപ്പുറത്തെ ഫുട്പാത്തിലൂടെ ഹാറ്റ് ധരിച്ച ഒരാൾ സൈക്കിൾ തള്ളി ബെല്ലടിച്ച് പോകുന്നു. സൈക്കിളിന്റെ ഹാൻഡിലുകളിൽ പാവ് നിറച്ച വലിയ സഞ്ചികൾ തൂക്കിയിട്ടിട്ടുണ്ട്. ആളുകൾ അയാളെ വിളിച്ചു നിർത്തി പാവ് വാങ്ങുന്നുണ്ട്. പാവ്‌വാലയുടെ അടുത്തെത്താൻ റോഡ് ക്രോസ് ചെയ്യണം. അബ്ബാസതിന് തയ്യാറായി നിന്നു. വലിയ വീതിയുള്ള റോഡാണ്. നടുവിൽ വച്ചുപിടിപ്പിച്ച മെഹന്തിച്ചെടികൾ റോഡിനെ രണ്ടായി തിരിച്ചിട്ടുണ്ട്. ഇരുവശത്തും നിമിഷത്തെ ഇടവേളപോലുമില്ലാതെ വാഹനങ്ങൾ അങ്ങോട്ടുമിങ്ങോട്ടും മത്സരിച്ച് പായുന്നു. ക്രോസ് ചെയ്യാനായി റോഡിൽ കാലൂന്നുമ്പോഴേക്കും വാഹനങ്ങൾ ഭീഷണിയോടെ പാഞ്ഞടുക്കും. ഭയന്നവൻ പിൻവാങ്ങും. ശ്രമങ്ങൾ അങ്ങനെ പലതു കഴിഞ്ഞു. ഇതിനിടെ പാവ്‌വാല നടന്നകലുന്നതു കണ്ടു.

അപ്പുറത്തെ ഫുട്പാത്തിൽ ഒരു ചെക്കൻ അബ്ബാസിന്റെ ഈ പാഴ്ശ്രമം നോക്കി രസിക്കുകയായിരുന്നു. അല്പം കഴിഞ്ഞവൻ വിളിച്ചു

1. *മധുരമില്ലാത്ത ബന്ന്*
2. *ബന്ന് വില്ക്കുന്നവൻ*

പറഞ്ഞു:

"ഡാ ചെക്കാ, അവിടെതന്നെ നില്ക്ക്...."

പറഞ്ഞു തീരുംമുമ്പേതന്നെ അവൻ വാഹനങ്ങൾക്കിടയിലൂടെ മിന്നൽവേഗത്തിൽ അബ്ബാസിന്റെ മുന്നിലെത്തി. തന്നെപ്പോലെതന്നെ കറുത്തുമെലിഞ്ഞ് കീറിയ നിക്കറിട്ടൊരു ചെക്കൻ. ഇവന് വല്ലാത്ത ധൈര്യം തന്നെ.... അബ്ബാസ് അതിശയിച്ച് അവനെ നോക്കി നിന്നുപോയി.

ഇവിടേതോ ഝോപ്പടിയിലുള്ളതാവും. അവൻ ഊഹിച്ചു. പിന്നെ ചോദിച്ചു: "ഒരു സഹായം ചെയ്യോ?"

"പറയ്"

"ഒരു പാവ് വേണം... പാവ്വാല അതാ പോണു...."

അവൻ പാവ്വാലയെ ചൂണ്ടിക്കാട്ടിക്കൊടുത്തു.

"പൈസ?"

അബ്ബാസ് കൈയിലെ നാണയം അവനെ ഏല്പിച്ചു. പൈസ കിട്ടിയതും അവൻ വന്നപോലെ അതേവേഗത്തിൽ വാഹനങ്ങൾക്കിടയിലൂടെ ഊളിയിട്ടു. നോക്കിനിന്ന അബ്ബാസിന്റെ നെഞ്ച് പിടഞ്ഞുപോയി. പാഞ്ഞുവന്ന വലിയൊരു ലോറി കാതടയ്ക്കുന്ന ഞരക്കത്തോടെ ചെക്കനെ തൊട്ടുനില്ക്കുന്നതുകണ്ടു. ഡ്രൈവർ തല പകുതി പുറത്തിട്ട് ചെക്കനെ നോക്കി അലറി: "ഭേം ചൊദ്[1]."

ചെക്കൻ ശാന്തനായി ഡ്രൈവറെ നോക്കി അശ്ലീലച്ചുവയുള്ള ആംഗ്യംകാട്ടി. പിന്നെ അപ്പുറത്തെ ഫുട്പാത്തിലെത്തി വിളിച്ചു ചോദിച്ചു:

"ഡാ ചെക്കാ , പാവ് മസ്ക[2] പുരട്ടി വേണോ അല്ലാതെ വേണോ....?" എന്നിട്ടവൻ എല്ലാ മഞ്ഞപ്പല്ലുകളും ഇളിച്ചുകാട്ടി. പിന്നെ നാക്കുനീട്ടി ഒരു ഗോഷ്ടി കാണിച്ചു. എന്നിട്ടെങ്ങോ മറഞ്ഞു.

സംഭവിച്ചതെന്താണെന്ന് അബ്ബാസിന് മനസ്സിലായത് അല്പം വൈകിയാണ്. ആ ചെക്കൻ തന്നെ പറ്റിച്ചിരിക്കുന്നു. റോഡ് കടക്കാൻ കഴിയാത്തതിലും പൈസ നഷ്ടമായതിലും അവന് നിരാശയും കുറ്റബോധവും തോന്നി. ഏഴെട്ടു വയസ്സുവരെ വളർന്ന വർളിയിലെ ഝോപ്പടപ്പെട്ടി[3]യിൽ ഇപ്രകാരമൊരു അനുഭവം അവനുണ്ടായിട്ടില്ല. അവിടെ റോഡു കടക്കാൻ ചുവപ്പു – മഞ്ഞ – പച്ച നിറങ്ങളിലുള്ള ലൈറ്റുകളുണ്ടായിരുന്നു. മാഹിം ഖാടിയിലെ ഈ ആദ്യാനുഭവം, താൻ കഴിവില്ലാത്തവനാണെന്നൊരു തോന്നൽ, അവനെ അസ്വസ്ഥനാക്കി. നിസ്സഹായനായി മടങ്ങാൻ തുടങ്ങവെ മാഹിം ഖാടിയുടെ മറ്റൊരു ദൃശ്യം അവന്റെ കണ്ണിൽപ്പെട്ടു.

അങ്ങകലെ വലിയ മിനാരങ്ങളുള്ളൊരു മസ്ജിദ്. അതിന് കീഴേ നിന്ന് തുടങ്ങുന്ന മാഹിം ഖാടി തങ്ങളുടെ ഝോപ്പടപ്പെട്ടിവരെയെത്തി നില്ക്കുന്നു. ഖാടിയിലെ കറുത്തു കൊഴുത്ത വെള്ളത്തിൽ കുറ്റിച്ചെടികൾ വളർന്നു നില്ക്കുന്നു. ഇടയ്ക്കിടെ വന്നുപോകുന്ന ജലനിരപ്പിന്റെ അടയാളങ്ങൾ അവയുടെ തണ്ടിലും ഇലകളിലും കാണാം. അവയ്ക്കിട

1. *ഒരു തെറി*
2. *ബട്ടർ*
3. *ചേരി പ്രദേശം*

യിലൂടെ ഒരു മുനമ്പ് ഖാടിയിൽ പൊങ്ങിനില്ക്കുന്നുണ്ട്. ഖാടിയുടെ അരികിലൂടെയാണ് ഘോടബന്ദർ റോഡ് പോകുന്നത്. അതിനെ ആധാരമാക്കി തകരപ്പാട്ടകൾ, ടാർപ്പാളിൻ കീറുകൾ, ആസ്ബസ്റ്റോസ് കഷണങ്ങൾ, പരസ്യപ്പലകകൾ, ചാക്കുകഷണങ്ങൾ എന്നിവ കൊണ്ട് തട്ടിക്കൂട്ടിയ നൂറു കണക്കിന് ഝോപ്പടികൾ – അന്തിക്കൂരകൾ! ഖാടിക്കു മുകളിലൂടെ ഇടയ്ക്കിടെ ചീറിപ്പാഞ്ഞെത്തുന്ന കടൽക്കാറ്റ് ഈ ഝോപ്പടികളെ ഭീഷണിപ്പെടുത്തിക്കൊണ്ടിരിക്കുന്നു. ഖാടിയിലെ വെള്ളം മിക്ക ഝോപ്പടികളുടെ പടിവരേയും എത്തിനില്ക്കുന്നു. ഖാടിയുടെ ഒരു ഭാഗത്ത് വെളുത്ത അക്ഷരങ്ങളുടെ പരസ്യങ്ങൾ നിറഞ്ഞ ഭീമാകാരത്തിലുള്ള പൈപ്പ്ലൈനാണ്. അതിനു മുകളിലൂടെ പോകുന്നത് റെയിൽവേ ലൈനാണ്. അതിലൂടെ വിശ്രമമില്ലാതെ രാപ്പകൽ ധക്... ധക് ശബ്ദത്തോടെ ഓടുന്ന ലോക്കൽ ട്രെയിനുകൾ, ഇടയ്ക്കിടെ അവ പോത്തുകളെപ്പോലെ അമറുന്നതു കേൾക്കാം.

മാഹിം ഖാടി അബ്ബാസിന് ഇഷ്ടമായില്ല. ഇവിടത്തെ ആളുകളും റോഡും ഖാടിയുമെല്ലാം അവനെ നോക്കി മഞ്ഞപ്പല്ലുകൾ കാട്ടി പരിഹസിക്കുന്നതുപോലെ. വർളിയിലെ ഝോപ്പടപ്പെട്ടിയും ധോണ്ടുമാമയുമെല്ലാം വേദനിപ്പിക്കുന്ന ഓർമ്മകളായി അവന്റെ മനസ്സിലെത്തി. ഝോപ്പടപ്പെട്ടി കത്തിയെരിഞ്ഞെങ്കിലും അവന്റെ ധോണ്ടു മാമ ഇപ്പോഴും വർളിയിലെ ഏതോ ഝോപ്പടിയിൽ തന്നെയാണ് താമസം. അബ്ബയോടും അമ്മിയോടും പറഞ്ഞിട്ട് മാമയുടെ അടുക്കലേക്കു പോയാലോ എന്നവൻ ആലോചിച്ചു.

ദാദുമിയ പാർക്കറും ധോണ്ടു മാൾഗാവ്ക്കറും ഒരേ നാട്ടുകാരാണ്. രത്നഗിരിയിലെ ബോൺകോട്ട് ഖാടിക്കടുത്താണ് അവരുടെ കുടുംബം. ദാദുമിയയുടെ മുത്തശ്ശനും അച്ഛനുമൊക്കെ ആഫ്രിക്കയിലും ഇറാനിലും വളരെ വർഷങ്ങൾ താമസിച്ച് ബിസിനസ് നടത്തി സമ്പന്നരായി. ബോൺകോട്ട് ഖാടിയിൽ അവർ നിർമ്മിച്ച ബംഗ്ലാവിന്റെ കൂര മേഞ്ഞിരുന്നത് സ്വർണ്ണഓടുകൾ കൊണ്ടായിരുന്നു എന്നാണ് നാട്ടുകാർ പറയുന്നത്. പക്ഷേ, ദാദുമിയയ്ക്ക് മാത്രം "മൊംബാസ"യെക്കാൾ കൂടുതൽ ആകർഷകമായി തോന്നിയത് "മുംബൈ"യായിരുന്നു. ഒരു ദിവസം എല്ലാം ഉപേക്ഷിച്ച് അയാൾ മുംബൈയിലെത്തി. ദാദുമിയ നാട്ടുകാരനായ ധോണ്ടുവിനെ കാണുന്നതും പരിചയപ്പെടുന്നതും മുംബൈയിൽ വച്ചാണ്. ധോണ്ടു അപ്പോൾ ഒരു തുണിമിൽ തൊഴിലാളി ആയിരുന്നു. അതേ തുണിമില്ലിൽത്തന്നെ ദാദുമിയയ്ക്കും അയാൾ ജോലി ശരിയാക്കിക്കൊടുത്തു.

മില്ലിലെ ജോലിക്കൊപ്പം ധോണ്ടു മറ്റൊരു സൈഡ് ബിസിനസും ചെയ്യുന്നുണ്ടായിരുന്നു. മോഷണവസ്തുക്കൾ വാങ്ങിവില്ക്കുക. വാച്ച്, റേഡിയോ, സാരികൾ, സൈക്കിൾ തുടങ്ങി ചെറുകിട വസ്തുക്കൾ, ജോലിയേക്കാൾ ആദായകരം ബിസിനസാണെന്ന് കണ്ടപ്പോൾ ജോലികളഞ്ഞ് ധോണ്ടു ഫുൾടൈം ബിസിനസിലേർപ്പെട്ടു. ബിസിനസ് വളർന്ന് വികസിച്ചു. തുടർന്ന് വ്യാപിപ്പിക്കാനുള്ള ആലോചനകളും തുടങ്ങി. ധോണ്ടു

വിന്റെ ജീവിതശൈലി തന്നെ മാറി. "വടപാവും[1]" "ദേശിദാരുവും[2]" ഓർമ്മകളായി. അവയുടെ സ്ഥാനത്ത് ബിരിയാണിയും വിദേശി ദാരുവുമെത്തി. ധോണ്ടു ഇടയ്ക്കിടെ ഡാൻസ് ബാറുകൾ സന്ദർശിച്ചു.

ദോസ്തിന്റെ ഈ പോക്ക് ദാദുമിയായ്ക്ക് ഇഷ്ടമായില്ല. അയാൾ ധോണ്ടുവിനെ പല പ്രാവശ്യം ഉപദേശിച്ചു. ഈ ബിസിനസിന്റെ അനന്തരഫലങ്ങൾ ഓർമ്മിപ്പിച്ചു. ഫലമുണ്ടായില്ല. പ്രതീക്ഷപ്പോലെ ധോണ്ടു ഒരു ദിവസം ജയിലിലായി.

---

1. *ലഘു ഭക്ഷണം (പാവ് പിളർന്ന് ഉള്ളിൽ ബട്ടാട്ടാവട വച്ചത്)*
2. *കള്ള്/ചാരായം*

രണ്ട്

ജയിൽ ശിക്ഷ ധോണ്ടുവിന് രസകരമായൊരു അനുഭവം മാത്രമായിരുന്നു. മുമ്പേതന്നെ ഇവിടെ വരേണ്ടതായിരുന്നുവെന്ന് അയാൾക്ക് പലതവണ തോന്നുകയും ചെയ്തു. ഇതാന്ന് പറയുംമുമ്പേ മൂന്നുകൊല്ലം കടന്നുപോയി. ശിക്ഷയുടെ കാലാവധി കഴിഞ്ഞ് പുറത്തിറങ്ങിയ ധോണ്ടു കണ്ടത് തൊഴിലില്ലായ്മയും വിലക്കയറ്റവുംകൊണ്ട് നട്ടംതിരിയുന്ന മുംബൈക്കറെ[1]യാണ്. അപ്പോഴും ദാദുമിയ വർളിയിലെ തന്റെ 'പക്കാ ചാളി[2]ൽ സമാധാനമായൊരു ജീവിതം നയിക്കുകയായിരുന്നു. എന്നാൽ ആ ദിവസങ്ങൾ അധികം നാൾ നീണ്ടില്ല.

മുംബൈയിൽ വന്നശേഷം രോഗങ്ങൾ മാറി മാറി സക്കീനയെ പീഡിപ്പിച്ചുകൊണ്ടേയിരുന്നു. ഈ അവസ്ഥയിലും വർഷാവർഷം അവൾ കുഞ്ഞുങ്ങൾക്ക് ജന്മം കൊടുത്തു. ജനിക്കുന്ന കുഞ്ഞുങ്ങളെല്ലാം ദിവസങ്ങൾക്കകം തന്നെ അള്ളാവിന് പ്രിയപ്പെട്ടവരായി. അബ്ബാസിനെ മാത്രം അള്ളാ സക്കീനയ്ക്ക് വിട്ടുകൊടുത്തു. ബീബിയുടെ രോഗവും പ്രസവവും കാരണം ദാദുമിയ കടക്കാരനായി. കടംകൊടുത്ത പഠാൺ വാതുക്കൽ മുട്ടാൻ തുടങ്ങി. മാനം കാക്കാൻ ദാദു ഒരു മാർഗ്ഗമേ കണ്ടുള്ളൂ. ചാൾ വില്ക്കുക. തൽക്കാലമയാൾ അഞ്ഞൂറു രൂപ 'പഗഡി'[3] വാങ്ങി ഒരു മദ്രാസിക്ക് താമസിക്കാൻ കൊടുത്തു. പിന്നെ ധോണ്ടുവിന്റെ സഹായത്തോടെ ദാദുവും കുടുംബവും ലോട്ടസ് സിനിമയ്ക്കടുത്ത് പുതുതായി ഉയർന്ന ഝോപ്പടപ്പെട്ടിയിലേക്ക് താമസം മാറി. ധോണ്ടു അയാളെ നിർബ്ബന്ധിച്ച് തന്റെ ഏരിയയിലേക്ക് കൊണ്ടുപോവുകയായിരുന്നു.

---

1. *മുംബൈയിലെ താമസക്കാരൻ*
2. *ഉറപ്പുള്ള വരിവരിയായിട്ടുള്ള വീടുകൾ*
3. *അഡ്വാൻസ്*

സാധുക്കളായ ഒരു കാമാഠി കുടുംബത്തെ ധോണ്ടു വിരട്ടി കത്തി കാട്ടി ഭയപ്പെടുത്തി. പിന്നെ കുടിയിറക്കി. ആ ഝോപ്പടിയിൽ ധോണ്ടു, ദാദു കുടുംബത്തെ കുടിയിരുത്തി. ദാദുവിന് അത് ഒട്ടുംതന്നെ ഇഷ്ടമായില്ല. അയാൾ പറഞ്ഞു:

"ധോണ്ടു ഭായി, ആ പാവങ്ങളെ ദ്രോഹിക്കാതെ......

നമുക്ക് പുതുതായൊന്ന് കെട്ടാം... സ്ഥലമുണ്ടല്ലോ...."

"അതിന്റെയൊന്നും ആവശ്യമില്ല," ധോണ്ടു പറഞ്ഞു.

"ഇവറ്റകള് ഇവിടെ വേണ്ട ദാദുമിയ. എന്നെ മൈൻഡ് ചെയ്യാത്തവനൊന്നും ഇവിടെ വാഴാമെന്ന് കരുതേണ്ട. കണ്ടാൽ നമസ്തേ – സലാം – രാംരാം ഒന്നും പറയാതെ കാണാത്തപോലെ ഒരു പോക്കാണ് ഇവറ്റകള്... ആ കാമാഠിണിനെ നോക്ക്.... അഹങ്കാരിയാണ്..... ഒന്നു മിണ്ടിയാൽ മുഖം വെട്ടിയൊരു പോക്കാണ്...."

ധോണ്ടുവിന് കാമാഠി കുടുംബത്തോട് അമർഷം തോന്നാനുള്ള കാരണം ദാദുമിയയ്ക്ക് മനസ്സിലായി.

പുറത്തെറിയപ്പെട്ട തങ്ങളുടെ സമ്പത്തെല്ലാം പെറുക്കിക്കൂട്ടി ആ കാമാഠി കുടുംബം സ്വന്തം ഝോപ്പടിക്കു പുറത്ത് പൊള്ളുന്ന വെയിലത്ത് കുത്തിയിരുന്നു. വാക്കുകൾ കൊണ്ടുള്ള ഭീഷണി ഫലമില്ലെന്ന് കണ്ട് വീണ്ടും വീണ്ടും ധോണ്ടു കത്തി കാണിച്ച് അവരോട് പോകാൻ ആജ്ഞാപിച്ചു. കുയിലിന്റെ നിറവും അഴകുമുള്ള കാമാഠിൺ ധോണ്ടുവിനെ നോക്കി കണ്ണുരുട്ടി. പിന്നെ "യണ്ടുഗുണ്ടു" ഭാഷയിൽ എന്തൊക്കെയോ വിളിച്ചു പറഞ്ഞു.

കാണുന്നവരൊക്കെ ധോണ്ടുവിന് നമസ്തേ അല്ലെങ്കിൽ സലാം അല്ലെങ്കിൽ രാംരാം പറയുന്നതുകണ്ട് ദാദുവിന് ഒരു കാര്യം ബോദ്ധ്യമായി, ധോണ്ടു ഇവിടത്തെ ദാദ തന്നെയാണ്.

പഴയ ഒരു സ്റ്റൗ, രണ്ട് അലുമിനിയം പാത്രങ്ങൾ, ഒരു ഗ്ലാസ്, ഒരു മൺകലം പിന്നെ നിഗൂഢതകൾ അടങ്ങിയ വലിയൊരു ഭാണ്ഡം ഇവയായിരുന്നു ആ കാമാഠി കുടുംബത്തിന്റെ ആകെയുള്ള സമ്പത്ത്. കാമാഠി സ്ത്രീയുടെ തോളിലെ കുഞ്ഞു തൊട്ടിലിൽ കണ്ണുകൾ മിഴിച്ച് കൈകാലുകൾ ഇളക്കി ഒരു കുഞ്ഞ് കിടക്കുന്നുണ്ടായിരുന്നു. കൂടു നഷ്ടപ്പെട്ട കിളികളെപ്പോലെ തങ്ങളെത്തന്നെ നോക്കിയിരിക്കുന്ന ആ രണ്ടര കുടുംബത്തെ കണ്ടപ്പോൾ സക്കീനയുടെ മനസ്സ് നീറി. ഒരു കുറ്റബോധം അവളെ അലട്ടാൻ തുടങ്ങി.

അവൾ ദാദുവിനോട് പറഞ്ഞു:

"അവരെ ഇറക്കിവിട്ടത് ഒട്ടും ശരിയായില്ല... ഇത് അവർ കെട്ടിയുണ്ടാക്കിയതാണ്... പിന്നെ, ഒരു കൈക്കുഞ്ഞ് അവരോടൊപ്പമുണ്ട്... അതിനേയും കൊണ്ട് അവരെവിടെ പോകും...."

ഇതുകേട്ട് ധോണ്ടു രാംപുരി കത്തി പുറത്തെടുത്ത് കുത്തിയിരിക്കുന്ന കാമാഠി കുടുംബത്തിനു നേർക്ക് ഒന്നു രണ്ടു ചുവടുകൾ വച്ചു. അതു കണ്ട് ഭയന്ന ആ രണ്ടര കുടുംബം പിടഞ്ഞെണീറ്റ് ഭാണ്ഡവും മറ്റു സാധ

നങ്ങളുമായി നടക്കാൻ തുടങ്ങി. ധോണ്ടു ഒരു ജേതാവിന്റെ ഭാവത്തിൽ രാംപുരി അരയിൽ തിരുകി.

ഇതെല്ലാം കണ്ട് സഹിക്കാതെ സക്കീന മുഖംതിരിച്ചു. പിന്നെ അബ്ബാസിനെ ചേർത്ത് നിർത്തി തലയിലൂടെ വിരലോടിച്ചു. അങ്ങനെ ഒരു പുതിയ കുടുംബം കൂടെ ഝോപ്പടിയിലാശ്രയം തേടി.

മുംബൈ നഗരത്തിൽ വീടില്ലാത്തവരുടെ വീടുകളാണ് ഝോപ്പടപ്പെട്ടികൾ. സർക്കാർ വക സ്ഥലങ്ങളിൽ കൂണുകളെപ്പോലെ ഝോപ്പടികൾ മുളച്ചുപൊങ്ങുന്നു. നഗരത്തിലെ ഫുട്പാത്തുകൾ, റെയിൽവേ സ്റ്റേഷനുകൾ എന്നിവിടങ്ങളിൽ നിന്നൊക്കെ കുടിയൊഴിപ്പിക്കപ്പെട്ടവർ, അതുപോലെ കുടിവെള്ളം തേടി സ്വന്തം വീടുകൾ ഉപേക്ഷിച്ചുപോന്ന ഗ്രാമവാസികൾ – ഇവരൊക്കെയാണ് ഝോപ്പടികൾ കെട്ടി പാർക്കുന്നവർ. ഏത് നിമിഷവും നിയമത്തിന്റെ കൈകൾ തങ്ങളുടെ ഝോപ്പടികൾ പൊളിച്ചെറിയും എന്ന ബോധത്തോടെ തന്നെയാണവർ അവ കെട്ടുന്നത്.

ഝോപ്പടപ്പെട്ടികളിലും പല തരക്കാറുണ്ട് – മുതലാളിമാർ, സ്വയം തൊഴിലുകാർ, തൊഴിലാളികൾ, തൊഴിൽ രഹിതർ, സാമൂഹ്യ വിരുദ്ധർ എന്നിങ്ങനെ. മുതലാളിമാരുടെ ബിസിനസ് "ഹാത്ത്ഭട്ടി" എന്നറിയപ്പെടുന്ന വാറ്റുചാരായമാണ്. എണ്ണത്തിൽ ഇക്കൂട്ടർ വളരെ തുച്ഛമാണെങ്കിലും ഝോപ്പടപ്പെട്ടികൾ ഭരിക്കുന്ന ദാദാമാരാണിവർ. സ്വയം തൊഴിലുകാരാണ് മറ്റൊരു വിഭാഗം, ഭംങ്കാർവാല[1]കൾ, കൈരേഖ – മുഖം നോക്കി ഫലം പറയുന്നവർ, ഒറ്റമൂലി വില്പനക്കാർ, കുരങ്ങ്, കരടി, പാമ്പ് എന്നിവ കൊണ്ടുനടന്ന് ഉപജീവനം നടത്തുന്നവർ. തൊഴിലാളി വിഭാഗത്തിൽ കൂടുതലും സ്ത്രീകളാണ് – വീട്ടുപണിക്ക് പോകുന്നവർ. ഒരു തൊഴിലും ചെയ്യാത്തവരാണ് മറ്റൊരു കൂട്ടർ – നിത്യരോഗികൾ, വൃദ്ധർ, സാമൂഹ്യവിരുദ്ധർ എന്നിവർ. എല്ലാ ഝോപ്പടപ്പെട്ടികളിലേയും സദാ സാന്നിദ്ധ്യമാണ് "ചക്ക" കളെന്നറിപ്പെടുന്ന ഹിജഡകൾ.

വെള്ളവും വെളിച്ചവും വെളിക്കിരിക്കാൻ മറയുമൊന്നുമില്ലെങ്കിലും ഝോപ്പടപ്പെട്ടിവാസികൾക്ക് അവയൊന്നുംതന്നെ അസൗകര്യങ്ങളായി തോന്നാറില്ല. അവർക്കു വേണ്ടത് ഭൂമിക്കും ആകാശത്തിനുമിടയിൽ നഗരത്തിൽ രാത്രിയിൽ തലചായ്ക്കാൻ ഒരു കൂര. അത്രമാത്രം.

വിരോധാഭാസത്തിലുള്ള ചുറ്റുപാടുകളാണ് ഝോപ്പടപ്പെട്ടിയിൽ കാണാനാവുക. ചില്ലറയ്ക്കായി രാപ്പകൽ പാടുപെടുന്ന ഒരു പറ്റം പേർ ഒരു ഭാഗത്ത്, നോട്ടുകെട്ടുകൾ അമ്മാനമാടുന്ന നാലഞ്ചു ദാദാമാർ മറ്റൊരു ഭാഗത്ത്. ഇവരൊക്കെ തന്നെ സമ്പാദ്യം മുഴുവൻ 'ബോട്ടിലി[2]നും ബായി'[3]ക്കുമായി ചെലവഴിക്കും. പൈസ തീർന്നു കഴിഞ്ഞാൽ പിന്നെ പരസ്പരം വഴക്ക്, തല്ല്, വെട്ട്, കുത്ത് എന്നീ കലാപരിപാടികൾ തുടങ്ങും. ഇവയെല്ലാം

---

1. *ഉപയോഗശൂന്യമായ വസ്തുക്കൾ വാങ്ങി വില്ക്കുന്നവർ*
2. *ബോട്ടിലി – ലിക്കർ*
3. *ബായി – പെണ്ണ്*

തന്നെ നിത്യ സംഭവങ്ങളാണ്.

ഈ അശാന്തമായ അന്തരീക്ഷത്തിലും ദാദുമിയയുടെ കുടുംബം ധോണ്ടു ദാദയുടെ സംരക്ഷണത്തിൽ ദിവസങ്ങൾ തള്ളി നീക്കിക്കൊണ്ടിരിക്കെ ഒരു ദിവസം –

ഝോപ്പടപ്പെട്ടിയിൽ തീപിടിച്ചു.

തീ വച്ചതാണെന്ന് ഒരു കൂട്ടർ പറഞ്ഞു. ആര്?

ധോണ്ടു ദാദ. അവർ പറഞ്ഞു. ഈ സ്ഥലം കാലിയാക്കാൻ പൊലീസും ധോണ്ടുവും ഒത്തുകളിച്ചതാണ്. അവന്റെ പേരിലുള്ള കേസുകൾ പിൻവലിക്കാൻ ധോണ്ടു പൊലീസിനെ സഹായിച്ചു. വർഷങ്ങളായി മുനിസിപ്പാലിറ്റിയും പൊലീസും സ്ഥലം ഒഴിപ്പിക്കാനായി ശ്രമിച്ചുകൊണ്ടിരിക്കയായിരുന്നു. സർക്കാർ ഓർഡറുമായി പൊലീസ് പലകുറി വന്നതാണ്. പൊലീസിനെ കണ്ടാലുടൻ ഒരു ജനസമുദ്രം തന്നെ അവരെ വളയും. സ്ത്രീകൾ, കുട്ടികൾ, വൃദ്ധർ, അപംഗർ, ഹിജഡകൾ എന്നിവരായിരിക്കും മുൻനിരയിൽ. അവർ പൊലീസിനും സർക്കാരിനുമെതിരെ മുദ്രാവാക്യങ്ങൾ വിളിക്കും. അതു നടക്കവെ പൊലീസിനുമേൽ കല്ലുകൾ വീഴാൻ തുടങ്ങും. സഹിക്കാനാവാതെയാവുമ്പോൾ പൊലീസ് ലാത്തിവീശും. അത് ആരുടെയും ദേഹത്ത് കൊള്ളാത്ത രീതിയിലായിരിക്കും. മുകളിൽനിന്നുള്ള നിർദ്ദേശമാണ്. അവർക്കെന്തെങ്കിലും സംഭവിക്കുന്നത് മുതലാക്കാനായി കാത്തുനില്ക്കുകയാണ് പ്രതിപക്ഷം.

ഈ അവസരത്തിൽ വെളുത്തതൊപ്പി ധരിച്ച ഒരു നേതാവ് പ്രത്യക്ഷപ്പെടുന്നു. അദ്ദേഹം പൊലീസുമായി സമാധാന ചർച്ച നടത്തുന്നു. ഫോൺവിളികൾ നടക്കുന്നു.... ഒടുവിൽ ഝോപ്പടികൾ പൊളിക്കുന്ന നടപടി മൂന്നുമാസത്തേക്ക് നീട്ടുന്നു. ഈ നീട്ടിവയ്ക്കൽ നാടകം പല ആവർത്തി അരങ്ങേറിയതാണ്. ഈ ഇടവേളയിലും പുതിയ ഝോപ്പടികൾ പലയിടങ്ങളിലും ഉയർന്നുവന്നു. ഝോപ്പടികൾ പൊളിച്ചാലോയെന്ന ആശങ്കയിൽ ചിലർ ജലവകുപ്പിന്റെ ഭീമൻ പൈപ്പുകൾക്കുള്ളിൽ താമസം മാറി. ഇപ്പോഴത്തെ ദ്രവിച്ചു തുടങ്ങിയ പൈപ്പ് ലൈൻ മാറ്റാനായി കൊണ്ടിട്ടിട്ടുള്ള കുഴലുകളാണിവ.

ഝോപ്പടി നില്ക്കുന്ന സ്ഥലത്തിനായി വായ പൊളിച്ചുനില്ക്കുന്ന ശക്തരായ റിയൽ എസ്റ്റേറ്റ് സ്രാവുകൾ ഒരു ഭാഗത്ത്. തല ചായ്ക്കാൻ കൂരകളില്ലാത്ത ദുർബ്ബലരായ ഒരു ജനവിഭാഗം മറ്റൊരു ഭാഗത്ത്. ഒരു തട്ടിൽ പണവും സ്വാധീനവും; മറ്റേതിൽ വോട്ട്. മുതലാളിമാരും റിയൽ എസ്റ്റേറ്റുകാരും തങ്ങളുടെ "ഹൈറൈസ്" ഫ്ളാറ്റുകളിൽ നിന്നിറങ്ങി സാധാരണ വോട്ടു ചെയ്യാൻ ക്യൂ നില്ക്കാറില്ല. സർക്കാരിന് അതറിയാം. ക്യൂ നില്ക്കുന്നത് ഝോപ്പടവാസികളാണ്. എങ്കിലും സർക്കാരിന് ഇരുകൂട്ടരുടെയും താല്പര്യങ്ങൾ സംരക്ഷിച്ചേ മതിയാവൂ.

സർക്കാർ നേരിട്ട് ഇടപെടാതെ ചിലപ്പോഴൊക്കെ പ്രശ്നങ്ങൾക്ക് പരിഹാരം കാണാറുണ്ട്. ഇവിടെ പരിഹാരമായെത്തിയത് ഒരു പ്രകൃതിദുരന്തമാണ്.

ഒരു ദിവസം പെട്ടെന്ന് ആ ഝോപ്പടപ്പെട്ടി അഗ്നിക്കിരയായി.

തലേ ദിവസം രാത്രി ധോണ്ടു ദാദുമിയയുടെ ഝോപ്പടിയിലെത്തി പറഞ്ഞു:

"ദാദു നാളെ നീ ജോലിക്ക് പോകണ്ട.... സാധനങ്ങളൊക്കെ കെട്ടി തയ്യാറായിരിക്ക്.... ഈ ഝോപ്പടപ്പെട്ടി നാളെ കാണില്ല."

"എന്താ, പൊലീസ് വരുമൊ?"

"അതെനിക്കറിയില്ല... മറ്റൊരിടത്തേക്ക് മാറാൻ തയ്യാറായിരിക്ക്."

"ഇവിടം വിട്ട് എവിടെ പോവാൻ?"

അത് പിന്നെ നോക്കാം.... ഭാഭി[1]യേയും അബ്ബാസിനേയും മറ്റെങ്ങും അയയ്ക്കണ്ട.

ഇത്രയും പറഞ്ഞിട്ട് ധോണ്ടു പോയെങ്കിലും ഹാത്ഭട്ടിയുടെ ഗന്ധവും ആശങ്കയും ദാദുവിനെ ചൂഴ്ന്നുനിന്നു. ദാദു സംശയിച്ചു. കേട്ടതൊക്കെ ചാരായത്തിന്റെ ലഹരിയിൽ ധോണ്ടു പറഞ്ഞതാവുമോ? ഏതായാലും രാവിലെ തന്നെ ദാദു സാധനങ്ങൾ ഒന്നു രണ്ടു ഭാണ്ഡങ്ങളിലും ഒരു ട്രങ്കിലുമായി ഒതുക്കിവച്ചു.

രാവിലെ അന്നും ഒരു സാധാരണ ദിവസത്തിലെന്നപോലെ ആണുങ്ങൾ അവരവരുടെ തൊഴിലുകളിലേക്ക് പുറപ്പെട്ടു. മിക്ക ഝോപ്പടികളിലും സ്ത്രീകളുടെയും കുട്ടികളുടെയും ശബ്ദം മാത്രം. സമയം പന്ത്രണ്ടായി കാണണം. വല്ലഭ്ഭായി പട്ടേൽ സ്റ്റേഡിയത്തിന്റെ ഭാഗത്ത് ആദ്യം കറുത്ത് കട്ടിയായ പുകയും അതിനുള്ളിൽ തീനാളങ്ങളും കണ്ടു. വർളി ഭാഗത്തു നിന്നുള്ള കടൽക്കാറ്റിന്റെ ആയിരം കരങ്ങൾ ഝോപ്പടികളുടെ കൂരകളിൽ പൂത്തിരികൾ കൊളുത്തി 'ദീവാളി' ആഘോഷിച്ചു. നിമിഷങ്ങൾക്കകം ഝോപ്പടികൾ ചെറിയ പൊട്ടിത്തെറിയോടെ കത്തിയെരിഞ്ഞു. കനത്ത കറുത്ത പുക ആ ഝോപ്പടപ്പെട്ടിയുടെ ശാപം പോലെ അതിനു മുകളിൽ തങ്ങിനിന്നു.

സ്ത്രീകളും കുട്ടികളും നിലവിളിച്ച് കൈയിൽ കിട്ടിയതെല്ലാം പെറുക്കിയെടുത്ത് പുറത്തേക്കോടി. ദൂരെ അവർ തങ്ങളുടെ കൂരകൾ ചാരമാവുന്നത് നോക്കിനിന്നു. തീ അണയ്ക്കണമെന്ന് ആർക്കും തോന്നിയില്ല. അതിനുള്ള ശ്രമവും ഉണ്ടായില്ല. കാരണം അതിനാവശ്യമായ വെള്ളം എന്ന വസ്തു അവിടെങ്ങും തന്നെ ഉണ്ടായിരുന്നില്ല.

പല ഝോപ്പടികളും പൂട്ടിയ അവസ്ഥയിലായിരുന്നു. അവയിലെ താമസക്കാർ മടങ്ങിയെത്തുമ്പോൾ കാണുന്നത് ഝോപ്പടിയുടെ സ്ഥാനത്ത് ഒരു പിടി ചാരം മാത്രമായിരിക്കും. ആ ഝോപ്പടികളിൽ കോഴി, ആട്, പന്നി കൂടാതെ തൊഴിലിന്റെ ഭാഗമായ കുരങ്ങ്, തത്ത, മൈന, പാമ്പ് എന്നിവയും ഉണ്ടായിരുന്നു. കൂടാതെ രക്ഷപ്പെടാൻ ശക്തിയില്ലാത്ത വൃദ്ധരും രോഗികളുമുണ്ടായിരുന്നു. ഇവരെ രക്ഷിക്കാനായി ആരും മുതിർ

---

1. *ജ്യേഷ്ഠന്റെ ഭാര്യ (അന്യസ്ത്രീകളെയും ബഹുമാനത്തോടെ വിളിക്കാൻ ഈ പദം ഉപയോഗിക്കാറുണ്ട്.)*

ന്നില്ല. ഓരോരുത്തരും അവരവരുടെ സാധനങ്ങളും ജീവനും രക്ഷിക്കുന്നതിൽ വ്യാപൃതരായിരുന്നു. പിന്നീടവർ തെരുവു നായ്ക്കളെപ്പോലെ ഫുട്പാത്തിൽ അഭയം തേടി. ഈ സംഭ്രമാവസ്ഥയിലും ചില കണ്ണുകൾ മറ്റുള്ളവരുടെ സ്റ്റീൽ ഗ്ലാസുകളിലും പാത്രങ്ങളിലും പിന്നെ കുഞ്ഞുങ്ങളുടെ വെള്ളിപോലുള്ള അരഞ്ഞാണം, വള, സ്ത്രീകളുടെ മംഗൾസൂത്രം എന്നീ വസ്തുക്കളിൽ പരതി നടക്കുകയായിരുന്നു.

ഇനി എങ്ങോട്ട്? എന്ന ചോദ്യവുമായി നിവാസികൾ ഫുട്പാത്തിൽ കുത്തിയിരുന്നു. ഇടയ്ക്ക് ചില സംശയങ്ങളുയർന്നു. തീ പിടിച്ചതെങ്ങനെ? പിടിച്ചതാണോ വച്ചതാണോ? ഈ രാത്രി എവിടെ കഴിയും? അതായിരുന്നു എല്ലാവരുടെയും മുന്നിൽനിന്ന ഉത്തരമില്ലാത്ത ചോദ്യം. ആരോ പറഞ്ഞു. വർളിക്കപ്പുറമുള്ള കുന്നിന്റെ സൈഡിൽ സ്ഥലമുണ്ട്. അല്ലെങ്കിൽ ബുദ്ധമന്ദിറിന്റെ അടുത്തുള്ള പുതിയ ഝോപ്പടപ്പെട്ടിയിൽ. മറ്റൊരു ശബ്ദം ആജ്ഞാപിച്ചു. “ഇവിടന്നാരും പോകരുത്.... ഇവിടെതന്നെ നമ്മൾ ഝോപ്പടികൾ വീണ്ടും കെട്ടണം....” അല്പം കഴിഞ്ഞൊരു നേതാവെത്തി ഖേദം പ്രകടിപ്പിച്ചു. “നിങ്ങൾക്കൊപ്പം ഞാനുമുണ്ട്...” പിന്നെ ആശ്വസിപ്പിച്ചു. “ഇവിടന്നാരും മാറേണ്ടതില്ല... സർക്കാർ എല്ലാവർക്കും ഇവിടെ വീട് കെട്ടിത്തരും....” ആ നേതാവ് പോയതും മറ്റൊരാളെത്തി. അയാൾ പറഞ്ഞു. “ഇവിടെ ആരും നില്ക്കണ്ട.... ഗോരെഗാവിലൊ ഘാട്ട് കോപ്പറിലൊ നിങ്ങൾക്കു നല്ല വീടുകൾ കെട്ടിത്തരും.... കുറച്ചു ദിവസത്തെ പ്രശ്നമേയുള്ളൂ.... പക്കാ വീട്[1]ല്ലേ കിട്ടാൻ പോകുന്നത്....” പിന്നെ ഫോട്ടോ എടുത്തു. എന്തു കാര്യത്തിനും നിങ്ങൾക്കൊപ്പമുണ്ടെന്ന് പ്രഖ്യാപിച്ച് അയാളും പോയി.

എല്ലാം നോക്കിനിന്ന പൊലീസും മുനിസിപ്പാലിറ്റി ജോലിക്കാരും എരിഞ്ഞടങ്ങിയ ഝോപ്പടപ്പെട്ടിക്കു ചുറ്റും മുള്ളുവേലികൾ കെട്ടാൻ തുടങ്ങി. വീണ്ടും കൈയേറ്റമുണ്ടാകാതിരിക്കാനുള്ള മുൻകരുതലായിരുന്നു അത്. രാവിലെ ഝോപ്പടി പൂട്ടിപ്പോയവർ മടങ്ങി വന്നപ്പോൾ കണ്ട കാഴ്ച അവരെ സ്തംഭിപ്പിച്ചു.

ദാദുമിയയും സക്കീനയും നേരത്തേ തയ്യാറാക്കി വച്ച ഭാണ്ഡവുമായി ഫുട്പാത്തിൽ കുത്തിയിരുന്നു. ഭാണ്ഡത്തിൽ തലവച്ച് അബ്ബാസും അവനടുത്തായി അവന്റെ നായ്ക്കുട്ടിയും കിടന്നു. രാത്രിയുടെ ലക്ഷണങ്ങൾ കണ്ടുതുടങ്ങി. അന്നേരം ഒരു സ്ത്രീ പുറകേ നിന്ന് നിലവിളിച്ച് ഓടി അടുക്കുന്നതു കണ്ടു. പുറകെ അവളുടെ പുരുഷനുമുണ്ടായിരുന്നു. അയാൾ അവളെ ശാന്തയാക്കാൻ ശ്രമിക്കുന്നതോടൊപ്പം തന്റേയും കണ്ണുകൾ തുടയ്ക്കുന്നുണ്ടായിരുന്നു. സക്കീന അവരെ തിരിച്ചറിഞ്ഞു. ധോണ്ടു അവർക്കായി ഇറക്കിവിട്ട കാമാഠി കുടുംബമായിരുന്നു അത്. ധോണ്ടുവിന്റെ കണ്ണിൽപ്പെടാതെ അവർ അടുത്തെവിടെയോ കഴിയുകയായിരുന്നിരിക്കണം. സക്കീന ഊഹിച്ചു. പെട്ടെന്നവൾക്ക് അന്നത്തെ ആ കാഴ്ച ഓർമ്മവന്നു. ഝോപ്പടിയിൽ നിന്നിറങ്ങുമ്പോൾ അവളുടെ തോളിലെ തുണിത്തൊട്ടിലിൽ ഒരു തുടുതുടുത്ത കുഞ്ഞ് കണ്ണുകൾ മിഴിച്ച് വിരൽ

1. *ബലമുള്ള വീട്*

ചപ്പി കാലുകളിളക്കി കിടക്കുന്നുണ്ടായിരുന്നു. ആ കുഞ്ഞെവിടെ? അവളുടെ തോളിൽ തൊട്ടിൽ കാണുന്നില്ല. സക്കീനയുടെ ഉള്ളു പിടഞ്ഞു.

അടുത്തിരുന്ന ഒരു സ്ത്രീ പറഞ്ഞു:

“ഝോപ്പടി പോയാൽ വേറെയുണ്ടാക്കാം... ജീവൻ പോയാലോ... ആ നിലവിളിക്കുന്ന പെണ്ണിനെ കണ്ടോ?... അവളും പുരുഷനും എന്നും രാവിലെ ഝോപ്പടി പൂട്ടി ജോലിക്ക് പോവും....

കുഞ്ഞിനെ മയക്കി കിടത്തീട്ടാണ് പോവാറ്.... മുലയിൽ കറുപ്പ് പുരട്ടി കുഞ്ഞിനെ കുടിപ്പിക്കും..... ഇന്ന് മടങ്ങിവന്നപ്പൊ...! ദൈവത്തിന്റെ കളികളെല്ലാം നമ്മൾ പാവങ്ങളോടാണല്ലേ?”

സക്കീനയുടെ മുഖം വെളുത്ത് വിളറി. മരിച്ചുപോയ തന്റെ എല്ലാ കുഞ്ഞുങ്ങളേയും അവൾ ഒരുനിമിഷം ഓർത്തുപോയി. ഉറങ്ങിക്കിടന്ന അബ്ബാസിന്റെ തലയിൽ അവൾ വിരലോടിച്ച് എന്തൊക്കെയോ ചിന്തിച്ചിരുന്നു..... ഇതാണോ ജീവിതം! വീട്, കുട്ടികൾ എല്ലാമുണ്ട്.... അടുത്ത നിമിഷം ഒന്നുമില്ലാതാകുന്നു, കടൽക്കാറ്റിൽ പറക്കുന്ന കടലാസുപോലുള്ള ജീവിതം.... ഈ വേദന അവളെങ്ങനെ സഹിക്കും..... അള്ളാ നീ രക്ഷകനാണെന്നല്ലേ പറയാറ്.... ഈ സമയം നീ എവിടെയായിരുന്നു....

ചിന്തയിൽ മുഴുകിയിരുന്ന സക്കീന കണ്ടത് ആടിയാടിവരുന്ന ധോണ്ടുവിനെയാണ്. ദാദുമിയ എണീറ്റുപോയി അയാളെ പിടിച്ച് താങ്ങിക്കൊണ്ടിരുത്തി. പെട്ടെന്നയാൾ സക്കീനയുടെ കാല്ക്കൽവീണ് കരയാൻ തുടങ്ങി. അവളുടെ കാലുകളിൽ പിടിച്ച് പറഞ്ഞു: “ഭാഭി എന്നോട് ക്ഷമിക്കണം.... ഞാനിന്നൊരു വലിയ തെറ്റ് ചെയ്തു.... തീ വച്ചത് ഞാനാണ്.... നിങ്ങളെന്നെ ചപ്പൽ കൊണ്ട് തല്ലിക്കോ. ദാദുമിയ നിങ്ങളെന്നെ ചവിട്ട്.... ആരെങ്കിലും എനിക്കല്പം വിഷം താ...”

ദാദുമിയ അയാളുടെ വായടച്ചു പിടിക്കാൻ ശ്രമിച്ചു. ധോണ്ടു കൈ തട്ടിമാറ്റി ഉറക്കെ വിളിച്ചു പറയാൻ തുടങ്ങി.... “തീ വച്ചത് ഞാനാണ്.... എന്നെക്കൊണ്ട് ചെയ്യിച്ചതാണ്....” ഝോപ്പടികൾ നഷ്ടമായവർ അവർക്കു ചുറ്റും കൂടി. പരസ്പരം പിറുപിറുക്കാൻ തുടങ്ങി. കൂട്ടത്തിലൊരാൾ വിളിച്ചു പറഞ്ഞു:

“നിനക്ക് വിഷമെന്തിന്.... ഞങ്ങൾ മതി...”

“തല്ലുന്നെങ്കിൽ തല്ല്....” അതുകേട്ട് നാലഞ്ചാൾക്കാർ മുന്നോട്ട് വന്നു.

“സൂക്ഷിക്കണം... അവന്റെ കൈയിൽ കത്തികാണും.”

“കത്തിയായാലും വാളായാലും ഇവനെ ഇനി വിടുന്ന പ്രശ്നമില്ല... പൊലീസിന്റെ ചംച[1].... സാലാ കുത്താ....”

ഒരു പേപ്പട്ടിയെ തല്ലുന്നപോലെ ആൾക്കാർ ധോണ്ടു ദാദയെ തല്ലിച്ചതച്ചു. അയാളെ രക്ഷിക്കാനായി ശ്രമിച്ച ദാദുവിനും സക്കീനയ്ക്കും കിട്ടി ഒന്നു രണ്ടു ചവിട്ടും അടിയും. ആരോ വിളിച്ചു പറഞ്ഞു: “പൊലീസ്....” കൂടിനിന്നവരും തല്ലിയവരും എല്ലാം എങ്ങോ പോയി മറഞ്ഞു. ധോണ്ടുവിന്റെ സമീപം ദാദുവും സക്കീനയും അബ്ബാസും

---

1. *ഒറ്റു കൊടുക്കുന്നവൻ*

നായ്ക്കുട്ടിയും മാത്രമായി. രണ്ടു പൊലീസുകാരെത്തി. തറയിൽ കുഴഞ്ഞ് മറിഞ്ഞ് കിടക്കുന്ന ധോണ്ടുവിനെ അവർ ഒന്നു നോക്കി. പിന്നെ പിന്തിരിഞ്ഞ് നടന്നു.

"നന്നായി... അവന്റെ ആൾക്കാർ തന്നെ അവനെ ശരിയാക്കി..."

"ശല്യം തീർന്നു... ഝോപ്പടി പൊളിക്കാനെന്നും പറഞ്ഞു ഇനി ഇവിടെ വരണ്ട. ഇവന്മാരുടെ കല്ലേറ് കൊള്ളണ്ട.... തെറിയും കേൾക്കണ്ട...."

പൊലീസ് പോയിക്കഴിഞ്ഞപ്പോൾ സക്കീന എണീറ്റു.

"ധോണ്ടു വെള്ളം ചോദിക്കുന്നു. പക്ഷേ, വെള്ളമെവിടെ?"

ദാദു പറഞ്ഞു:

"നീ അയാളുടെ അടുത്തിരിക്ക്..."

അയാൾ ഒരു കൊച്ചു പാത്രവുമായി വർളിനാക്കയിലേക്ക് നടന്നു.

ആ ഝോപ്പടപ്പെട്ടി ഒരു വലിയ ശവപ്പറമ്പുപോലെ കാണപ്പെട്ടു. കുറെപ്പേർ ആ സ്ഥലം എന്നെന്നേക്കുമായി ഉപേക്ഷിച്ചുപോയി. ശേഷിച്ചവർ ഫുട്പാത്തിൽ താമസം തുടങ്ങി. പ്രഭാതകൃത്യങ്ങൾ റോഡരികിലും മാഹിം റെയിൽവേ സ്റ്റേഷനിലും നിർവ്വഹിച്ചു.

നേതാക്കൾ പിന്നേയും വന്നു. പ്രസംഗങ്ങൾ നടത്തി. മോർച്ചയായി പോയി മുഖ്യമന്ത്രിക്കും ഗവർണർക്കുമെല്ലാം നിവേദനങ്ങൾ കൊടുത്തു. ദിവസങ്ങൾ കഴിഞ്ഞപ്പോൾ എരിഞ്ഞടങ്ങിയ ഝോപ്പടികളിലെ ചാരം പോലെ എല്ലാം തണുത്തു. ചെയ്തതെല്ലാം വെറുതെയായിരുന്നുവെന്ന് അവർക്കെല്ലാം ബോദ്ധ്യമായി. ഫുട്പാത്തുകളിൽ ശേഷിച്ചവരും ഓരോരുത്തരായി പോകാൻ തുടങ്ങി. ചിലർ തങ്ങളുടെ 'ഗാവി'[1]ലേക്ക് മടങ്ങി. മറ്റു ചിലർ ധാരാവി, ചെമ്പൂർ മാൻഘുർട്, ജോഗേശ്വരി എന്നിവിടങ്ങളിൽ ഝോപ്പടികൾ കണ്ടെത്തി.

ദാദുമിയ സക്കീനയും അബ്ബാസുമായി മാഹിം ഖാടിയിലെ ഝോപ്പടപ്പെട്ടിയിലെത്തി. അടുത്തകാലത്തൊന്നും ഈ ഝോപ്പടപ്പെട്ടി പൊളിക്കുമെന്ന ഭീഷണി അപ്പോഴില്ലായിരുന്നു. കൂടാതെ ധാരാവിയിലെ ഒരു ടിൻ ഫാക്ടറിയിലെ തൊഴിലാളിയായ ദാദുമിയായ്ക്ക് ജോലിക്ക് പോയി വരാനും ഈ സ്ഥലം സൗകര്യമായിരുന്നു.

ഇന്നലെ സന്ധ്യയ്ക്കുശേഷമാണ് ദാദുമിയയും കുടുംബവും മാഹിം ഖാടിയിൽ താമസത്തിനെത്തുന്നത്. അതുകാരണം രാവിലെയാണ് അബ്ബാസിന് ചുറ്റുപാടുകൾ കാണാൻ സാധിച്ചത്.

അബ്ബാസ് പത്ത് പൈസ നഷ്ടമായ വിഷമത്തോടെ തിരിച്ചെത്തി സക്കീനയെ നടന്ന കാര്യങ്ങൾ ധരിപ്പിച്ചു. എന്നിട്ട് പറഞ്ഞു:

"അമ്മീ, നമുക്ക് വർളിയിൽ തന്നെ പോകാം.... ഇവിടെ എനിക്ക് പേടി തോന്നുന്നു..."

അവന്റെ മുഖം തഴുകിക്കൊണ്ട് സക്കീന പറഞ്ഞു: "ബേട്ടാ, ഈ ദുനിയാ[2]വില് പാവങ്ങൾ എവിടെ പോയാലും പേടിക്കണം. അവന്റെ

---

1. ഗ്രാമം, 2. ലോകത്ത്

ദൗർഭാഗ്യം എല്ലായിടത്തും പതിയിരിക്കുന്നു...."

അമ്മീ പറഞ്ഞതൊന്നും അബ്ബാസിന് മനസ്സിലായില്ല. മുമ്പിലത്തെ ഘോട്ബന്ദർ റോഡിലൂടെ ഒരു ആട്ടിൻപറ്റം നീങ്ങുന്നുണ്ടായിരുന്നു. അവയുടെ ശരീരത്തിൽ ചുവപ്പ്, പച്ച, മഞ്ഞ എന്നീ നിറങ്ങളിലുള്ള മുദ്രകൾ പതിപ്പിച്ചിട്ടുണ്ടായിരുന്നു.

അബ്ബാസ് അതുകണ്ട് ചോദിച്ചു:

"അമ്മീ, ഈ ആടുകൾ എവിടേക്കാണ് പോവുന്നത്?"

"മരണത്തിന്റെ വീട്ടിലേക്ക്."

അത് മനസ്സിലാവാതെ അവൻ വീണ്ടും ചോദിച്ചു:

"അവിടെ പോകാൻ ഈ നിറങ്ങളെല്ലാം വേണോ?"

"അതെ ബേട്ടാ... ആ മസ്ജിദിനടുത്ത് കാണുന്നത് കശാപ്പുശാലയാണ്. ഇവറ്റകളെയെല്ലാം ഇന്നവിടെ കൊല്ലും.... മസ്ജിദിലെ 'ഖുദാ'[1] കണ്ണടച്ച് എല്ലാം കാണും...."

അമ്മിയുടെ വാക്കുകൾ ഒന്നും തന്നെ അവന്റെ ശ്രദ്ധയിൽപ്പെട്ടില്ല. റോഡിലൂടെ ആ ആട്ടിൻപറ്റം ഒന്നിനോടൊന്നുരുമ്മി മെല്ലെ മെല്ലെ മരണത്തിന്റെ വീട്ടിലേക്ക് നീങ്ങുന്നത് അവൻ കൗതുകത്തോടെ നോക്കി നിന്നു.

---

1. *ദൈവം*

മൂന്ന്

അങ്ങിങ്ങു ചളുങ്ങിയ ഒരു പഴയ അലൂമിനിയം കലവുമായി സക്കീന പുറത്തിറങ്ങി. വെള്ളത്തിനായി അവൾ ചുറ്റും നോക്കി. വർളിയിൽ ഫുട്പാത്തിലെ ഹൈഡ്രന്റ് തുറന്നാണ് ഝോപ്പടവാസികൾ വെള്ളമെടുത്തിരുന്നത്. അതുപോലെന്തെങ്കിലും സൂത്രം ഇവിടേയുമുണ്ടാവണം. അവളുടെ മനസ്സ് പറഞ്ഞു. വെള്ളം തുളുമ്പുന്ന വലിയൊരു പാത്രം തലയിലും ചെറിയൊരു കലം കൈയിലും തൂക്കി ഒരു സ്ത്രീ നടന്നടുക്കുന്നതു കണ്ടു. അവൾക്കൊപ്പം ചെറിയ പാത്രങ്ങളിൽ വെള്ളം ഒക്കത്തുവച്ച് രണ്ട് പെൺകുട്ടികളുമുണ്ട്. എല്ലാവരുടെയും വസ്ത്രങ്ങൾ നനഞ്ഞ് ശരീരത്തോട് ഒട്ടിക്കിടക്കുന്നു. അവർ അടുത്തെത്തിയപ്പോൾ സക്കീന ചോദിച്ചു:

"ബഹൻ[1]ജി എവിടുന്നാണ് വെള്ളമെടുക്കുന്നത്?"

സക്കീനയെ ആകെയൊന്ന് നോക്കിയശേഷം ആ സ്ത്രീ ചോദിച്ചു:

"ഇവിടെ പുതിയതാ?"

"അതെ"

"ഇവിടെ നില്ക്ക്. ഇതൊഴിച്ചിട്ട് വരാം."

അവർ പോകുന്നതും നോക്കി സക്കീന നിന്നു. പുറകേ നടക്കുന്ന മൂത്തകുട്ടി സക്കീനയെ ആകർഷിച്ചു. വെളുത്തു മെലിഞ്ഞൊരു സുന്ദരി, പ്രായമാകാറായി, ഒരു ഝോപ്പടിയിൽ വളരേണ്ടവളല്ല, പണമുള്ള വീട്ടിലാണ് പിറന്നിരുന്നുവെങ്കിൽ ഒരു ഷഹസ്സാദി[2]യെപ്പോലെ അവൾ വളരുമായിരുന്നുവെന്നെല്ലാം സക്കീനയ്ക്കു തോന്നി. വേറെയും പെണ്ണുങ്ങൾ വെള്ളം നിറച്ച പാത്രങ്ങളുമായി ഝോപ്പടപ്പെട്ടിയുടെ കുടുസ്സു വഴികളി

---

1. *സഹോദരി*
2. *രാജകുമാരി*

ലൂടെ നടക്കുന്നത് സക്കീന കണ്ടു.

അല്പം കഴിഞ്ഞപ്പോൾ ആ സുന്ദരിക്കുട്ടി തനിയെ ഒഴിഞ്ഞൊരു കലവുമായി വന്നു. അവൾ പുഞ്ചിരിച്ച് പറഞ്ഞു –

"നടക്ക്"

"നിന്റെ മാതാജി എവിടെ?" സക്കീന ചോദിച്ചു.

"മാതാജി പുറകെ വരും.... നമുക്ക് പോകാം.... വേഗം നടക്ക്....

ചിലപ്പൊ വെള്ളം നിന്നുപോകും...."

സക്കീന അവൾക്കൊപ്പം വേഗം നടക്കാൻ തുടങ്ങി. ചോദിക്കാതെ തന്നെ അവൾ പറയാൻ തുടങ്ങി.

"എന്റെ പേര് വിജയ, മാതാജിടെ പേര് ഗംഗാ, എന്റൊപ്പം കണ്ടത് ബഹൻ[1] രത്തൻ.... ഞങ്ങളുടെ പിതാജി ലങ്കട[2]യാണ്.... ഫാക്ടറിയിൽ വച്ച് അകടമുണ്ടായി. ശരിക്ക് നടക്കാൻ പറ്റൂല... ജോലിക്കൊന്നും പോകാറില്ല... മാതാജിയും ഞാനുമാണ് വീടുനോക്കുന്നത്. ഞങ്ങൾ വീടുപണിക്ക് പോകും.... മാഹിമിലെ സിന്ധി കോളനിയിൽ...."

നിമിഷങ്ങൾക്കുള്ളിൽ അവൾ തന്റെ കുടുംബചരിത്രം സക്കീനയ്ക്ക് വെളിപ്പെടുത്തി. ഒരു വായാടിപ്പെണ്ണാണ് അവളെന്ന് സക്കീനയ്ക്ക് തോന്നി.

"നിങ്ങളിവിടെ എന്നു വന്നു?"

"ഇന്നലെ" സക്കീന പറഞ്ഞു.

"പേര്"

"സക്കീന ബീവി"

"മുമ്പ് ഏത് ഝോപ്പടിയിലായിരുന്നു?"

"വർളിയിലെ ലോട്ടസ് സിനിമയ്ക്കടുത്ത്.... അത് തീപിടിച്ച് നശിച്ചു."

നിമിഷങ്ങൾക്കുശേഷം വിജയ ചോദിച്ചു:

"സക്കീന ദീദി[3], ഝോപ്പടിയിൽ ജീവിക്കാൻ നിങ്ങൾക്കിഷ്ടമാണോ?" ചോദ്യം കേട്ട് സക്കീനയ്ക്ക് ചിരിക്കാതിരിക്കാൻ കഴിഞ്ഞില്ല.

അവൾ പറഞ്ഞു, "ഞങ്ങൾ പാവങ്ങളല്ലേ? മറ്റെവിടെ പോവും? ഇതാണ് ഖുദാ വിധിച്ചിട്ടുള്ളതെന്ന് സമാധാനിച്ച് സന്തോഷത്തോടെ ജീവിക്കുക... അത്രതന്നെ..."

"എനിക്കിവിടെ തീരെ ഇഷ്ടമില്ല." വിജയ തന്റെ വാക്കുകൾ പെട്ടെന്ന് നിർത്തി.

ഒരു കറുത്ത ഗോഗിൾ വലതുകൈയിൽ കറക്കി ഒരു യുവാവ് പെട്ടെന്ന് അവളുടെ വഴി തടഞ്ഞു നിന്നു. ഒരു ഹീറോ സ്റ്റൈലിൽ. പിന്നെ അവളെ നോക്കി കണ്ണിറുക്കി പറഞ്ഞു: ജാനെമെൻ[4]. വിജയ പാത്രത്തിലെ ശേഷിച്ച വെള്ളം അവന്റെ ദേഹത്ത് തെറിപ്പിച്ച് ചിരിച്ചുകൊണ്ട് പറഞ്ഞു:

"ശാമാ, വഴീന്ന് മാറ്."

---

1. *സഹോദരി*
2. *മുടന്തൻ*
3. *ചേച്ചി*
4. *പ്രിയെ*

"ഇല്ല." അവൻ മാറാതെ കൂടുതൽ വഴിതടഞ്ഞു നിന്നു. അവനെ തള്ളി മാറ്റി അവൾ മുന്നോട്ട് നടന്നു. പിന്നെ ചെറിയൊരു ചിരിയോടെ സക്കീനയോട് പറഞ്ഞു:

"സക്കീന ദീദി, ഈ പാഗൽ[1] ഇങ്ങനെയാണ്.... പെയിന്റർ ശ്യാമു... അരവട്ട്.... ഇവിടെ വെള്ളമെടുക്കാൻ വരുന്ന ലട്കി[2]കളെല്ലാം അവന് രാധമാരാണ്.... അവൻ സ്വയം കൃഷ്ണകണ്ണൈയ്യായും. ആ പൈപ്പ് ലൈനിനു മുകളിലാണ് അവന്റേയും കൂട്ടുകാരുടെയും സങ്കേതം."

അല്പം മുന്നോട്ടെത്തിയശേഷം അവൾ സക്കീനയോട് ചോദിച്ചു:

"സക്കീന ദീദി, നിങ്ങൾ പിക്ചറിന് പോകാറുണ്ടോ?"

"ഏയ്, ഇല്ല."

"അപ്പൊ, നിങ്ങൾക്കറിയില്ല."

"എന്തോന്ന്?"

"ഈ ശാമു, കാണാൻ ദിലീപ്കുമാറിനെപ്പോലെയല്ലേ?" എന്നിട്ടവൾ ഒരു രഹസ്യമെന്നപോലെ പറഞ്ഞു.

"ഞങ്ങൾ ഇഷ്കി[3]ലാണ്. പക്ഷേ, മാതാജിക്കത് തീരെ ഇഷ്ടമല്ല."

മനസ്സിൽ ചിരി പൊട്ടിയെങ്കിലും സക്കീന പുറത്തു കാട്ടിയില്ല.

അവർ ഒരു വലിയ പൈപ്പു ലൈനിനരികിലെത്തി. ഒരു പെരുവിരൽ വലുപ്പത്തിൽ അതിൽനിന്ന് വെള്ളം ചോർന്നൊഴുകുന്നുണ്ട്. സ്ത്രീകളും കുട്ടികളുമടങ്ങിയ ഝോപ്പടവാസികൾ പാത്രങ്ങളിലും കുടങ്ങളിലും ബക്കറ്റുകളിലുമൊക്കെ വെള്ളം സംഭരിക്കുന്നുണ്ട്.

താൻസാ – വൈതരണ തടാകങ്ങളിൽ വർഷത്തിൽ ആകെ കിട്ടുന്ന മൂന്നു നാലു മാസത്തെ മഴവെള്ളം സംഭരിച്ച് ശുദ്ധീകരിച്ച്, ഈ പൈപ്പ് ലൈൻ വഴിയാണ് മുംബൈ നഗരത്തിന്റെ ആവശ്യങ്ങൾക്കായി മുനിസിപ്പാലിറ്റി കൊണ്ടുപോകുന്നത്. മാഹിം ഖാടിയിൽ ഝോപ്പടികൾ തലപൊക്കാൻ തുടങ്ങിയതു മുതല്ക്കാണ് ഈ പൈപ്പ് ലൈനിൽ ചോർച്ച കാണാൻ തുടങ്ങിയത്. സാധാരണയായി പൈപ്പ് ലൈനിൽ ചോർച്ച കണ്ടാൽ മുനിസിപ്പാലിറ്റി ഉടനത് അടയ്ക്കാറുണ്ട്. പക്ഷേ, മാഹിം ഖാടിയിൽ ഒന്നടച്ചാൽ മറ്റൊന്നു തുറക്കപ്പെടും. കുറെ ശ്രമങ്ങൾക്കുശേഷം മുനിസിപ്പാലിറ്റി വശംകെട്ട് ഇവിടത്തെ ചോർച്ച കണ്ടില്ലെന്ന് നടിക്കുകയായിരുന്നു. മോഷ്ടിച്ചെടുക്കുന്ന ഈ ജലം ഝോപ്പടപ്പെട്ടിയുടെ ദാഹം ശമിപ്പിക്കുന്നതോടൊപ്പം മുഷിഞ്ഞ വസ്ത്രങ്ങളും ശരീരങ്ങളും കഴുകി വെടിപ്പാക്കി. ചോരുന്ന ശുദ്ധജലത്തിന്റെ നല്ലൊരു ഭാഗം പാഴായി ഖാടിയിലെ കറുത്ത മലിനജലത്തിൽ ഒഴുകിച്ചേർന്നു.

എല്ലാ പുരാതന തീരസംസ്കാരങ്ങളെയുമെന്നപോലെ മുംബൈയിലെ ഝോപ്പടപ്പെട്ടി സംസ്കാരത്തെയും നിലനിർത്തുന്നത് ഈ പൈപ്പു ലൈൻ തീരങ്ങൾ തന്നെയാണ്.

---

1. *വട്ടൻ*
2. *പെൺകുട്ടി*
3. *സ്നേഹം/പ്രേമം*

സക്കീനയും വിജയയും എത്തിയപ്പോഴേക്കും വെള്ളമെടുക്കാൻ വന്ന വരുടെ തിരക്ക് കൂടിയിരുന്നു. എങ്കിലും അധികം വൈകാതെ കൗശല ത്തോടെ വിജയ ആദ്യം സക്കീനയുടെ പാത്രങ്ങൾ നിറച്ചുകൊടുത്തു. പിന്നെ തന്റെ പാത്രങ്ങൾ നിറയാനായി കാത്തുനിന്നു. വെള്ളവുമായി മടങ്ങുംവഴി ഗംഗാ എതിരെ വരുന്നതുകണ്ടു അടുത്തെത്തിയപ്പോൾ വിജ യയോട് പറഞ്ഞു:

"നമ്മുടെ ഝോപ്പടി കാണിച്ച് കൊടുക്ക്.... പുതുതായി വന്നതല്ലേ... വല്ല സഹായവും വേണ്ടിവരും...."

അതും പറഞ്ഞിട്ടവൾ നടന്നു.

സക്കീനയ്ക്കൊപ്പം നടക്കവെ വിജയ പറഞ്ഞു: "മാതാജിക്കൊരു സ്വഭാവമുണ്ട്, എല്ലാവരേയും സഹായിക്കും.... സ്നേഹിക്കും.... എന്നെ ഒഴിച്ച്...."

"അതെന്താ?"

"ഞാൻ പൗഡറിടും, സ്നോതേക്കും പിക്ചറിന് പോവും. ഇതൊന്നും മാതാജിക്ക് ഇഷ്ടമല്ല... സക്കീന ദീദി, നിങ്ങള് പറയ്.... കഷ്ടപ്പെട്ട് കാശു ണ്ടാക്കിയാൽ മാത്രം മതിയോ? നന്നായി നാലുപേരെപ്പോലെ ജീവി ക്കണ്ടേ? ഓഫീസിലൊക്കെ ജോലിക്ക് പോകുന്ന പെണ്ണുങ്ങളെ കണ്ടി ട്ടുണ്ടോ? എന്തു രസമാണല്ലേ, അവരെയൊക്കെ കാണാൻ.... എനിക്കും അതുപോലൊക്കെ ആയാൽ കൊള്ളാമെന്നുണ്ട്. പക്ഷേ...." ഒരു സ്വപ്ന ലോകത്തു നിന്നവൾ മടങ്ങിയെത്തി തുടർന്നു.

"ഈ ഝോപ്പടിയിൽ കഴിയാൻ എനിക്ക് തീരെ ഇഷ്ടമില്ല.... എന്റെ മാതാജിയെപ്പോലെയല്ല പിതാജി. പിതാജിക്ക് എന്നെ വലിയ കാര്യമാണ്. ഒരിക്കലും വഴക്കു പറയില്ല... ഞാൻ ചെയ്യുന്നതു തന്നെയാണ് ശരി."

ഒന്നും മറച്ചുവയ്ക്കാനറിയാത്ത ഒരു പൊട്ടിപ്പെണ്ണിനോടൊപ്പമാണ് താനെന്നോർത്ത് സക്കീന അകമേ ചിരിച്ചു.

നാല്

മുംബൈയിൽ മഴ വരുന്നത് കേരളം വഴിയാണ്. ജൂൺ മാസം തുടങ്ങിയാൽ മുംബൈക്കാർ കാത്തിരിപ്പു തുടങ്ങും. ആദ്യവാരം കേരളത്തെ കുതിർത്തശേഷം പത്താം തീയതിയോടെ മഴ മുംബൈയിലെത്തുകയാണ് പതിവ്.

നിർജ്ജലീകരണാവസ്ഥയിൽ കഴിയുന്ന ജലാശയങ്ങൾ മഴയെ സ്വീകരിക്കാൻ ആകാംക്ഷയോടെ കാത്തുകിടക്കുന്നുണ്ടാവും. അവ നിറഞ്ഞു തുളുമ്പിയാൽ മുംബൈക്കാരുടെ മനസ്സും തുളുമ്പും, അടുത്ത മഴക്കാലം വരെ ദാഹം തീർക്കാനാവുമെന്ന സമാധാനത്തിൽ.

ഇക്കുറി സമയത്തിനുതന്നെ മഴയെത്തുമെന്നതിന്റെ സൂചനകൾ കണ്ടുതുടങ്ങി. അതിനു മുന്നോടിയായെത്തിയ ആദ്യ മഴയിലും കാറ്റിലും മാഹിം ഖാടിയിലെ കുറെ ഝോപ്പടികൾ അപ്പാടെ തകർന്നു. മറ്റു ചിലതിന്റെ കൂരകൾ പറന്നുപോയി. മാഹിം ഖാടി കലിതുള്ളി. അതിലെ വെള്ളത്തിന് മണ്ണിന്റെ നിറമായി. ബോട്ടും വള്ളങ്ങളും ബന്ധനസ്ഥരായി കിടന്നു. ഖാടിയിലെ വെള്ളം മെല്ലെമെല്ലെ ഘോട്ബന്ദർ റോഡിനെ ചേർന്നുള്ള ഝോപ്പടികളിലേക്ക് കടന്നു. ഝോപ്പടികൾ പൂർണ്ണമായി നഷ്ടമായവർ മാഹിം ഖാടി വിട്ടു. മറ്റു ചിലർ നൾ ബാജാറി[1]ൽ പോയി പൊട്ടിയ അസ്ബസ്റ്റോസ് ഷീറ്റുകളും ടാർപ്പാളിനും മറ്റും കൊണ്ടുവന്ന് മഴക്കാലത്തെ അതിജീവിക്കാൻ പാകത്തിൽ ഉറപ്പുള്ള ഝോപ്പടികൾ കെട്ടി. മാഹിം ഖാടി വിട്ടവർ നേരെ പോയത് അടുത്തുള്ള ധാരാവിയിലേക്കാണ്. അവിടെ ഒഴിഞ്ഞൊരു ഭാഗത്ത് അവർ ഝോപ്പടികൾ കെട്ടി. ആ പ്രദേശത്താണെങ്കിൽ കൂടുതലും മൃഗങ്ങളുടെ തോലുകൾ സംസ്കരിക്കുന്ന ഫാക്ടറികളാണ്. എരിയുന്ന മുടിയുടെയും അഴുകുന്ന തോലിന്റെയും ദുർഗ്ഗന്ധം എപ്പോഴും

---

1. *പഴയ സാധനങ്ങൾ കിട്ടുന്ന മാർക്കറ്റ്*

വായുവിൽ കെട്ടിനില്ക്കും. ധാരാവിക്കാർക്ക് വേണ്ടാതെ കിടന്ന സ്ഥലം. മാഹിം ഖാടിയിൽ നിന്നെത്തിയ അഭയാർത്ഥികൾക്ക് അത് പുണ്യഭൂമിയായി മാറി. ദുർഗ്ഗന്ധം, അത് അവർക്കൊരു പ്രശ്നമേ അല്ലായിരുന്നു. കാരണം ഝോപ്പടികളുടെ പ്രാണവായു അതായിരുന്നു.

മാഹിം ഖാടിയിലെ ഝോപ്പടികളിൽ സീസണനുസരിച്ച് ചില അതിഥികൾ വരാറുണ്ട്. ചൂടുകാലത്ത് വസൂരി, മഴ തുടങ്ങിയാൽ ജ്വരം. പിന്നെ, സീസണൊന്നും നോക്കാതെ വരുന്ന അതിഥിയാണ് 'കാവിൾ' എന്നറിയപ്പെടുന്ന മഞ്ഞപ്പിത്തം. അതിഥികളാരും തന്നെ വെറുംകൈയോടെ മടങ്ങാറില്ല. കുറെ ജീവനെങ്കിലും ഒപ്പം അവർ കൊണ്ടുപോകാറുണ്ട്.

ദാദുവിന്റെ ഝോപ്പടി മഴയെ അതിജീവിക്കാൻ കഴിവുള്ള ഒന്നായിരുന്നു. എന്നാൽ അടുത്തുള്ള കാശീറാമിന്റേതാണെങ്കിൽ മറിച്ചും. കൂനിൻ മേൽ ക്കുരുവെന്ന കണക്കെയാണ് അയാളുടെ അവസ്ഥ. മാസം തികഞ്ഞു നില്ക്കുന്ന ഭാര്യ, വയസ്സായ മാതാജി തള്ള, ആറേഴു വയസ്സുള്ള മകൻ വാസു. ഇവരാണ് കാശീറാമിന്റെ മറ്റു കുടുംബാംഗങ്ങൾ. വാസുവിനിപ്പോൾ ചുട്ടുപൊള്ളുന്ന പനിയാണ്.

രാവിലെ കാശീറാം ദാദുമിയായുടെ അടുത്തെത്തി പറഞ്ഞു:

"ദാദു... നീയൊന്ന് സഹായിക്കണം."

"എന്താ കാശി"

"ഒരു അഞ്ചു രൂപ വേണം" കെട്ട്യോളെ ബാന്ദ്രായിലെ ധർമ്മാശുപത്രിയിലെത്തിക്കണം.... വയറ്റിന് വേദന തുടങ്ങി.... ടാക്സിക്കു തന്നെ രൂപ രണ്ടാവും. പിന്നെ മറ്റു ചെലവുകൾക്കെന്തെങ്കിലും കൈയിൽ വേണ്ടേ?"

ആ ഝോപ്പടപ്പെട്ടിയിൽ മാസശമ്പളമുള്ള ഒരേ ഒരാൾ ദാദുവാണ്. അതറിയാവുന്നതുകൊണ്ടാണ് കാശിറാം അയാളെ സമീപിച്ചത്.

ദാദുമിയ ഒന്നും പറയാതെ മൂലയിലെ ട്രങ്ക് തുറന്ന് അഞ്ചിന്റെ ഒരു നോട്ടെടുത്ത് കാശീറാമിന്റെ കൈയിൽ വച്ചുകൊടുത്തു. അയാൾ വികാരവിവശനായി പറഞ്ഞു: "ഝോപ്പടപ്പെട്ടിയിൽ പലരോടും ചോദിച്ചു. ഒരു നാറിയും തന്നില്ല."

"കാശി, ഞാനും വരണോ ആശുപത്രിയിൽ... ഒരു സഹായത്തിന്..."

കാശിറാം ഒരു നിമിഷം ദാദുമിയയെ നോക്കി നിന്നു, വിശ്വസിക്കാനാവാതെ. എന്നിട്ട് പറഞ്ഞു:

"ശരി, വാ"

ദാദു വേഗം തയ്യാറായി ഘോടബന്ദർ റോഡിലെത്തി ഒരു ടാക്സിക്ക് കൈകാണിച്ചു. ഝോപ്പടിയിലെ മനുഷ്യർക്കു മുമ്പിൽ ടാക്സികൾ സാധാരണ നിർത്താറില്ല. രണ്ടു മൂന്നു ടാക്സികൾ കടന്നുപോയി. പിന്നെ വന്ന ടാക്സി സ്ലോ ചെയ്തു. ഡ്രൈവർ തല പുറത്തു നീട്ടി ചോദിച്ചു.

"എവിടേക്ക്?"

"ബാന്ദ്രാ"

ടാക്സിവാല ദാദുമിയയെ അടിമുടി നോക്കി, ഒരു കുറ്റവാളിയെ നോക്കുന്ന പോലെ. എന്നിട്ട് പറഞ്ഞു:

"ബാന്ദ്രയിൽ പോവില്ല." ടാക്സി മുന്നോട്ടെടുത്ത് അയാൾ പിറുപിറുത്തു.

“പത്തടി നടന്നാൽ ബാന്ദ്രയായി, അതിനും ഇവന്മാർക്ക് ടാക്സി വേണം.... കള്ള വാറ്റ് നടത്തി എല്ലാ തെണ്ടികളുടെയും കൈയിൽ പുഴുത്ത കാശാണ്... ചിലപ്പൊ ചാരായം കടത്താനാവും ടാക്സി.”

ടാക്സികൾ പിന്നേയും വന്നു. ബാന്ദ്രയെന്നു കേൾക്കുമ്പോഴേക്കും ടാക്സിയുടെ വേഗത കൂടും. ഒരു ടാക്സിക്കാരൻ വിളിച്ചു പറഞ്ഞു:

“ഓയ് സായ്ബാ, ബാന്ദ്രയെന്താ കടലിനക്കരയാ!”

ഒരു ഗർഭിണിയെ ആശുപത്രിയിൽ എത്തിക്കാനാണെന്ന് പറഞ്ഞിട്ടും ഒരു ടാക്സികാരനും വിശ്വസിച്ചില്ല. ദാദു വല്ലാതെ വിഷമിച്ചു നിന്നു. അപ്പോഴേക്കും കാശീറാമിന്റെ തള്ളയും അയാളും ചേർന്ന് ഗർഭിണിയെ താങ്ങി മെല്ലെ റോഡിലേക്ക് കൊണ്ടുവരുന്നതു കണ്ടു. അവളുടെ അവസ്ഥ വാടിക്കുഴഞ്ഞ ഒരു കീരത്തണ്ടിനെ പോലെയായിരുന്നു.

സഹികെട്ട് ദാദു റോഡിന്റെ നടുവിലേക്ക് കയറി നിലയുറപ്പിച്ചു. ആദ്യം വന്ന കാറിന് കൈ കാണിച്ചു. കാറുനിർത്തി. ഏതോ വലിയ സേട്ടിന്റെ കാറു പോലുണ്ട്. സൂട്ട് ബൂട്ടിട്ട ഒരാളായിരുന്നു കാർ ഓടിച്ചിരുന്നത്. സൈഡ് ഗ്ലാസ് താഴ്ത്തി തല പുറത്തു നീട്ടി, “എന്താ?” എന്നർത്ഥത്തിൽ ദാദുവിനെ നോക്കി. “സാബ്, ഒരു സ്ത്രീയെ ആശുപത്രിയിലെത്തിക്കണം. ബാന്ദ്രയിൽ... ടാക്സിയൊന്നും നിർത്തുന്നില്ല... സഹായിക്കണം.”

സേട്ട് പുറത്തേക്ക് നോക്കി. വയസ്സായ ഒരു സ്ത്രീയുടെ പുറംതാങ്ങി അവശയായി നില്ക്കുന്ന ഗർഭിണി. അയാൾ കാർ പുറകിലേക്ക് അവരുടെ അടുത്തേക്കെടുത്ത് പുറകിലത്തെ വാതിൽ തുറന്നു.

“വേഗം അവരെ കയറ്റൂ.”

ദാദു കാറിന്റെ വാതിൽ തുറന്നു പിടിച്ചുനിന്നു. കാശീറാം മെല്ലെ ഭാര്യയെ കാറിനകത്തേക്ക് കയറ്റി പിന്നെ അവളുടെ സമീപത്തിരുന്നു. കാർ മുന്നോട്ട് നീങ്ങി, കാശീറാമിന്റെ തള്ളയും ദാദുമിയയും ആകാംക്ഷയോടെ നോക്കിനിന്നു.

ബാന്ദ്രയിലെ ഭാഭാ മുനിസിപ്പൽ ആശുപത്രിക്കു മുമ്പിൽ കാർ നിന്നു. പുറത്തിറങ്ങിയ ഉടൻ കാശീറാം കൈയിലെ അഞ്ചു രൂപ നോട്ട് സേട്ടിന് നീട്ടി. അയാൾ ചിരിച്ചിട്ട് പറഞ്ഞു. “അവരെ വേഗം ആശുപത്രിയിലെത്തിക്ക്.... സമയം കളയാതെ...” ഇത്രയും പറഞ്ഞിട്ടയാൾ കാറോടിച്ചുപോയി.

മൂന്നുദിവസം കഴിഞ്ഞ് കാശീറാമിന്റെ ഭാര്യ യേസുവിനെ ആശുപത്രിയിൽ നിന്ന് ഡിസ്ചാർജ്ജ് ചെയ്തു. നിറഞ്ഞ മാറും ഒഴിഞ്ഞ വയറും പിന്നെ പ്രസവ ക്ഷീണവുമായി ഒന്നരമൈൽ നടന്നവൾ സ്വന്തം ഝോപ്പടിയിലെത്തി.

ആഷാഢമാസത്തെ മഴ തകർത്തു പെയ്തു. ബാന്ദ്രയിലെ പള്ളിയിലെ കുരിശിനു മുന്നിൽ മഴ ഒരു പുകമറ തീർത്തു. ഘോഡ്ബന്ദർ റോഡിലൂടെ ഓടുന്ന വണ്ടികൾ പകലും ഹെഡ്‌ലൈറ്റിട്ടാണ് ഓടിയത്. മാഹിം ഖാടിയുടെ ഒരായിരം നാവുകൾ റോഡിനോട് ചേർന്നുള്ള ഝോപ്പടികളിലേക്ക് നീണ്ടുനീണ്ടു വന്ന് ഏതു നിമിഷവും അവയെ നക്കിത്തുടയ്ക്കുമെന്ന് ഭീഷണിപ്പെടുത്തി.

കാശീറാമിന്റെ ഝോപ്പടിയിൽ മഴയുടെ ആരവം മാത്രം. അവിടത്തെ അടുപ്പ് തീ കണ്ടിട്ട് രണ്ടു മൂന്നു ദിവസങ്ങളായി കഴിഞ്ഞിരുന്നു. വാസു

പനി മാറി എണീറ്റതേയുള്ളൂ. അവനാണെങ്കിൽ വിശപ്പാണെന്നും പറഞ്ഞ് കരഞ്ഞ് കുഴഞ്ഞു കിടക്കുന്നു. കാശീറാമിന്റെ തള്ള അടുപ്പിനരികിലിരുന്ന് പിറുപിറുക്കുന്നുണ്ടായിരുന്നു. മരുമോളെ ശപിക്കുകയാവും. കുഞ്ഞു മരിച്ചതിന് മരുമോളെയല്ലാതെ മറ്റാരെ കുറ്റം പറയാനാണ്.

കാശീറാം രാവിലെ തന്നെ പുറത്തുപോയതാണ്. അവന്റെ ഭാര്യ യേസു ഒരു മൂലയ്ക്ക് മുട്ടുമടക്കി കുത്തിയിരുന്നു. അടുപ്പിൽ തീയില്ലെങ്കിലും അവളുടെ മനസ്സിൽ തീ ആളി കത്തുന്നുണ്ട്. മൈന, വിധവയായ അവളുടെ അനുജത്തി, ധാരാവിയിൽ താമസിക്കാനെത്തീട്ടുണ്ടെന്നറിഞ്ഞു. കാശീറാമിന് അവളുടെ മേൽ മുമ്പേ ഒരു നോട്ടമുള്ളതായി യേസുവിന് തോന്നീട്ടുണ്ട്. അത് വെറും തോന്നലല്ലായിരുന്നു. യേസു ഗർഭാവസ്ഥയിലായിരുന്നപ്പോൾ അവൻ പറഞ്ഞു: "എടീ പൊലയാടി, ഈ കുഞ്ഞും ജീവിച്ചില്ലെങ്കിൽ നിന്റെ മൈനയെ ഞാനിവിടെ പാർപ്പിക്കും.... പിന്നെ നീ നോക്കിക്കോ എത്ര ചുറുചുറുക്കായ കുട്ടികളാണ് അവൾ പ്രസവിക്കാൻ പോണതെന്ന്...!"

തന്റെ വിധിയാണെന്ന് കരുതി ആശ്വസിക്കയല്ലാതെ മറ്റൊരു മാർഗ്ഗവും യേസുവിന്റെ മുന്നിലില്ലായിരുന്നു. മാറുകളിൽ പാൽ നിറഞ്ഞ് തുണി നനയുന്നതവളറിഞ്ഞു. ഈ ചൊരത്തൽ നിർത്തണമെന്നുണ്ട്, പക്ഷേ, എങ്ങനെ?

ഒന്നുമാത്രം അവൾക്ക് ചെയ്യാനായി. രണ്ടു ചോരച്ചുണ്ടുകൾ തന്റെ മുലക്കണ്ണുകളെ മാറിമാറി നുകരുന്നുവെന്ന് സങ്കല്പിച്ച് അവൾ നിർവൃതി നേടാൻ ശ്രമിച്ചു.

വാസു വിശപ്പ് സഹിക്കാനാവാതെ വിളിച്ചു.

"മാ.... തിന്നാനെന്തെങ്കിലും തായോ....."

ഇതുകേട്ട് കാശീറാമിന്റെ തള്ള പെട്ടെന്നെണീറ്റ് യേസുവിന്റെ അടുത്തെത്തി. അവളെ പിടിച്ച് എഴുന്നേല്പിച്ച് മാറുകൾ മറച്ചിരുന്ന തുണി താഴേക്ക് വലിച്ചിട്ടു. യേസുവിന്റെ നഗ്നമായ നനഞ്ഞമാറുകൾ അവർക്ക് പരിചയമുള്ളവയാണ്. ഓരോ പ്രസവത്തിലും അവളുടെ മാറുകൾ നിറഞ്ഞൊഴുകുന്നത് തള്ള ശ്രദ്ധിച്ചിട്ടുണ്ട്. ഇപ്പോഴും ആ അവസ്ഥയ്ക്ക് മാറ്റമൊന്നുമില്ല. അടുത്തു കണ്ട ഒരു പാത്രം യേസുവിന്റെ കൈയിൽ പിടിപ്പിച്ച് തള്ള പറഞ്ഞു:

"എടീ ശവമെ, പാല് ചുരത്തുന്നതു കണ്ടില്ലേ.... ഈ ചെക്കനെ പട്ടിണിക്കിടാതെ.... അത് പിഴിഞ്ഞെടുത്ത് അവനെ കുടിപ്പിക്ക്."

കേട്ടത് വിശ്വസിക്കാനാവാതെ യേസു തരിച്ചു നിന്നു. ഇത് കണ്ട തള്ള വേഗം മുന്നോട്ടുവന്ന് യേസുവിന്റെ ഇടതു മുലയ്ക്കു താഴെ ഒരു പാത്രം പിടിച്ച് മുല പിഴിഞ്ഞു. പിന്നെ വലതും. പാത്രം തുളുമ്പി.

തള്ള പാത്രം വാസുവിന്റെ ചുണ്ടുകളിൽ പിടിച്ചു. ആർത്തിയോടെ അവനത് കുടിക്കുന്നതു കണ്ടപ്പോൾ യേസുവിന്റെ കണ്ണുകൾ നിറഞ്ഞു. വിശപ്പ് ശമിച്ചപ്പോൾ വാസു ഝോപ്പടിയുടെ വാതിലിലെത്തി പുറത്തേക്ക് നോക്കിയിരുന്നു.

പിന്നെ, വേലിയിറക്കത്തിന്റെ സമയമായി. നിറഞ്ഞു തുളുമ്പിയ മാഹിം ഖാടിയിലെ ജലം പിൻവാങ്ങാൻ തുടങ്ങി. ഝോപ്പടികളെ ഭീഷണിപ്പെടുത്തിയ ആയിരം നാവുകൾ ഖാടിയിലേക്ക് ഉൾവലിഞ്ഞു.

അഞ്ച്

വർളിയിൽനിന്ന് വരുമ്പോൾ അബ്ബാസിന്റെ കൈയിൽ ഒരു നായ്ക്കുട്ടിയുമുണ്ടായിരുന്നു. ഇന്നത് വളർന്ന് വലുതായി. അബ്ബാസും കൂട്ടുകാരും അവനൊരു പേരിട്ടു – ജാക്കി.

മാഹിം ഖാടിയിലെ അറവുശാലയ്ക്കടുത്തുള്ള വലിയ കച്ചടക്കുണ്ടി[1] യിൽ അവൻ ദിവസത്തിൽ ഒരു പ്രാവശ്യമെങ്കിലും ചാടിയിറങ്ങാറുണ്ട്. ആട്, പോത്ത്, പന്നി, കാള എന്നിവയുടെ വേസ്റ്റ് ഈ കച്ചടക്കുണ്ടിയിലാണ് കൊണ്ടിടാറ്. ഝോപ്പടപ്പെട്ടികളിലെ ദാരിദ്ര്യം അവിടത്തെ നായ്ക്കളിൽ കാണാനില്ലായിരുന്നു. ജാക്കി വളർന്ന് കൊഴുത്തു തടിച്ചു. മാഹിം ഖാടിയിലെ നായ്ക്കളുടെ നായകൻ അവനായി. പിന്നെ പെൺപട്ടികളുടെ നാഥനും.

ആഭാസന്മാർക്കിടയിൽ ഒരു മാന്യൻ! അതാണ് ദാദുമിയ. സ്ഥിരമായ ജോലി, മദ്യപാനമില്ല, മറ്റെന്തെങ്കിലും "ലഫട[2]" അയാൾക്കുള്ളതായി ആർക്കുമറിയില്ല. ആ മാന്യന്റെ മോനാണ് അബ്ബാസ്. അവന്റെ ദോസ്താണ് ജാക്കി. അബ്ബാസ് പോകുന്നിടത്തൊക്കെ നിഴലുപോലെ ജാക്കിയുമുണ്ടാവും. ഇരുവർക്കും ആ ഝോപ്പടപ്പെട്ടിയിൽ ഒരു പ്രത്യേക സ്ഥാനമുണ്ട്.

അന്ന് മുംബൈബന്ദ് കാരണം ദാദുമിയയ്ക്ക് വീട്ടിലിരിക്കേണ്ടിവന്നു. മുനിസിപ്പാലിറ്റി സഫായിവാല[3]കൾ എല്ലാ മഴക്കാലത്തും ബന്ദ് ആചരിക്കുക പതിവാണ്. ഒരിക്കലും അവസാനിക്കാത്ത അവകാശങ്ങൾ പിടി

---

1. *ഉപയോഗശൂന്യമായ വസ്തുക്കൾ ഇടാൻ കോർപ്പറേഷൻ സ്ഥാപിച്ചിട്ടുള്ള വലിയ പെട്ടികൾ.*
2. *തല്ലിപ്പൊളി സ്വഭാവം*
3. *ശുചീകരണ തൊഴിലാളികൾ*

ച്ചെടുക്കാൻ പറ്റിയ കാലാവസ്ഥ. സാധാരണ ഒരു ദിവസം അവർ പണി മുടക്കിയാൽ തന്നെ മുംബൈ നഗരം ഒരു ഡംബിങ് ഗ്രൗണ്ടുപോലെ ചീഞ്ഞുനാറും. മഴയുംകൂടെ ആയാലുള്ള അവസ്ഥ അധികാരികളെ മുൾമുനയിൽ കയറ്റിനിർത്തും.

ദാദുമിയ വെറുതെ ഇരിക്കുന്നത് കണ്ട് കാശീറാം കക്ക പെറുക്കാൻ അയാളേയും കൂട്ടി ഖാടിയിലേക്ക് തിരിച്ചു. വേലിയിറക്കം കഴിഞ്ഞാൽ ചില ഝോപ്പടിവാസികൾ ലങ്കോട്ടി കെട്ടി കൈയിൽ തോർത്തും സഞ്ചിയുമായി ഖാടിയിലെ മുട്ടറ്റം കൊഴുത്ത ചെളിവെള്ളത്തിലിറങ്ങും. കൈകൾ കൊണ്ട് ചെളി വകഞ്ഞാൽ അതിൽ പൊതിഞ്ഞിരിക്കുന്ന കക്കകളും മീനുകളും പുറത്തുവരും. കക്കകൾ പെറുക്കി സഞ്ചി നിറയ്ക്കാം. വഴുതിപ്പോവുന്ന മീനുകൾ പിടിക്കാൻ തോർത്ത് സഹായകമാവും. കാശീറാമാണ് ഈ പുതിയ പണി ദാദുവിനെ പഠിപ്പിച്ചത്.

ഝോപ്പടി ബാറുകളിൽ ചാരായത്തിനൊപ്പം കക്കക്കറിക്കാണ് ആവശ്യക്കാർ കൂടുതൽ. ചില ദിവസങ്ങളിൽ കാശീറാം കുട്ട നിറയെ കക്ക കൊണ്ടുവരാറുണ്ട്. അത് ചെറിയ കൂറുകളാക്കി അവന്റെ തള്ളയും വാസുവും വഴിയിൽ വില്ക്കാനിരിക്കും. പത്തു കാശ് അങ്ങനെ അവരുമുണ്ടാക്കും.

അബ്ബാസും ജാക്കിയും ഖാടിയിൽ തന്നെ നോക്കിയിരിക്കുകയാണ്. പെട്ടെന്നെന്തോ മണത്തിട്ടെന്ന പോലെ ജാക്കി ചെവികൾ പൊക്കി മൂക്കു തുറന്ന് മണം പിടിച്ചു. പിന്നെ കുരയ്ക്കാൻ തുടങ്ങി. അബ്ബാസിന് മനസ്സിലായി. അബ്ബ വരുന്നുണ്ട്. ദാദുവിന്റെ സാന്നിദ്ധ്യവും അറിയിച്ചുള്ള അവന്റെ കുരയ്ക്ക് ഒരു പ്രത്യേകതയുണ്ട്. "ഗപ്രെ[1]" അബ്ബാസ് ജാക്കിയെ ശാസിച്ചു.

ദാദു റോഡ് ക്രോസ് ചെയ്തതും അബ്ബാസ് ഓടി അടുത്തെത്തി പറഞ്ഞു.

"അബ്ബാ, വിരുന്നുകാരുണ്ട്"

"വിരുന്നുകാരോ? ആര്?"

"ഗാവീന്നാണ്.... ചാച്ച[2]യും മോളും."

ദാദുവിന് ആദ്യം വിശേഷിച്ചൊന്നും തോന്നിയില്ലെങ്കിലും കുടുംബത്തിലുള്ള ഒരാൾ വർഷങ്ങൾക്കുശേഷം വന്നെന്നറിഞ്ഞപ്പോൾ പിന്നീട് അതിയായ സന്തോഷം തോന്നി. കക്ക നിറഞ്ഞ സഞ്ചി അബ്ബാസിനെ ഏല്പിച്ച് അയാൾ വേഗം നടക്കാൻ തുടങ്ങി. അബ്ബാസും ജാക്കിയും അയാൾക്കു മുമ്പേ ഓടി ഝോപ്പടിയിലെത്തി. പിന്നെ, കയറുകട്ടിലിൽ ഇരിക്കുന്ന ചാച്ചയുടെ ചെവിയിൽ മന്ത്രിച്ചു. "ചാച്ചാ, അബ്ബ വരുന്നു."

ചാച്ച പിടഞ്ഞെണീറ്റു. അരയിൽ നനഞ്ഞു കുതിർന്ന ചെളിപുരണ്ട ലങ്കോട്ടിയുമായി വാതുക്കലെത്തിയ ദാദുവിനെ അയാൾ കെട്ടിപ്പിടിച്ചു.

---

1. *മിണ്ടാതിരിക്ക്*
2. *വലിയച്ഛൻ*

"ദാദു, നിനക്കെന്നെ മനസ്സിലായോ? ഞാൻ നിന്റെ ബടാഭായി[1]." ദാദുവും ബടാഭായിയെ കെട്ടിപ്പുണർന്നു. എത്രയോ വർഷങ്ങൾക്കുശേഷമാണ് ഈ കണ്ടുമുട്ടൽ. ബടാഭായിയെ മുറുകെ പിടിച്ചുകൊണ്ടു പറഞ്ഞു: "ബടാഭായി, നീ വന്നു.... നന്നായി... ഞാൻ കരുതി ഈ ജന്മത്തിൽ നമ്മൾ തമ്മിൽ കാണില്ലാന്ന്...."

"ഞാനൊറ്റയ്ക്കല്ല... അകത്ത് നോക്ക്... അതാണ് രോഷൻ.... ബേട്ടി... പുറത്തുവാ.... നിന്റെ ചാച്ച...."

രോഷൻ നാണിച്ച് നാണിച്ച് വിരൽ കടിച്ച് പുഞ്ചിരിച്ച് നിന്നു. ദാദു കൗതുകത്തോടെ അവളെ നോക്കി.

"നീ മുംബൈയിൽ വന്നശേഷമാണ് ഇവൾ ജനിച്ചത്." ബടാഭായി പറഞ്ഞു:

"ബടാഭായി, ഒരു ബാദ്ഷാ[2]യുടെ ബീഗം[3] ആകാനുള്ള ചന്തമുണ്ട് രോഷൻ ബേട്ടിക്ക്."

അതുകേട്ടതും രോഷൻ കൂടുതൽ നാണിച്ചു. അബ്ബാസ് അതുകണ്ട് പുഞ്ചിരിച്ചു.

അടുത്തദിവസം രോഷൻ തന്റെ അബ്ബയോടൊപ്പം ഝോപ്പടപ്പെട്ടിയിൽ ചുറ്റിനടന്നു. അവിടത്തെ കറുത്തു മെലിഞ്ഞ സ്ത്രീകളും കുട്ടികളും അതിഥികളെ ഒരു കാഴ്ചവസ്തുവെന്ന പോലെ നോക്കിരസിച്ചു. പൈപ്പുലൈനിലെ ഗ്യാങ് ആ പുതിയ "മാലി[4]"നെ നോക്കി വാപൊളിച്ചിരുന്നു. ആരാണിവൾ? ദാദുവിന്റെ അതിഥിയാണെന്നറിഞ്ഞതു മുതൽ ഗ്യാങ്ങിലെ അംഗങ്ങൾ ദാദുവിന്റെ ഝോപ്പടിക്കു മുന്നിലൂടെ വെറുതെ നടക്കാൻ തുടങ്ങി.

രോഷന്റെ അബ്ബ രണ്ടുദിവസം കഴിഞ്ഞ് ഗാവിലേക്ക് മടങ്ങാൻ തയ്യാറായതുകണ്ട് സക്കീന പറഞ്ഞു:

"ബേട്ടി കുറച്ചുദിവസം ഇവിടെ നില്ക്കട്ടെ.... ആദ്യമായി വന്നതല്ലെ..."

ദാദുവും അത് ശരിവച്ചു. ആദ്യമായാണ് അവൾ ഗാവിന് പുറത്തു പോകുന്നത്. ഇരുവരും നിർബ്ബന്ധിച്ചപ്പോൾ അബ്ബയ്ക്കും തോന്നി. ശരിയാണ് ആദ്യമായാണ് ബേട്ടി പുറംലോകം കാണുന്നത്. കുറെ ദിവസം ഇവിടെ നില്ക്കട്ടെ.... പേടിയും നാണവുമൊക്കെ മാറട്ടെ... കല്യാണം കഴിഞ്ഞാൽ പിന്നെ ഇങ്ങോട്ടൊക്കെ വരാൻ പറ്റീന്ന് വരില്ല....

രോഷനെ സക്കീനയെ ഏല്പിച്ച് അവളുടെ അബ്ബ ബോൺകോട്ടിലേക്ക് മടങ്ങി.

വിജയയും രോഷനും അവരറിയാതെ തന്നെ ആത്മമിത്രങ്ങളായി മാറിയിരുന്നു. രോഷനെ കണ്ട ഉടനെതന്നെ വിജയയ്ക്ക് അവളെ വളരെ ഇഷ്ടമായി. കാരണം മുഖത്തല്പം പൗഡറും, ചുണ്ടുകളിൽ ലിപ്സ്റ്റിക്കും

1. *മൂത്ത സഹോദരൻ*
2. *ചക്രവർത്തി*
3. *റാണി*
4. *ചരക്ക്*

ഇട്ട് ആ ചുരുണ്ട നീണ്ടമുടി മെടഞ്ഞ് വലതുതോളത്തിട്ടാൽ അവൾ *ഗംഗാജമുന*യിലെ വൈജയന്തിമാല തന്നെ!

ഉച്ചയ്ക്കുശേഷം എല്ലാവരും മയങ്ങുന്ന സമയം വിജയ രോഷന്റെ ഝോപ്പടിയിലെത്തും. അവളെ കണ്ട ഉടൻ രോഷൻ സക്കീനയെ നോക്കും. അവളോടൊപ്പം പുറത്തു പൊയ്ക്കോട്ടേയെന്ന അർത്ഥത്തിൽ.

ഒരു ദിവസം സക്കീന ചോദിച്ചു:

"എന്നുമെന്നും നിങ്ങൾ എവിടേക്കാണ് പോണത്?"

"എന്റെ വീട്ടിൽ തന്നെ" വിജയ പറഞ്ഞു.

"അവിടെയെന്താ എന്നുമെന്നും...."

വിജയ സക്കീനയുടെ അടുത്തെത്തി പുഞ്ചിരിച്ച് പറഞ്ഞു:

"ഒന്നുമില്ല സക്കീന ബായി.... ഗാവിലെ കാര്യങ്ങൾ ഇവൾ പറയുന്നതു കേൾക്കാൻ രസമാണ്." അതും പറഞ്ഞവൾ രോഷന്റെ കൈപിടിച്ച് പറഞ്ഞു.

"നടക്ക്."

ചാച്ചി എതിർത്തൊന്നും പറയുന്നില്ലെന്ന് കണ്ടപ്പോൾ രോഷൻ സന്തോഷിച്ച് ഘാഗ്ര[1] ശരിയാക്കി വച്ച് മുടികെട്ടി വിജയയ്ക്കൊപ്പം പുറത്തിറങ്ങി. സക്കീന ഇരുവരേയും നോക്കിനിന്നു. നഷ്ടപ്പെട്ട തന്റെ ഈ പ്രായത്തെ ഓർത്ത് അവൾ നെടുവീർപ്പ് വിട്ടു.

രോഷൻ ഒന്നു രണ്ടു മണിക്കൂറുകൾ കഴിഞ്ഞ് മടങ്ങിവന്നപ്പോൾ അവളുടെ മുഖത്ത് പൗഡർ പൂശിയിരുന്നു. ചുണ്ടുകൾ ചുവപ്പിച്ചിരുന്നു. ഇടത്തെ കവിളിനു താഴെ ഒരു കറുത്ത പൊട്ട് കുത്തീരുന്നു. കാജൽ[2] കൊണ്ട് കണ്ണുകൾ നീട്ടി എഴുതീരുന്നു. ചുവന്ന നിറമുള്ള റിബൺ കൊണ്ട് കെട്ടിയ മുടി വലതു തോളിലിട്ടിരുന്നു.

സക്കീന അതിശയിച്ച് ചോദിച്ചു:

"ബേട്ടീ, ഈ നിറങ്ങളൊക്കെ നിന്റെ മുഖത്ത് എങ്ങനെ വന്നു?"

"വിജയ ചെയ്തതാണ്."

"ബേട്ടീ, നമ്മൾ പാവങ്ങളാണ്... ഇതിനൊന്നും നമുക്ക് കാശില്ല... ഇതൊന്നും ശീലിക്കരുത്...."

സക്കീന സ്നേഹത്തോടെ ശാസിച്ചെങ്കിലും ഈ രൂപത്തിൽ രോഷനെ കാണാൻ നല്ല രസമാണെന്ന് അവൾക്ക് തോന്നി.

ഒരു ദിവസം വിജയ ചോദിച്ചു:

"രോഷൻ നീ പിക്ചറിന് വരുന്നോ? ബാന്ദ്രായിൽ... ദിലീപ്കുമാറിന്റെ പിക്ചറാണ്."

രോഷൻ മിണ്ടാതെ നിന്നു.

പിക്ചർ, ബാന്ദ്രാ, ദിലീപ്കുമാർ ഈ വാക്കുകളെല്ലാം രോഷൻ ആദ്യമായാണ് കേൾക്കുന്നത്. കേട്ടുനിന്ന സക്കീനയ്ക്കും തോന്നി മുംബൈയിൽ വന്നിട്ട് ഒരു പിക്ചർ പോലും കാണാതെ രോഷൻ ഗാവിൽ മടങ്ങു

---

1. *ഒരിനം പാവാട*
2. *കൺമഷി*

ന്നത് ശരിയല്ല. ഈ പ്രായത്തിലല്ലേ ഇതൊക്കെ നടക്കൂ. സക്കീന ഒരു രൂപ നോട്ട് വിജയയുടെ നേർക്ക് നീട്ടി പറഞ്ഞു:

"രണ്ടാളും പോയി പിക്ചർ കാണ്."

"പൈസയൊന്നും വേണ്ട സക്കീന ബായി."

"എന്താ, സിനിമ നിനക്ക് ഫ്രീയാണോ?"

"പൈസ എന്റെ കൈയിലുണ്ട്... വാ രോഷൻ..."

സക്കീന നോട്ട് രോഷനെ ഏല്പിച്ച് പറഞ്ഞു: "നീ നിന്റെ ടിക്കറ്റെടുക്ക്."

മസ്ജിദിനടുത്ത് പെയിന്റർ ശ്യാമു ഇരുവരേയും കാത്ത് നില്ക്കുന്നുണ്ടായിരുന്നു. അവരെത്തിയതും അവൻ ഒരു ടാക്സിക്ക് കൈ കാണിച്ചു. ടാക്സി നിർത്തി. പെൺകുട്ടികളെ കണ്ടിട്ടാവും. അല്ലെങ്കിൽ ബാന്ദ്രയ്ക്കാണെന്ന് പറഞ്ഞാൽ ടാക്സി അവിടെ നിർത്താറില്ല. ആദ്യം വിജയ കയറി. എന്നിട്ടവൾ രോഷനെ കൈപിടിച്ച് അകത്തേക്ക് കയറ്റി. അവൾക്കു പുറകെ ശ്യാമു കയറി രോഷനോടൊട്ടിച്ചേർന്നിരുന്നു. ടാക്സി നീങ്ങി. ശരിക്കുള്ള പൊസിഷനിലേക്ക് അവർ ഇരുന്നപ്പോഴേക്കും ടാക്സി തിയേറ്ററിനു മുന്നിലെത്തിക്കഴിഞ്ഞിരുന്നു. ഇത്രയും ദൂരം വരാൻ എന്തിനാണ് ടാക്സിയെന്ന് വിജയയോട് ചോദിക്കാൻ തോന്നിയെങ്കിലും ഒന്നും മിണ്ടാതെ രോഷൻ പുറത്തിറങ്ങി. ശ്യാമു ഒളികണ്ണിട്ട് ഇടയ്ക്കിടെ തന്നെ നോക്കുന്നത് അവൾ ശ്രദ്ധിച്ചു. പിന്നെ, മുമ്പിലത്തെ വലിയ പോസ്റ്ററിലേക്ക് നോക്കിനിന്നു. അതിലെ പുരുഷന്റെ മുഖച്ഛായ വിജയയുടെ ദോസ്തി[1]നും ഉള്ളതായി രോഷന് തോന്നി. വിജയ ചുറ്റുപാടെല്ലാം മറന്ന് പോസ്റ്ററുകളിൽത്തന്നെ മുഴുകി നില്ക്കുകയായിരുന്നു.

ഇതിനിടെ ശ്യാമു ബ്ലാക്കിൽ മൂന്നു ടിക്കറ്റുമായെത്തി പറഞ്ഞു: "വരൂ."

തിയേറ്ററിൽ വിജയയുടെ സൈഡിലിരിക്കാൻ രോഷൻ ശ്രദ്ധിച്ചു. ടാക്സിയിലെന്നപോലെ ശ്യാമുവിന്റെ അടുത്തിരിക്കാൻ അവൾ ഇഷ്ടപ്പെട്ടില്ല. ഇരുവരുടെയും ഇടയ്ക്ക് ഇരിക്കാനാണ് ശ്യാമു കൊതിച്ചതെങ്കിലും അത് സാധിച്ചില്ല.

സിനിമ തുടങ്ങി. രോഷൻ മുന്നിലെ സ്ക്രീനിൽ നോക്കിയിരുന്നു. എങ്കിലും ശ്യാമു തന്നെ ഇടയ്ക്കിടെ നോക്കുന്നതവൾ കാണുന്നുണ്ടായിരുന്നു. തോളിൽ തല ചായ്ച്ച് കിടക്കുന്ന വിജയയുടെ അരക്കെട്ടിൽ ശ്യാമുവിന്റെ വിരലുകൾ ചലിക്കുന്നത് രോഷൻ ശ്രദ്ധിച്ചു. അവൾ അസ്വസ്ഥയായി.

ഈ പിക്ചർ വേഗം അവസാനിച്ചെങ്കിലെന്ന് അവൾ ആഗ്രഹിച്ചു.

---

1. *കൂട്ടുകാരൻ*

ആറ്

ദാദു ജോലിക്ക് പോയശേഷം സക്കീന യേസുവിന്റെ രോഗാവസ്ഥ അറിയാനായി അവളുടെ ഝോപ്പടിയിലെത്തി. പണ്ടുമുതൽക്കേ സൂക്ഷിച്ചിരുന്ന ഒന്നുരണ്ടു ടാർപ്പാളിൻ കഷണങ്ങളും അവൾ കൈയിലെടുത്തിട്ടുണ്ടായിരുന്നു. യേസു കിടക്കുന്നിടത്ത് ചോർച്ചയാണെന്ന് കാശീറാമിന്റെ തള്ള രാവിലെ കണ്ടപ്പോൾ പറഞ്ഞതാണ്. ആ ചോർച്ച നിർത്താൻ ഈ കഷണങ്ങൾ ഉപകരിക്കുമെന്ന് സക്കീനയ്ക്കു തോന്നി.

ഇരുവരും സംസാരിച്ചിരിക്കുമ്പോഴാണ് പതിവില്ലാത്ത ആ സമയത്ത് കാശീറാമെത്തിയത്. അകത്ത് സക്കീനയെ കണ്ടയാൾ പുറത്തുതന്നെ നിന്നു, പിന്നെ ദാദുവിന്റെ ഝോപ്പടിയെ ലക്ഷ്യമാക്കി നടന്നു. ഉച്ചസമയം. ഝോപ്പടിപ്പെട്ടിയാകെ മയങ്ങുന്ന സമയമാണത്. ഘോട്ബന്ദർ റോഡിൽ നായ്ക്കളെ പിടിക്കുന്ന മുനിസിപ്പാലിറ്റി ജീവനക്കാർ വാനുമായെത്തി. വാതുക്കൽ കുത്തിയിരുന്ന ജാക്കി ആപത്ത് മണത്തറിഞ്ഞ് അറവുശാലയെ ലക്ഷ്യമാക്കി പാഞ്ഞു. ഝോപ്പടിക്കുള്ളിൽ അബ്ബാസും രോഷനും കവടികൊണ്ടുള്ള കളിയിൽ ഏർപ്പെട്ടിരിക്കയായിരുന്നു. കാശീറാം പുറത്തുനിന്ന് വിളിച്ചു പറഞ്ഞു:

"അബ്ബാസെ നിന്റെ ജാക്കിയെ പിടിക്കാൻ ആള് വന്നിട്ടുണ്ട്...."

അതു കേട്ടതും അബ്ബാസ് കവടികൾ വലിച്ചെറിഞ്ഞ് വാതുക്കലെത്തി പുറത്തേക്കു നോക്കി. പട്ടിപിടുത്തക്കാർ കുടുക്കുകളുമായി പട്ടികളെ തേടി നടക്കുന്നു. ജാക്കിയെ അവിടെങ്ങും കാണാനില്ലായിരുന്നു. അവൻ പുറത്തേക്ക് കുതിച്ചു. ജാക്കിയെ രക്ഷിക്കണം. അവന്റെ കഴുത്തിൽ ലൈസൻസിന്റെ ബെൽട്ടില്ല. അബ്ബാസ് കൺമുമ്പിൽ നിന്ന് മറഞ്ഞതും കാശിറാം പുറത്തെ കയറുകട്ടിൽ വാതിലിനുസമീപം വലിച്ചിട്ടിരുന്നു. എന്നിട്ട് അകത്തേക്ക് കണ്ണോടിച്ചു. അപ്പോഴേക്കും രോഷൻ വാതുക്കലെത്തി അബ്ബാസ് പോയ ദിശയിലേക്ക് നോക്കിനിന്നു. ആദ്യമായാണ് കാശീറാമിന് അവളെ

ഇത്ര അടുത്ത് കാണാനുള്ള അവസരം കിട്ടുന്നത്. അയാൾ അടിമുടി അവളെ നോക്കി നുണച്ചു. മുട്ടിനു മുകളിൽ നില്ക്കുന്ന ഘാഗ്ര. വെളുത്തുരുണ്ട കണങ്കാലുകൾ അതിലെ കുഞ്ഞിരോമങ്ങൾ. പാദങ്ങളിൽ മെഹന്തി.... അതിനുമേൽ വെള്ളിക്കൊലുസ്.... കാശിയുടെ മനസ്സിൽ വിഷയാസക്തിയുടെ വേലിയേറ്റം തുടങ്ങി. ഒരടുപ്പം സൃഷ്ടിക്കാനെന്നോണം അയാൾ ചോദിച്ചു:

"രോഷൻ ബേട്ടി നിന്റെ അബ്ബ പോയോ?"

ദൂരെ നോക്കിക്കൊണ്ടുതന്നെ അവൾ തലയാട്ടി.

"നീ പോണില്ലേ?"

അവളൊന്നും മിണ്ടിയില്ല.

"കല്യാണാലോചന വല്ലതും വരുന്നുണ്ടോ?....
നല്ല ചെക്കന്മാർ ഇവിടെയുണ്ട്."

അതു കേട്ടവൾ നാണിച്ചു മുഖംകുനിച്ച് നിന്നു.

"രോഷൻ നീയൊരു "പരി[1]"യാണ്.... സുന്ദരിക്കുട്ടി....
സാരി ഉടുത്താൽ ഹീറോയിനെന്നേ പറയൂ...."

അതുകേട്ടവൾ കൂടുതൽ നാണിച്ച് വാതിലിനു പിന്നിലേക്ക് നീങ്ങി നിന്നു. കാശീറാം കട്ടിലിൽ നിന്നെണീറ്റ് അകത്ത് കാൽവയ്ക്കാൻ തുടങ്ങവെ പുറകെ കാലൊച്ചകേട്ട് മരവിച്ച് നിന്നു. സക്കീന മടങ്ങിയെത്തിയിരുന്നു. ആശ്ചര്യത്തോടെ കാശീറാമിനോട് എന്തോ ചോദിക്കാൻ തുടങ്ങുംമുമ്പ് അല്പം ജാള്യതയോടെ അയാൾ പറഞ്ഞു:

"പട്ടിപിടിത്തക്കാർ വന്നിട്ടുണ്ടെന്ന് അബ്ബാസിനോട് പറയാൻ വന്നതാണ്..."

അതു ശ്രദ്ധിക്കാതെ സക്കീന അകത്തു കയറി.

കാശീറാം തന്റെ ഝോപ്പടിയിലേക്ക് നടന്നു.

മഴ നിന്നപ്പോൾ സക്കീന ഒരു കലവുമായി പുറത്തിറങ്ങി.

"ചാച്ചി എങ്ങോട്ട്?" രോഷൻ ചോദിച്ചു.

"ഒരു തുള്ളി വെള്ളമില്ല വീട്ടിൽ. പോയി കൊണ്ടുവരാം"

"ഞാൻ കൂടെ വരട്ടെ?"

കാശീറാം പോയ വഴിയിലേക്ക് കണ്ണോടിച്ചിട്ട് സക്കീന കൈയിലെ കലം രോഷനെ ഏല്പിച്ചു. പിന്നെ അകത്തു പോയി ഇരുകരങ്ങളിലും വെള്ളമെടുക്കാനുള്ള പാത്രങ്ങളുമായി വന്നു. ഇതുകണ്ട് രോഷനും ഒരു ചെറിയ കുടം കൂടെ കൈയിലെടുത്തു. ഇരുവരുടെയും ഇരുകരങ്ങളിലും പാത്രങ്ങളായി. സക്കീന സന്തോഷിച്ചു. ഒരു നടയ്ക്കുതന്നെ നാലു പാത്രം വെള്ളം വീട്ടിലെത്തും.

വാതിൽ പൂട്ടിയിട്ട് അവർ നടന്നു. വെള്ളവുമായി നടക്കാൻ പാകത്തിനായി രോഷൻ ഘാഗ്രയുടെ ഒരറ്റം മേലോട്ട് കയറ്റി അരയിൽ തിരുകിവച്ചു. സക്കീന അത് ശ്രദ്ധിച്ചു. മുഴുത്ത കണങ്കാലുകളെ നോക്കി സക്കീന പറഞ്ഞു:

---

1. *മാലാഖ*

"ബേട്ടീ, നിനക്കീ പാവാട കൊള്ളൂല്ല."

ചാച്ചി തന്റെ കാലുകളിലേക്ക് നോക്കുന്നതും മുഖം ചുളിക്കുന്നതും രോഷൻ ശ്രദ്ധിച്ചിരുന്നു. എന്തോ മനസ്സിലാക്കീട്ടാവണം അവൾ നടത്തം പതിയെയാക്കി ഘാഗ്ര താഴേക്ക് വലിച്ചിട്ട് ചാച്ചിയുടെ പിന്നാലെ നടക്കാൻ തുടങ്ങി.

വെള്ളമെടുക്കാൻ അപ്പോഴും പെണ്ണുങ്ങളുണ്ട്. വരുന്ന പെണ്ണുങ്ങളെ കാണാനും കമന്റടിച്ച് രസിക്കാനും ഝോപ്പടപ്പെട്ടിയിലെ ആഭാസന്മാരായ ചെറുപ്പക്കാർ പൈപ്പ് ലൈനിനു മുകളിൽ പതിവുപോലെ ഇരുപ്പുറപ്പിച്ചിട്ടുണ്ട്. പെയിന്റർ ശാമുവാണാ ഗ്യാങ്ങിന്റെ ലീഡർ. സക്കീന കരുതിയപോലെ തന്നെ രോഷനെ കണ്ടതും കമന്റും വിസിലടിയും കേൾക്കാൻ തുടങ്ങി. ചില കമന്റുകൾ രോഷന്റെ കാതുകളിൽ മുഴങ്ങി നിന്നു.

"ക്യാ മാല്ഹെ യാർ....... നല്ല ബംബ്ബർ...."

സക്കീന രോഷനെ ഒരു വശത്തേക്കൊതുക്കി ഒരു തള്ളക്കോഴിയെപ്പോലെ ഒപ്പം കൊണ്ടു നടന്നു. അവൾ പറഞ്ഞു: "ബേട്ടീ, അങ്ങോട്ട് നോക്കരുത്.... ഒന്നും കേൾക്കരുത്.... അമ്മപെങ്ങമ്മാരെ തിരിച്ചറിയാത്തവന്മാരാണ്...."

വെള്ളമെടുക്കാൻ വരുന്നവരെല്ലാം പല ഭാഷക്കാരാണ് – ഹിന്ദി, മറാഠി, കൊങ്കണി, കൊഗാട്ടി അങ്ങനെ പലത്. അതുപോലെതന്നെ അവരുടെ വേഷവും. ക്യൂവിൽ തന്റെ ഊഴമെത്തിയപ്പോൾ സക്കീന തന്റെ പാത്രങ്ങൾ നിറയ്ക്കാൻ തുടങ്ങി. ഉച്ചസമയത്ത് വെള്ളത്തിന്റെ സമ്മർദ്ദം കുറയും. ചോർച്ചയേയും അത് ബാധിക്കും. പാത്രങ്ങൾ നിറയാൻ വളരെ സമയമെടുക്കും. തന്റെ പാത്രങ്ങൾ നിറഞ്ഞതും രോഷന്റെ കൈയിലെ പാത്രങ്ങൾ നിറയാൻ വച്ച് സക്കീന പറഞ്ഞു:

"ബേട്ടീ, ഞാൻ പോട്ടേ.... പാത്രം നിറയാൻ സമയമെടുക്കും... നിറഞ്ഞിട്ട് കൊണ്ടുവാ...."

"ശരി ചാച്ചി"

വെള്ളം നിറഞ്ഞ പാത്രങ്ങളുമായി സക്കീന നടന്നു. ഝോപ്പടിയോടടുക്കാറായപ്പോഴാണ് അവൾ പൈപ്പ് ലൈനിനു മുകളിലെ വഷളന്മാരെപ്പറ്റി ഓർത്തത്. രോഷനെ തനിയെ വിട്ടത് ശരിയായില്ലെന്നൊരു തോന്നൽ അവൾക്കുണ്ടായി.

പാത്രത്തിൽ വെള്ളം വീഴുന്നതും നോക്കി രോഷൻ നിന്നു. വെള്ളത്തുള്ളികൾ അവളുടെ വസ്ത്രങ്ങളിലേക്കും ശരീരത്തിലേക്കും തെറിക്കുന്നുണ്ടായിരുന്നു. മേൽവസ്ത്രം നനഞ്ഞപ്പോൾ മാറിടങ്ങളുടെ ആകാരം സുതാര്യമായി. ഈറനായ ഘാഗ്ര തുടകളിലൊട്ടിപ്പിടിച്ചു കിടന്നു. പൈപ്പ്ലൈൻ ഗ്യാങ്ങിന്റെ കണ്ണുകൾ അവളുടെ നനഞ്ഞ മേനിയെ നക്കി തുടച്ചുകൊണ്ടിരുന്നു.

തലയിലും കൈയിലും വെള്ളം നിറഞ്ഞ പാത്രങ്ങളുമായി രോഷൻ നടക്കാൻ തുടങ്ങി. ഓരോരോ അടിയും സൂക്ഷിച്ച് അവൾ മുന്നോട്ട് നടന്നു. പൈപ്പ് ലൈൻഗ്യാങ്ങിന്റെ കമന്റും പൊട്ടിച്ചിരിയും അവളെ പിന്തുടരുന്നുണ്ടായിരുന്നു. ആരോ പാടാൻ തുടങ്ങി:

"തേരി പ്യാരി പ്യാരി

സൂരത്ത് കൊ കിസ്കി നജർ നാ ലഗി....[1]"

പിന്നെ ഒരു കോറസ്സായിരുന്നു. "ചഷ്മേബദ്ദൂർ[2]"

വെള്ളത്തിന്റെ ഭാരവും മനസ്സിലെ ഭീതിയും താങ്ങി അവൾ വേഗത്തിൽ നടക്കാൻ തുടങ്ങി. അപ്പോൾ കാലിൽ എന്തോ തടയുന്നുവെന്നൊരു തോന്നൽ. അവൾ നിന്നു. നടത്തത്തിനൊപ്പം കേട്ടിരുന്ന വിസിലടിയും നിലച്ചു. ഘാഗ്രയ്ക്കെന്തോ സംഭവിച്ചപോലെ. നിറകുടം തലയിൽ കയറ്റുമ്പോഴേ സംശയം തോന്നിയിരുന്നു. അരയിലെ ഘാഗ്രയുടെ കെട്ട് അല്പം അയഞ്ഞോവെന്ന്. കൈകൾ സ്വതന്ത്രമല്ല. ഇടതുകൈ തലയിലെ കുടത്തിലാണ്, വലതുകൈയിൽ മറ്റൊരു കലം തൂക്കീട്ടുണ്ട്. നിമിഷങ്ങൾക്കുള്ളിൽ ഭയന്നത് സംഭവിച്ചു. ഘാഗ്രയുടെ കെട്ടഴിഞ്ഞ് പാദങ്ങളിൽ വീണുകിടക്കുന്നു. ഗാവിലെയെന്ന പോലെതന്നെ അവൾ അടിവസ്ത്രങ്ങളൊന്നും തന്നെ ധരിച്ചിട്ടുണ്ടായിരുന്നില്ല. പെട്ടന്നവൾ കൈകൾ സ്വതന്ത്രമാക്കി. പാത്രങ്ങൾ നിലംപൊത്തി. കൈകൾ കൊണ്ടവൾ മുഖം പൊത്തി നനഞ്ഞ തറയിൽ കുത്തിയിരുന്നു പിന്നെ കരയാൻ തുടങ്ങി, എന്തു ചെയ്യണമെന്നറിയാതെ.

പൈപ്പ്ലൈനിലെ ഗ്യാങ്ങിന് കണ്ട കാഴ്ച വിശ്വസിക്കാനായില്ല. ഇംഗ്ലീഷ് സിനിമയിൽപ്പോലും കാണാൻ കിട്ടാത്ത സീൻ. ആ ഞെട്ടലിൽ നിന്ന് ആദ്യം ഉണർന്നത് ശ്യാമുവായിരുന്നു. അവന്റെ വിസിൽ കേട്ടാണ് മറ്റുള്ളവർ ഉണർന്നത്. പിന്നെ അവരും കൂട്ടത്തോടെ വിസിലടി തുടങ്ങി. രോഷൻ ഗർഭാവസ്ഥയിലുള്ള ശിശുവിനെപ്പോലെ കൈകാലുകൾ മടക്കി, പിന്നെ ചരിഞ്ഞുകിടന്ന് മുഖം പൊത്തിക്കരഞ്ഞു.

അപ്പോഴേക്കും സക്കീന പാഞ്ഞെത്തി. അടുത്ത ഝോപ്പടികളിലെ സ്ത്രീകളും തുണിക്കഷണങ്ങളുമായെത്തി രോഷന്റെ മാനം മറച്ചു.

സക്കീന രോഷനെ ഘാഗ്രയോടെ താങ്ങി എണീപ്പിച്ച് ചോദിച്ചു: "എന്തുപറ്റി, ബേട്ടീ? പറയ്... ആരെങ്കിലും ഉപദ്രവിച്ചോ?"

അപ്പോഴേക്കും "ക്യാഹുവാ.... ക്യാഹുവാ[3]"യെന്നു ചോദിച്ച് ചില ആണുങ്ങളും അടുത്തുകൂടി.

തനിക്കു ചുറ്റും പെണ്ണുങ്ങളാണെന്ന് ബോദ്ധ്യമായപ്പോൾ രോഷൻ മെല്ലെ തലയുയർത്തി. വേഗം ഘാഗ്ര അരയിൽ കെട്ടി. പിന്നെ ഒരു ചീത്ക്കാരത്തോടെ വിളിച്ചു. 'ചാച്ചീ....' എന്നിട്ടവളെ കെട്ടിപ്പുണർന്നു. സക്കീന ആശ്വസിപ്പിക്കാൻ തുടങ്ങവെ അവളെ തള്ളിമാറ്റി രോഷൻ ഓടാൻ തുടങ്ങി. തന്നെ പിന്തുടരുന്ന അദൃശ്യരായ ആളുകളിൽനിന്ന് രക്ഷപ്പെടാനെന്നപോലെ – മുന്നിൽ കണ്ട വഴികളിലൂടെയൊക്കെ അവൾ ഓടി. മാഹിം ഖാടിയായിരുന്നു ലക്ഷ്യം.

തനിക്ക് മാനം നഷ്ടപ്പെട്ടിരിക്കുന്നു.... ഇനി ജീവിക്കുന്നത് പാപമാണ്... തന്റെ നഗ്നത ലോകം കണ്ടു കഴിഞ്ഞു... ഇനി പുറത്തിറങ്ങാനാവില്ല.... താൻ ഭ്രഷ്ടയായി.... ഇത്തരം ചിന്തകളുമായി രോഷൻ ഓടി. പിന്നെ സ്വയം ഖാടിയിലേക്ക് വലിച്ചെറിഞ്ഞു.

1&2. ഒരു പഴയ ഹിന്ദിഗാനം

3. എന്തുപറ്റി

ഏഴ്

ചാടിയിൽ നിന്ന് പുറത്തെടുത്തപ്പോൾ രോഷന്റെ വയറ് നിറയെ വെള്ളമായിരുന്നു. അവൾക്ക് ബോധവുമില്ലായിരുന്നു. ബോട്ടിറക്കാൻ വന്ന ഒരു കോളി[1]യാണ് അവളെ വെള്ളത്തിൽനിന്ന് പുറത്തുകൊണ്ടുവന്നത്. ആ വിഷമസന്ധിയിൽ സക്കീനയ്ക്ക് തുണയായി നിന്നത് ഗംഗയാണ്. ചുറ്റും കൂടിയവർ വെറും കാഴ്ചക്കാരായി നില്ക്കുകയാണ് ചെയ്തത്. ഝോപ്പടിയിലെത്തിച്ചശേഷം ഗംഗാ ഒരു കമ്പിളികൊണ്ട് രോഷനെ പുതപ്പിച്ചു. പിന്നെ അവളുടെ തല ഒരു വശത്തേക്ക് ചരിച്ച് വച്ച് വയറമർത്തി വെള്ളം പുറത്തുകളഞ്ഞു. രോഷന് ബോധം തെളിയും വരെ ഗംഗാ സക്കീനയ്ക്കൊപ്പമുണ്ടായിരുന്നു. ആ സംഭവത്തിനുശേഷം ഇരുവരും നല്ല ദോസ്തുക്കളായി. പരസ്പരം വീടുകൾ സന്ദർശിച്ചു. സുഖദുഃഖങ്ങൾ ചോദിച്ചറിഞ്ഞു.

അന്ന് ഗംഗയുടെ വീട്ടിലെത്തിയ സക്കീന കണ്ടത് മുട്ടുകളിൽ തല കുനിച്ചിരുന്ന് കരയുന്ന ദോസ്തിനെയാണ്. അവളുടെ മക്കളോ കെട്ട്യോനോ ആരും തന്നെ അവിടെ ഉണ്ടായിരുന്നില്ല. സക്കീന ഓടിച്ചെന്ന് ഗംഗയുടെ മുഖമുയർത്തി ചോദിച്ചു:

"ഗംഗാബായി.... എന്തുണ്ടായി... കരയാൻ....?"

ഗംഗ ഒരു നിമിഷം കരച്ചിൽ നിർത്തി പറഞ്ഞു:

"വിജയ പോയി.... ഒളിച്ചോടി"

"ആരുടെ കൂടെ?"

"ആ നായിന്റെ മോൻ ശാമുവിനൊപ്പം...."

ഗംഗയെ എങ്ങനെ ആശ്വസിപ്പിക്കണമെന്നറിയാതെ സക്കീന അവൾക്കരികിൽ കുത്തിയിരുന്നു.

---

1. *മത്സ്യത്തൊഴിലാളി*

കരച്ചിൽ ഇടയ്ക്കിടെ നിർത്തി ഗംഗാ പറയാൻ തുടങ്ങി:

"അവളുടെ തന്തയും ഭായി[1] ഭിക്കായും പൊലീസിൽ പരാതിപ്പെടാൻ പോയിട്ടുണ്ട്.... എന്റെ മക്കളെല്ലാം വഴിപിഴച്ചു... ഭിക്കായും അവന്റെ ബഹനെ മാതിരി തന്നെ... ഒരു കരുതലുമില്ല... നല്ലതും ചീത്തയുമറിയില്ല.... ആർക്കും ഒരു ഉത്തരവാദിത്വവുമില്ല... വയറുകൾ നിറയണമെങ്കിൽ ഞാൻ പണിക്കു പോകണം.... വീട്ടിൽ ചോദിക്കാനും പറയാനും ആളില്ലാണ്ടായി.... പെണ്ണ് വളർന്ന് വഷളായി.... കുറെ ദിവസങ്ങളായി എന്നോട് വഴക്കടിക്കുകയായിരുന്നു.... ആ പെയിന്റർ ശാമുവിനെ കെട്ടാൻ സമ്മതിക്കണമെന്നും പറഞ്ഞ്... ആ മാവാലി[2]യെ തന്നെ വേണോന്ന് ചോദിച്ചപ്പൊ പറയാണ് അവനുമായി ഇഷ്കി[3]ലാണെന്ന്.... ശാദി[4]ക്ക് സമ്മതിച്ചില്ലെങ്കിൽ ട്രെയിനിന് തലവയ്ക്കും അല്ലെങ്കിൽ ഒളിച്ചോടും എന്നൊക്കെയായിരുന്നു ഭീഷണി..."

"ഗംഗാബായി, സമാധാനിക്ക്.... എല്ലാം ശരിയാവും... അവൾ തിരിച്ചുവരും...." സക്കീന ആശ്വസിപ്പിക്കാൻ ശ്രമിച്ചു.

കരച്ചിൽ നിർത്തി ഗംഗാ വീണ്ടും പറയാൻ തുടങ്ങി: "എന്റെ തലയിലെഴുത്ത്.... അല്ലാതെന്ത്...."

കറുത്തു മെലിഞ്ഞ കൈകാലുകൾ സക്കീനയെ കാണിച്ച് പറഞ്ഞു: "സക്കീന ബെഹൻ, ഇതുപോലെയായിരുന്നില്ല ഞാൻ... ഒരു ലോറിയുടെ കരുത്തുണ്ടായിരുന്നു ഗാവീന്ന് വന്നപ്പോൾ.... ജോലിക്ക് പോയാൽ മുക്കാദ്[5]മിന്റെ കണ്ണ് എന്നിൽ നിന്ന് മാറില്ല... പഞ്ചാരവാക്കുമായി അയാൾ പുറകെ നടക്കും.... ഗംഗാ, ഗംഗയായിരുന്നു ഒരു കാലത്ത്... ഇരുപതു കൊല്ലം കഴിഞ്ഞു, ഈ അവസ്ഥയിലെത്തി... കെട്ട്യോൻ ലങ്കടയായി... എല്ലാ ഭാരവും എന്റെ തലയിൽ..."

ഗംഗ വീണ്ടും കരയാൻ തുടങ്ങി. ഇടയ്ക്ക് കരച്ചിൽ നിർത്തി പറഞ്ഞു:

"തങ്കം പോലത്തെ പെണ്ണായിരുന്നു. എന്റെ മോള് വിജയ... പോയതു കണ്ടില്ലേ ഒരു തെരുവുനായിന്റെ കൂടെ..."

അപ്പോഴേക്കും ഗംഗയുടെ കെട്ട്യോൻ ലങ്കട കിസനും ബേട്ട ഭിക്കയുമെത്തി. വന്നപാടെ കിസൻ ഊന്നുവടി മൂലയ്ക്ക് ചാരിവച്ച് ആരോടെന്നില്ലാതെ പറഞ്ഞു:

"പൊലീസിൽ പറഞ്ഞിട്ടുണ്ട്...."

"അവർ കണ്ടുപിടിക്കുമൊ?"

"എടീ പോത്തേ, അവൾ പ്രായമായ പെണ്ണാണ്...

---

1. *സഹോദരൻ*
2. *തല്ലിപ്പൊളിയൻ*
3. *പ്രേമം*
4. *കല്യാണം*
5. *സൂപ്പർവൈസർ*

നിയമത്തിനൊന്നും ചെയ്യാൻ പറ്റൂല്ല... പൊലീസ് പറഞ്ഞതാണ്!" കിസൻ ക്ഷുഭിതനായി പറഞ്ഞു.

ഭിക്ക ഇടയ്ക്കറിയിച്ചു.

"വിജയയെ അവർക്കറിയാമെന്ന്.... രണ്ടുദിവസം കഴിഞ്ഞവൾ വരുമെന്നാണ് അവർ പറഞ്ഞത്."

"സക്കീനാബീവി, നിങ്ങളിതു കേട്ടോ... അവൾ സ്വയം തിരിച്ചുവരുമെന്ന്... വയറു വീർപ്പിച്ചാണ് വരുന്നതെങ്കിൽ...? തന്തയ്ക്കും മോനും അവളുടെ കാര്യത്തിൽ എത്ര താല്പര്യമുണ്ടെന്ന് കണ്ടോ..."

അതും പറഞ്ഞ് ഗംഗാ വീണ്ടും ഉറക്കെ കരയാൻ തുടങ്ങി.

"വേണ്ട... വേണ്ട... ഗംഗാബായി കരയാതെ...."

സക്കീന വീണ്ടും ആശ്വസിപ്പിക്കാൻ ശ്രമിച്ചു.

"വിജയ വരും.... ഇന്നല്ലെങ്കിൽ നാളെ.... നിങ്ങൾ ഭയക്കുന്നതൊന്നും സംഭവിക്കുകയില്ല.... സമാധാനമായിരിക്ക്.... വിവരമുള്ള പെണ്ണാണവൾ..."

സാന്ത്വനവാക്കുകൾ പറയുമ്പോഴും സക്കീനയുടെ ഉള്ളിൽ ഒരു ന്യൂനമർദ്ദം രൂപംകൊള്ളുകയായിരുന്നു. ഖാടിയിൽനിന്ന് രക്ഷപ്പെട്ടശേഷം രോഷൻ ഝോപ്പടിക്കു പുറത്തിറങ്ങാതായി. അപ്പോഴൊക്കെ അവൾക്ക് താങ്ങും തണലുമായത് വിജയയായിരുന്നു. എന്നും അവൾ രോഷനെ അന്വേഷിച്ച് വരുമായിരുന്നു. മണിക്കൂറുകൾ അവളുമായി സംസാരിച്ചിരിക്കും. വിജയയുടെ സാമീപ്യം സക്കീനയ്ക്കും ഇഷ്ടമല്ലായിരുന്നു. പക്ഷേ, രോഷന് ഒരാശ്വാസമായി ഇപ്പോൾ അവൾ മാത്രമാണ്. അതുകൊണ്ട് സക്കീന മൗനം പാലിക്കുകയായിരുന്നു.

സക്കീനയ്ക്ക് ഇരുപ്പുറച്ചില്ല. വിജയ ഒരു ആഭാസനൊപ്പം ഓടിപ്പോയിരിക്കുന്നു. എത്രയുംവേഗം അവൾക്ക് രോഷന്റെ അടുത്തെത്തണമായിരുന്നു.

"ഗംഗാബായി, ഞാൻ പോണു, രോഷൻ തനിയേയുള്ളു.... അബ്ബാസിന്റെ അബ്ബയോട് പറയാം വിജയയെ കണ്ടുപിടിക്കാൻ...."

സക്കീന വേഗം പുറത്തിറങ്ങി.

പെട്ടെന്ന് ഗംഗായ്ക്ക് തന്റെ മറ്റു രണ്ടു മക്കളെക്കുറിച്ചോർമ്മ വന്നു. അവൾ ഭിക്കയോട് പറഞ്ഞു:

"ബേട്ടാ, രത്തനും സയനുവും എവിടേന്ന് നോക്ക്..."

"എനിക്ക് ടൈമില്ല..... ജോലിക്ക് പോകാൻ ടൈമായി."

"ജോലിയോ? എവിടെ?" കിസൻ ആശ്ചര്യത്തോടെ ചോദിച്ചു.

"അതൊന്നും ആരും അറിയണ്ട."

അപ്പോഴേക്കും എട്ടുവയസ്സായ രത്തനും അഞ്ചു വയസ്സായ സയനുവും ഝോപ്പടിയിലെത്തി. ഒരേ സ്വരത്തിൽ സന്തോഷത്തോടെ അവർ പറഞ്ഞു:

"മാ... ലഡ്ഡു കിട്ടി." അവർ കൈനീട്ടി കാണിച്ചു.

"ആരു തന്നു?"

രത്തൻ പറഞ്ഞു.

“ഇവിടെ മിഠായി വിറ്റുനടക്കുന്ന മാമനെ പൈപ്പു ലൈനിലെ ചേട്ടന്മാർ തല്ലി. മിഠായിയെല്ലാം തെറിച്ചുവീണു. എല്ലാവരും പെറുക്കിയെടുത്തു... ഞങ്ങൾക്കും കിട്ടി രണ്ടു മൂന്ന്....”

ഇതുകേട്ട് കിസൻ പറഞ്ഞു:

“അവന്മാർക്ക് ഫ്രീയായി കൊടുത്തിട്ടുണ്ടാവില്ല.... അതിന് തല്ലണോ... ആരെങ്കിലും ഒരു ദിവസം ഇവന്മാരെ തട്ടും. അങ്ങനെയാണ് പോക്ക്...”

തന്റെ കൂട്ടുകാരെപ്പറ്റിയുള്ള ആ പരാമർശം ഭിക്കായ്ക്ക് രസിച്ചില്ല. അവൻ പറഞ്ഞു.

“ആ ചെറ്റ മിഠായിവാലയെപ്പറ്റി നിങ്ങൾക്കൊന്നുമറിയില്ല... പെണ്ണുങ്ങൾ വെള്ളമെടുക്കാൻ വരുമ്പോൾ അവൻ കുളിക്കാനെത്തും... അതും ലങ്കോട്ടി മാത്രമുടുത്ത്... പിന്നെ പെണ്ണുങ്ങളെ തട്ടിമുട്ടിയുള്ള കുളിയാണ്...”

“അരേ ദേവാ സായിനാഥാ.... ഇതാ ഒരു സദാചാരക്കാരൻ.... സ്ത്രീകളുടെ രക്ഷകൻ... സ്വന്തം പെങ്ങളെ രക്ഷിക്കാൻ സമയമില്ല...” ഗംഗാ പുച്ഛത്തിൽ പറഞ്ഞു.

“പോയെങ്കിൽ പോട്ടെന്നു കരുതണം.... ഒന്നു കുറഞ്ഞാൽ അത്രയും നല്ലത്... റേഷന്റെ ഈ കാലത്ത്....”

അത്രയും പറഞ്ഞ് ഭിക്ക പാന്റിന്റെ പുറകിലത്തെ കീശയിൽനിന്ന് ചീപ്പെടുത്ത് മുടി ചീകി. ചുവരിൽ തൂങ്ങിക്കിടന്ന ഒരു പഴയ കണ്ണാടിയിൽ സൂക്ഷിച്ചുനോക്കി. പഴുത്തു നിന്ന ഒരു മുഖക്കുരു പൊട്ടിച്ച് അതിലെ വെളുത്ത ദ്രവം വിരലിൽ തുടച്ചെടുത്തു. ഒരുനിമിഷം അതിൽനോക്കി പിന്നെ മണത്തു എന്നിട്ട് കണ്ണാടിക്കടുത്തുതന്നെ ചുവരിൽ തേച്ചശേഷം പുറത്തിറങ്ങി.

എല്ലാവരും കേൾക്കെ അവൻ വിളിച്ചു പറഞ്ഞു:

“ഇന്നുരാത്രി വരാൻ പറ്റില്ല... നൈറ്റ് ഡ്യൂട്ടിയാണ്”

“നൈറ്റ് ഡ്യൂട്ടി മോഷണമാവും” ഗംഗാ പിറുപിറുത്തു.

ഒരു പരിഹാസച്ചിരിയോടെ ആ ഇരുപതുകാരൻ ഘോട്ബന്ദർ റോഡ് ലക്ഷ്യമാക്കി നടന്നു.

ഗംഗാ കിസനെ നോക്കി പറഞ്ഞു:

“പെണ്ണിനെ വേഗം കണ്ടുപിടിക്കാൻ നോക്ക്... മാനം പോണത് എന്റെ മാത്രമല്ല....”

കിസൻ പ്രതികരിച്ചു:

“മാനമോ? ആ സാധനം എന്താണെന്ന് തന്നെ ഇവിടെ ആർക്കും അറിയില്ല. അതുള്ളവരാരും ഇവിടെ താമസിക്കാൻ വരില്ല. ഈ ഖാടിയിൽ എഴുപതു മഴക്കാലം കണ്ടവനാണ് ആ സർജു കോളി... അയാൾ പറഞ്ഞതെന്താണെന്ന് കേൾക്കണോ... ഈ ഖാടിയിൽ മാനവും അഭിമാനവുമൊക്കെ വെറും വാക്കുകളാണ്... ഇവിടെ നല്ലവനാവാൻ ശ്രമിച്ചാൽ പടുകുഴിയിൽ വീഴും... അല്ലെങ്കിൽ ഇവിടന്ന് ഓടേണ്ടിവരും.... ബേട്ടി പോയത് ഒരു കണക്കിന് നല്ലതുതന്നെ.... ഇവിടന്ന് രക്ഷപ്പെട്ടല്ലോ... ആ പെയിന്റർ അത്ര കൊള്ളരുതാത്തവനൊന്നുമല്ല... അവൻ അവളെ നന്നായി

തന്നെ നോക്കും..."

കിസന്റെ വാക്കുകൾ ഗംഗയെ ചൊടിപ്പിച്ചു. അവൾ രത്തന്റേയും സയനുവിന്റെയും കൈത്തണ്ടകൾ പിടിച്ച് പറഞ്ഞു.

"മക്കളെ നമുക്ക് പൊലീസ് സ്റ്റേഷനിൽ പോകാം.... ദീദി[1] എവിടേന്ന് കണ്ടുപിടിക്കാൻ പൊലീസിനോട് പറയാം.... നിങ്ങളുടെ തന്തയ്ക്ക് വേണ്ടെങ്കിലും എനിക്കവളെ വേണം.... എന്റെ വയറിൽ കുരുത്തതല്ലേ..."

അവർ മൂവരും ഝോപ്പടിക്കു പുറത്തിറങ്ങി. കിസൻ അരയിൽനിന്ന് ചാരായബോട്ടിൽ പുറത്തെടുത്തു. പിന്നെ അടുപ്പിനരുകിലെ പാത്രങ്ങൾ തപ്പി. ബോംബിലി[2]ന്റെ കഷണങ്ങൾ വല്ലതുമുണ്ടോയെന്നറിയാൻ. ചുട്ടെടുത്ത ബോംബിൽ ചവച്ച് ചാരായം നുണയാൻ നല്ല രസമാണ്.

---

1. ചേച്ചി

2. ഒരിനം മത്സ്യം

എട്ട്

സ്വന്തമായൊരു കൂരപോയിട്ട് ഢോപ്പടി പോലുമില്ലാത്തവനാണ് പരസ്യമെഴുത്തുകാരനായ ശാമു. വിജയയേയും കൊണ്ടവൻ പോയത് സാന്ത്രാക്രൂസിലുള്ള ഒരു ദോസ്തിന്റെ റൂമിലേക്കാണ്. അവരെ കണ്ടയുടൻ ദോസ്ത് കട്ടിലിൽനിന്ന് പിടഞ്ഞെണീറ്റു. പിന്നെ വേഗത്തിൽ പാന്റും ഷർട്ടും ധരിച്ച് മുടി ചീകി പൗഡർ പൂശി കാലിൽ കൂർത്ത അറ്റമുള്ള ഷൂസുകയറ്റി പോകാൻ തയ്യാറായി. പോകുംമുമ്പ് ശാമുവിനെ നോക്കി ഒരു കള്ളച്ചിരിയോടെ പറഞ്ഞു:

"അല്ല, ശാമാ, അവസാനം നീ നിന്റെ രാധയെ തട്ടിക്കൊണ്ടുവന്നല്ലേ.... ഞാനിതാ പോന്നു... നിങ്ങൾ സുഖിച്ചോ..."

പിന്നെ വിജയയെ നോക്കി പുഞ്ചിരിച്ച് പറഞ്ഞു:

"ഭാഭി, ഇത് സ്വന്തം വീടാണെന്ന് കരുതിയാ മതി..."

ഇത്രയും പറഞ്ഞിട്ടവൻ ഇറങ്ങിപ്പോയി.

ശാമു വേഗം വാതിലടച്ച് കുറ്റിയിട്ടു. പിന്നെ വിജയയെ കെട്ടിപ്പുണർന്നു. അവൾ കുതറി മാറി സംശയത്തോടെ ചോദിച്ചു:

"ശാമു, സത്യം പറയ്... ഇതാരുടെ വീടാണ്?"

"ആരുടേതെന്ന് ചോദിച്ചാൽ.... നമ്മുടേത്.... നിന്റെയും എന്റെയും..."

"ഇപ്പൊ പോയവനാരാ?"

"അവനോ?... ചന്ദർ.... എന്റെ ഖാസ് ദോസ്ത്[1]."

വിജയ ആ റൂമിലാകെ കണ്ണോടിച്ചു. മൂലയിലെ അയയിൽ ഒന്നുരണ്ടു മുഷിഞ്ഞ തുണികൾ കിടപ്പുണ്ട്. തറയിൽ അങ്ങിങ്ങ് സിഗരറ്റ് കുറ്റികൾ. പിന്നെ ഒരു മൺകലം, അതിന്റെ അടപ്പിൽ കമഴ്ത്തിവച്ചൊരു അലുമിനിയം ഗ്ലാസ്.... പിന്നെ ഒരു പഴയ ഇരുമ്പു കട്ടിലും അതിനേക്കാൾ

---

1. *ഉറ്റമിത്രം*

പഴക്കം തോന്നിക്കുന്ന മെത്തയും.. കട്ടിലിനടിയിൽ നാലഞ്ചു കുപ്പികളും പിന്നെ മറ്റെന്തൊക്കെയോ സാധനങ്ങളും കിടപ്പുണ്ട്.

വിഷമത്തോടെ അവൾ ചോദിച്ചു:

“ശാമാ, അടിച്ചു വൃത്തിയാക്കാനൊരു ചൂലുപോലുമില്ല, അല്ലേ?”

അവൾക്കിഷ്ടമായ റൊമാന്റിക് സ്റ്റൈലിൽ തന്നെ അവൻ പറഞ്ഞു:

“മേരീ ജാൻ[1]..... ഇന്നത്തെ ഒരു ദിവസം... എല്ലാം പെട്ടെന്നായിരുന്നില്ലേ.... ഒന്നിനും സമയം കിട്ടിയില്ല.... എല്ലാം നാളെ ചെയ്യാം.”

അവളുടെ ചൂഴ്ന്നുള്ള നോട്ടം കണ്ടവൻ പറഞ്ഞു.

“മേരീജാൻ, ഒരു ദിവസത്തേക്ക് അഡ്ജസ്റ്റ് ചെയ്യ്... ഒരു പാർട്ടീന്ന് കുറച്ച് പൈസ കിട്ടാനുണ്ട്.... നാളേ അത് കിട്ടൂ... പിന്നെ സ്റ്റൗ... പാത്രങ്ങൾ... ഉള്ളി.... ഉരുളക്കിഴങ്ങ്.... മട്ടൺ... നീ ലിസ്റ്റ് തയ്യാറാക്കിക്കോ....”

“സത്യം?”

“നിന്നാണെ, നമ്മുടെ പ്രേമമാണെ, മാഹിം ഖാടിയാണെ സത്യം....”

അത്രയും പറഞ്ഞിട്ടവൻ വീണ്ടും അവളെ കട്ടിലിൽ പിടിച്ചിരുത്തി അമർത്തി ചുംബിച്ചു. അവന്റെ മുഖം അകറ്റി അവൾ പറഞ്ഞു:

“ശാമാ.... നിന്നെ വിശ്വസിച്ചാണ് ഞാൻ ഇറങ്ങി വന്നത്.... നിന്റെ ഭാര്യയാവാൻ. നീ മംഗൾ സൂത്രമണിയിച്ചശേഷമേ ഞാൻ നിന്റെ ഭാര്യയാവുകയുള്ളൂ.... അതുവരെ എന്നെ തൊട്ടുള്ള വിനോദങ്ങളൊന്നും വേണ്ട....”

“എനിക്ക് നിന്നെ തൊട്ടൂടേ?”

“തൊടാം... താലികെട്ടിയ ശേഷം”

“ശരി... എന്നാൽ നമുക്ക് മന്ദിറി[2]ൽ പോയി കല്യാണം നടത്താം... അടുത്തൊരു ഗാവ്ദേവി മന്ദിരമുണ്ട്.... അവിടത്തെ ഭട്ട് എന്റെ പരിചയക്കാരനാണ്.... നമുക്കവിടെ പോകാം”

“ആരെങ്കിലും കണ്ടാൽ?”

“കണ്ടാലെന്താ? ആരേയും പേടിയില്ലെന്നല്ലേ ഇറങ്ങിയപ്പൊ നീ പറഞ്ഞത്.”

“ശരിയാണ്.... പക്ഷേ, ഇപ്പോൾ ഒരു പേടിപോലെ....”

“പേടിക്കണ്ട... എന്റെ ഫ്രണ്ട്സ് ഇവിടെയും ധാരാളമുണ്ട്...

നീ വേഗം ഇറങ്ങ്.... ഭട്ട് പോവും മുമ്പ് നമുക്കവിടെ എത്തണം.”

വിജയ സാരി ശരിയാക്കി, മുടി ഒതുക്കിവച്ച് ശാമുവിനൊപ്പം പുറത്തിറങ്ങി. ശാമു ഗാവ്ദേവി മന്ദിർ ലക്ഷ്യമാക്കി നടന്നു; പുറകെ അവളും. മന്ദിറിൽ ദേവിയും ഭട്ടും മാത്രമെ ഉണ്ടായിരുന്നുള്ളു. പുറത്ത് രണ്ടു മൂന്നു നായ്ക്കൾ പുതുതായിവന്ന ഭക്തരെ സ്വീകരിച്ച് വാലാട്ടി. ഭട്ട് അകലെ ഓടുന്ന ലോക്കൽ ട്രെയിൻ നോക്കി നില്ക്കുകയായിരുന്നു.

ദേവിയുടെ മുമ്പിൽ വിജയ കണ്ണടച്ച് കൈകൂപ്പിനിന്നു. ശാമു ഭട്ടിന്റെ അടുത്തെത്തി ചെവിയിലെന്തോ മന്ത്രിച്ചു.

---

1. *എന്റെ കരളേ*
2. *അമ്പലം*

പത്തു മിനിട്ടു നേരത്തെ ഒരു സ്പെഷ്യൽ പൂജ. അതിനുശേഷം പ്രസാദം ഇരുവരുടെയും കൈയിൽ കൊടുത്തിട്ട് ഭട്ട് പ്രഖ്യാപിച്ചു:

"ഇനി നിങ്ങൾ ഭാര്യ ഭർത്താക്കന്മാരാണ്... ദേവിയെ മനസ്സിൽ പ്രാർത്ഥിച്ച് ജീവിതം തുടങ്ങിക്കോളൂ..."

ദേവിയെ നമസ്കരിച്ചപ്പോഴാണ് വിജയ ഒരു പ്രധാനകാര്യം ഓർത്തത്. കല്യാണം കഴിഞ്ഞു. പക്ഷേ, മംഗൾസൂത്ര[1]മെവിടെ? അതില്ലാതെ കല്യാണം ആര് വിശ്വസിക്കാനാണ്. കഴുത്തിൽ മംഗൾസൂത്രവും സീമന്തരേഖയിൽ സിന്ദൂരവുമാണ് ഒരു പെണ്ണ് ശാദി സുദ[2]യാണെന്ന് അറിയിക്കുന്നത്. മംഗൾ സൂത്രത്തിന്റെ കാര്യം അവൾ ശാമുവിനോട് പറഞ്ഞു.

"പോകുന്ന വഴിക്ക് വാങ്ങാം" അവൻ സമാധാനപ്പെടുത്തി. മന്ദിറിനു പുറത്തിറങ്ങി അവർ നേരെ പോയത് സാന്താക്രൂസിലെ ബാജാറി[3]ലേക്കായിരുന്നു. ഒന്നര രൂപയുടെ ഒരു മംഗൾസൂത്രം വാങ്ങി അവൻ വിജയയുടെ കഴുത്തിൽ അണിയിച്ചു.

കീഴറ്റത്ത് സ്വർണ്ണ നിറത്തിലുള്ള രണ്ടു വലിയ മണികളാണ് മംഗൾസൂത്രത്തിന്റെ പ്രത്യേകത. മംഗൾസൂത്രം കഴുത്തിൽ വീണതോടെ അവളുടെ മനസ്സിലെ ആശങ്കകളെല്ലാം ആവിയായിപ്പോയി. ഒപ്പം ശാമുവിന്മേലുള്ള വിശ്വാസം ദൃഢീകരിക്കപ്പെടുകയും ചെയ്തു.

പുതുതായൊരനുഭൂതി അവളുടെ സിരകളിൽ പ്രവേശിച്ചു. ആവേശത്തോടെ ശാമുവിന്റെ കൈകൾ കോരിയെടുത്ത് അവൾ പറഞ്ഞു:

"ശാമൂ.... ഇനി ഞാൻ നിന്റേതാണ്...."

"ശരി... ശരി.... നടക്ക് റൂമിലെത്തീട്ടാവാം ആഘോഷമൊക്കെ...." അവൻ പുഞ്ചിരിച്ച് പറഞ്ഞു.

ഒരു നവവധുവിന്റെ നാണത്തോടെ അവൾ ശാമുവിന്റെ പുറകേ നടന്നു.

---

1. *കെട്ടുതാലി*
2. *വിവാഹിത*
3. *മാർക്കറ്റ്*

ഒൻപത്

കുടുംബത്തിനാവശ്യമായ സാധനങ്ങൾ അടുത്തദിവസം എത്തിക്കാമെന്ന് ശാമു സത്യം ചെയ്തെങ്കിലും ദിവസങ്ങൾ മൂന്നുനാലു കഴിഞ്ഞിട്ടും കുടിവെള്ളം വയ്ക്കാനൊരു കലമോ അടിച്ചുവാരാനൊരു ചൂലോ ചായയുണ്ടാക്കാനൊരു സ്റ്റൗവോ അവൻ കൊണ്ടുവന്നില്ല. ഇരുനൂറു രൂപ കിട്ടാനുണ്ടെന്ന് അവൻ പറഞ്ഞത് സത്യമാണോയെന്നുവരെ വിജയ സംശയിച്ചു. എതിരെയുള്ള മദ്രാസിയുടെ ചായക്കടയിൽ നിന്ന് എന്നും രാവിലെ പാവും ചായയും കൊണ്ടുവരും. അവിടെനിന്നുതന്നെ ഉച്ചഭക്ഷണവും 'ടാൽ റോട്ടി' അല്ലെങ്കിൽ 'പാവും മുട്ടക്കറി'യും. ഈ സാധനങ്ങൾ വാങ്ങാൻ മാത്രമാണ് ശാമു അവളെ വിട്ടുനിന്നത്. ബാക്കി സമയം മുഴുവൻ ഒരട്ടയെപ്പോലെ അവൻ വിജയയുടെ ശരീരത്തിൽ കടിച്ചു തൂങ്ങിക്കിടന്നു. അവന്റെ അഭ്യാസങ്ങൾ അവളും ആസ്വദിച്ചു. താലികെട്ടിയ പുരുഷന്റെ സന്തോഷമാണ് തന്റേയും സന്തോഷമെന്ന പഴയ പ്രമാണത്തിൽ അവൾ ഉറച്ച് വിശ്വസിച്ചിരുന്നു. അതിനാൽ അവൾ എല്ലാം സഹിച്ചു. അവനെ വിശ്വസിച്ചു.

ചന്ദർ ഇടയ്ക്കിടെ വന്നുപോകുമായിരുന്നു. കുടുംബത്തിനാവശ്യമായ സാധനങ്ങൾ വിജയ പറയാതെ തന്നെ അവൻ കൊണ്ടുവന്നു. വരുമ്പോഴൊക്കെ ശാമുവുമായി സംസാരിക്കുന്നതിനിടയിൽ അവന്റെ കണ്ണുകൾ തന്നെ തലോടുന്നത് അവൾ അറിഞ്ഞിരുന്നു. ചിലപ്പോഴൊക്കെ വീട്ടുസാധനങ്ങൾക്കൊപ്പം ചാരായത്തിന്റെ ബോട്ടിലുമുണ്ടാവും. അന്ന് സ്പെഷ്യൽ എന്താണ് വേണ്ടതെന്ന് നിശ്ചയിക്കുന്നത് ചന്ദറാണ്. എന്നിട്ട് അത് തയ്യാറാക്കാനായി അവൻ അവളോടാജ്ഞാപിക്കും, ഒരു ഗൃഹനാഥനെപ്പോലെ. അതൊന്നും കണ്ടില്ലെന്ന് നടിച്ചിരിക്കുന്ന ശാമുവിനോട് അവൾക്ക് നീരസം തോന്നി.

അകത്ത് പാർട്ടി നടക്കുമ്പോൾ വിജയ റൂമിന് പുറത്ത് ആലോചിച്ചിരിക്കും. എന്തൊക്കെ സ്വപ്നങ്ങളായിരുന്നു! ചെറിയൊരു കുടുംബം, രാവിലെ ജോലിക്ക് പോകുന്ന ശാമു, അവന് ടിഫിൻ തയ്യാറാക്കുന്ന താൻ, കത്തുന്ന സ്റ്റൗ, ഷെൽഫ് നിറയെ അടുക്കിവച്ച പാത്രങ്ങൾ... അവൻ പോയ ശേഷം കുളിച്ച് വസ്ത്രങ്ങൾ മാറി ഈറൻ മുടിയിൽ തോർത്ത് ചുറ്റി സായി ബാബയ്ക്കു മുന്നിൽ പ്രാർത്ഥിച്ചു നില്ക്കുന്ന താൻ.... പിന്നെ, എപ്പോഴെങ്കിലും തൂക്കിയിടാവുന്നൊരു തൊട്ടിൽ... അങ്ങിങ്ങ് ചിതറിക്കിടക്കുന്ന കളിപ്പാട്ടങ്ങൾ... സിന്ധി കോളനികളിൽ കണ്ടിരുന്ന ദൃശ്യങ്ങളാണിവ. തന്റെ ജീവിതത്തിലും ആ ദൃശ്യങ്ങൾ പറിച്ചു നടാൻ അവൾ കൊതിച്ചു. ശാമു അതിന് തന്നെ സഹായിക്കുമെന്നവൾ വിശ്വസിച്ചു. പക്ഷേ, അവൻ തന്നെ ചതിക്കുകയാണെന്ന് വിശ്വസിക്കാൻ അപ്പോഴും അവളുടെ മനസ്സ് തയ്യാറല്ലായിരുന്നു. ചിലപ്പോൾ തോന്നാറുണ്ട് – മാഹിം ഖാടിയിൽ തിരിച്ചു പോയാലോ? പിന്നെ തോന്നും. ഇജ്ജ്[1]ത്തിന്റെ പ്രശ്നമാണ്. എന്തായാലും ഇനി അങ്ങോട്ടേക്കില്ല.

ദിവസങ്ങൾ കഴിയുന്തോറും തന്റെ സംശയം ബലപ്പെടുന്നതായി വിജയയ്ക്ക് തോന്നി. ശാമുവിന് തന്നോടുണ്ടായിരുന്ന ആകർഷണത്തിന്റെയും ആവേശത്തിന്റെയും തീക്ഷ്ണത വല്ലാതെ കുറഞ്ഞുപോയിരിക്കുന്നു. അല്ല അത് ഇല്ലാതായിരിക്കുന്നുവെന്ന് കരുതുന്നതാവും ശരി. അതിന്റെ സൂചനകളായി വന്നത് അകാരണമായ കുറ്റപ്പെടുത്തലുകളും തുടർന്നുള്ള അസഭ്യ വർഷവും ശാരീരിക പീഡനവുമായിരുന്നു. സഹികെട്ടപ്പോൾ അവളും പ്രതികരിച്ചു:

“നീയെന്നെ ചതിക്കയായിരുന്നില്ലേടാ, നായേ?”

“ഭംചൊദ്, നീയല്ലേടീ എന്നെ കുടുക്കിയത്? ശാദി[2]....

ശാദീന്ന് പറഞ്ഞ് പുറകെ നടന്നതാരാ?”

“ശരിയാണ്... നിനക്കൊരു വെപ്പാട്ടിയാണാവശ്യമെന്ന് ഞാനറിഞ്ഞില്ല....”

“അതേടീ... എനിക്കാവശ്യം വെപ്പാട്ടി തന്നെ....

അതിനാവില്ലെങ്കിൽ ഇറങ്ങിക്കോ... എനിക്ക് മടുത്തു....”

“ഇറങ്ങാനോ? എങ്ങോട്ട്! നിന്റെ താലി എന്റെ കഴുത്തിലുണ്ട്....”

“താലി?” അതും പറഞ്ഞവൻ ഉറക്കെ ചിരിച്ചു. പിന്നെ വളരെ സൗമ്യമായി പറഞ്ഞു:

“എന്റെ വിജയാ... ഞാനൊരു സത്യം പറയാം... നീ വിശ്വസിക്കണം.... മന്ദിറിൽ നടന്നത് വിവാഹമൊന്നുമല്ല, അന്നെനിക്ക് നിന്നെ വേണമായിരുന്നു... നിനക്ക് എന്നേയും... അതിനൊരു ‘സെറ്റപ്പ്.’ അത്രതന്നെ. അതൊക്കെപോട്ടെ.... ഇനി നമുക്ക് മുന്നോട്ട് പോണ്ടേ?...

ഇനി ഞാൻ പറയുന്നത് അനുസരിക്ക്....”

“ഇനിയും നിന്നെ അനുസരിക്കാനോ? നീചൻ...”

---

1. *അഭിമാനം*
2. *കല്യാണം*

“വിജയാ.... നീയെന്നെ എന്തോ വിളിച്ചോ... ഞാനിങ്ങനെയൊക്കെ തന്നെ... സ്ഥിരമായി ജോലിയില്ല... കൂലിയില്ല... ഇതൊക്കെ അറിഞ്ഞിട്ടല്ലേ നീ കൂടെവന്നത്.... പരസ്യമെഴുതി കാശുണ്ടാക്കിയിരുന്നു. നിന്നെ കെട്ടിയതോടെ അതും ഇല്ലാതായി....”

“ഞാൻ പറഞ്ഞോ എന്നോം മണത്തോണ്ട് രാപകൽ ഇവിടെ കിടക്കാൻ...”

“അതു സാരമില്ല.... ഇനി ചന്ദറുണ്ടല്ലോ.... അവൻ സഹായിക്കും.... നാളെ മുതൽ അവനും ഇവിടെ താമസിക്കും.”

“എന്നുവച്ചാൽ?”

“എന്നുവച്ചാൽ... ഈ റൂമിന്റെ ഉടമ അവനാണ്....

കുറച്ചു ദിവസത്തേക്ക് നമുക്ക് തന്നതാണ്....”

“നമ്മളെവിടെ പോവും?”

“എവിടെ പോവാൻ... നമ്മളും ഇവിടെ കൂടും....”

“ഈ കുടുസു മുറിയിലൊ?

“ഒരു പ്രശ്നവുമില്ല... നീ അവനേയും എന്നെപ്പോലെ കണ്ടാമതി.... വേണോങ്കി മുറിയിൽ ഇടയ്ക്കൊരു പർദ്ദ[1] ഇടാം.” അതും പറഞ്ഞവൻ അവളെ നോക്കി കണ്ണിറുക്കി.

അവന്റെ വാക്കുകൾക്ക് തനിക്ക് മനസ്സിലാകാത്ത വല്ല അർത്ഥമുണ്ടോയെന്നവൾ സംശയിച്ചു.

അപ്പോഴേക്കും ചന്ദർ റൂമിലെത്തി. ഒപ്പം അത്തറിന്റെ മണവും. ശാമു എണീറ്റ് ചോദിച്ചു.

“ചന്ദർ സേഠ്, ഞങ്ങളിവിടന്ന് പോണോ?”

“നിങ്ങടെ ഇഷ്ടം... ഞാമ്പറയില്ല പോവാൻ.... പക്ഷേ, വിജയയ്ക്ക് ഇഷ്ടമാവുമോ?”

“അവൾക്കിഷ്ടം തന്നെ...” അതും പറഞ്ഞവൻ ചന്ദറിന്റെ ഷർട്ടിന്റെ പോക്കറ്റിൽ നോക്കി സന്തോഷത്തോടെ ചോദിച്ചു.

“ശമ്പളം കിട്ടിയല്ലേ? എനിക്കുള്ളത് താ....”

“എത്ര വേണം?”

“നിനക്കിഷ്ടമുള്ളത്!”

ചന്ദർ പത്തിന്റെ രണ്ടു നോട്ടുകൾ അവനു നീട്ടി. നോട്ടുകൾ കൈയിൽ കിട്ടിയതും കാലിൽ ചപ്പലുകൾ തിരുകിക്കയറ്റി ശാമു പുറത്തേക്കിറങ്ങി.

പിന്നെ തിരിഞ്ഞ് നിന്ന് വിളിച്ച് പറഞ്ഞു:

“ഇന്നല്ലെങ്കിൽ നാളേ വരൂ.”

വിജയ പറയുന്നത് കേൾക്കാൻ നില്ക്കാതെ അവൻ വേഗം നടന്നുമാഞ്ഞു.

റൂമിൽ വിജയയും ചന്ദറും മാത്രമായി.

---

1. *കർട്ടൻ*

കട്ടിലിൽ ഇരുപ്പുറപ്പിച്ച് ചന്ദർ ചോദിച്ചു.

"വിജയാ നീയെന്തെങ്കിലും കഴിച്ചോ?"

അതിനുത്തരം പറയാതെ അവൾ ശാമുപോയ വഴിയിലേക്ക് നോക്കി നിന്നു. ചന്ദർ അവളെ നോക്കി. കീറിപ്പറിഞ്ഞ വസ്ത്രങ്ങൾ... അഴിഞ്ഞുലഞ്ഞു കിടക്കുന്ന മുടി. ശാമുവിന്റെ സാന്നിദ്ധ്യത്തിൽ അവളെ സസൂക്ഷ്മം നോക്കാൻ അവനാകുമായിരുന്നില്ല. അവളെ ആദ്യമായി കണ്ടപ്പോഴുണ്ടായിരുന്ന ഒരു തിളക്കം ഇപ്പോഴില്ലാതായിരിക്കുന്നു. ഒരു വാടിയ പൂവാണവളിപ്പോൾ! ഒരു നൊമ്പരം അവനനുഭവപ്പെട്ടു. അവൻ വീണ്ടും ചോദിച്ചു.

"ചായ വരുത്തട്ടെ?"

"നീ പോയി കുടിച്ചോ... എനിക്കുവേണ്ട...."

"എനിക്ക് മാത്രമായി വേണ്ട.... നീ കൂടെ വന്നാൽ കുടിക്കാം."

അവൾ തിരിഞ്ഞവനെ തുറിച്ചു നോക്കി.

"സത്യം...." പിന്നെ മടിച്ച് മടിച്ച് വാക്കുകൾ പുറത്തുവന്നു.

"നീ കൂടെ വന്നാൽ ആദ്യം ഹോട്ടലിൽ പോയി എന്തെങ്കിലും കഴിക്കാം... എന്നും പാവ് തിന്ന് മടുത്തില്ലേ?... പിന്നെ പിക്ചറിന് പോകാം... നിനക്കിഷ്ടമാണെങ്കിൽ..... പർവരീസ്.... രാജ്കപൂറും മാലാസിൻഹയും...."

പിക്ചറെന്നു കേട്ടപ്പോൾ എല്ലാം മറന്നവൾ ചിന്തിച്ചുപോയി. ഒരു പിക്ചർ കണ്ടിട്ട് ദിവസങ്ങളായിരിക്കുന്നു. ശാദിക്കുമുമ്പ് ശാമു കാത്തു നില്ക്കുമായിരുന്നു, തന്നെ പിക്ചറിന് കൊണ്ടുപോകാൻ. അതിനുശേഷമോ? അതെങ്ങനെ? കൈയിൽ കാശുവേണ്ടേ? കാശുണ്ടാക്കാൻ പണിക്കുപോണം. പെണ്ണിനേം കെട്ടിപ്പിടിച്ചിരുന്നാൽ കാശുണ്ടാവില്ല.

ഒരുതരം മടുപ്പും വെറുപ്പും ഇപ്പോൾ അവൾക്ക് ശാമുവിനോട് തോന്നിത്തുടങ്ങി. എന്തു മോഹിച്ചാണോ അവന്റെ കൈപിടിച്ചിറങ്ങിയത് അത് ഒരു കാലത്തും നടക്കില്ലെന്ന് അവൾക്ക് പൂർണ്ണബോദ്ധ്യമായിക്കഴിഞ്ഞിരുന്നു.

ഇനിയെന്തെന്ന ചോദ്യം ദിവസങ്ങളായി അവളെ അലട്ടുകയായിരുന്നു. തേടിയ ഉത്തരം ഇതാ മുന്നിൽ – ചന്ദർ!

"നിനക്കിഷ്ടമില്ലെങ്കിൽ നിർബ്ബന്ധിക്കുന്നില്ല...." ചന്ദർ ക്ഷമാപണത്തോടെ പറഞ്ഞു.

അതുകേട്ടവൾ അവനെ സമാധാനിപ്പിക്കാനെന്ന മട്ടിൽ പറഞ്ഞു:

"ചന്ദർ, വരാമായിരുന്നു... പക്ഷേ..."

"ശാമുവിനെ പേടിയാണോ?"

അവളൊന്നും പറഞ്ഞില്ല. അവൻ ധൈര്യത്തോടെ കൂടുതൽ അടുത്തുകൂടി അവളുടെ ചെവിയിൽ പറഞ്ഞു:

"അവന് ഇഷ്ടക്കേടൊന്നുമില്ല... നിന്റെ സന്തോഷമാണ് അവനും ആഗ്രഹിക്കുന്നത്... സത്യം...."

ഇത്രയും പറഞ്ഞവൻ അവളുടെ കൈകൾ തന്റെ കൈകളിലാക്കി.

"വേഗം ഇറങ്ങ്... ലേറ്റായാൽ ടിക്കറ്റ് കിട്ടില്ല..."

അവൾ അല്പം സങ്കോചത്തോടെ പറഞ്ഞു:

"ചന്ദർ ഈ വേഷത്തിലെങ്ങനെ നിന്നോടൊപ്പം പുറത്തിറങ്ങും?"

"അല്ല, അതു ഞാൻ ഓർത്തില്ല. ഇതൊക്കെ മുമ്പേ നിനക്കെന്നോട് പറയാമായിരുന്നു... എന്നെ അന്യനായി കാണണ്ട..." ഇത്രയും പറഞ്ഞവൻ ഉത്സാഹത്തോടെ പുറത്തേക്ക് കുതിച്ചു. പതിനഞ്ചു മിനിട്ടിനകം കുറെ സാധനങ്ങളുമായി തിരിച്ചെത്തി. പൂക്കൾ നിറഞ്ഞ രണ്ടു സാരികൾ, സ്നോ – പൗഡർ ടബ്ബുകൾ, ഒരു ഡ്യൂപ്ലിക്കേറ്റ് നെക്‌ലേസ്.

വിജയയുടെ കണ്ണുകൾ തിളങ്ങി. മോഹിച്ചതൊക്കെ കിട്ടാൻ പോകുന്നുവെന്നൊരു തോന്നൽ അവൾക്കുണ്ടായി. മുഖത്തെ നഷ്ടപ്പെട്ട തിളക്കം തിരിയെ അവൾക്ക് കിട്ടിയതായി ചന്ദറിനു തോന്നി. സാധനങ്ങൾ അവളെ ഏല്പിച്ചിട്ട് പറഞ്ഞു: "വേഗം റെഡിയായി വാ." തന്റെ സ്പർശനമേറ്റിട്ടും നീരസമൊന്നും അവളിൽനിന്നുണ്ടായില്ലയെന്ന് കണ്ടപ്പോൾ ധൈര്യപൂർവ്വം അവനവളെ കവിളിൽ ചുംബിച്ചു.

"ആരേ, ചന്ദർ... വേണ്ട.... വേണ്ട" പകുതി തുറന്നുകിടക്കുന്ന വാതിലിലേക്ക് നോക്കി അവൾ പറഞ്ഞു.

"ശാമു വരും."

"ഇല്ല... ഇന്നവൻ വരില്ല... ഇനി കണ്ടാലും അവനൊന്നും പറയില്ല.... വിജയാ... നീയൊരു പൊട്ടിയാണ്.... ചന്തമുണ്ടായാൽ മാത്രം പോരാ, അല്പം ബുദ്ധിയും വേണം.... അല്ലെങ്കിൽ വേലയും കൂലിയുമില്ലാത്ത ഇവനെ പ്രേമിച്ച് കൂടെ ഇറങ്ങി വരുമോ.... നീയ് ആ കൊരങ്ങിന്റെ കൈയിലെ പൂമാലയാണ്...."

വിജയ എല്ലാം കേട്ടുനിന്നു.

പെട്ടെന്നെന്തോ ഓർത്തിട്ടെന്ന പോലെ അവൻ വാച്ചിൽ നോക്കി പറഞ്ഞു.

"പിക്ചറിനു പോണ്ടേ? റെഡിയാവ്...!

"പുറത്തു പോ... ഞാൻ സാരി മാറട്ടെ" എന്നും പറഞ്ഞവൾ അവനെ നോക്കി നാണിച്ച് ചിരിച്ചു. അവൻ പുറത്തിറങ്ങിയതും അവൾ വാതിൽ കുറ്റിയിട്ടു.

പൂക്കളുള്ള സാരി ചുറ്റി മുഖത്ത് സ്നോ പുരട്ടി അതിനുമുകളിൽ പൗഡർ പൂശി കഴുത്തിൽ തിളങ്ങുന്ന നെക്‌ലേസിട്ട് വിജയ റെഡിയായി. മംഗൾസൂത്രം അതിനടിയിൽ മറഞ്ഞു കിടന്നു. വീണ്ടും ഒരു നവവധുവിനെപ്പോലെ ചന്ദറിന്റെ പുറകേ അവൾ നടന്നു. തന്റെ വസ്തുക്കളാണവൾ ധരിച്ചിരിക്കുന്നതെന്ന് കണ്ടപ്പോൾ ആ വസ്തുക്കൾ പോലെതന്നെ അവളും തന്റേതാണെന്നൊരു തോന്നൽ ചന്ദറിനുണ്ടായി.

ശാമു വാക്ക് പാലിച്ചു. അന്നുരാത്രി അവൻ വന്നില്ല. റൂമിൽ ചന്ദറും വിജയയും മാത്രമായി. രാവിലെ ചന്ദർ ഫാക്ടറിയിൽ പോയതും ശാമുവെത്തി. വിജയ പാതിമയക്കത്തിൽ കട്ടിലിൽ കിടക്കുകയായിരുന്നു. എണീറ്റിട്ടൊന്നും ചെയ്യാനില്ല. ചന്ദർ പോകും മുമ്പ് അവളുടെ ബ്ലൗസിനുള്ളിൽ പത്തിന്റെ ഒരു നോട്ട് വയ്ക്കാൻ മറന്നിട്ടില്ലായിരുന്നു. രാവിലത്തേയും ഉച്ചയ്ക്കുമുള്ള ഭക്ഷണം അതിൽ നടക്കും. ബാക്കി ഒരു പിക്ചറിനും തികയും. എല്ലാം അവൾ മനസ്സിൽ പ്ലാൻ ചെയ്ത് കിടന്നു. ഇടയ്ക്കിടയ്ക്ക് ചന്ദറും ശാമുവും മാറിമാറി അവളുടെ മനസ്സിൽ കയറിയിറങ്ങി

കൊണ്ടിരുന്നു.

ചന്ദർ നല്ലവനും മാന്യനുമാണെന്നവൾക്ക് തോന്നി. തന്റെ ഇഷ്ടങ്ങൾ മനസ്സിലാക്കുന്നവൻ. അതിനെ മാനിക്കുന്നവൻ. തറയിൽ വീണുകിടന്ന മുല്ലപ്പൂമാല അവളുടെ ശ്രദ്ധയിൽപ്പെട്ടു. അവൾ അതിൽത്തന്നെ നോക്കിക്കിടന്നു. തലേന്നാൾ പിക്ചറിന് കയറുംമുമ്പ് ചന്ദർ തലയിൽ ചൂടിയതാണ്.

വാതിലിൽ തട്ടുകേട്ടവൾ എണീറ്റ് വാതിൽ തുറന്നു. ശാമു മുന്നിൽ–

"നിന്റെ മറ്റവൻ പോയോടീ? രാത്രി മുഴുവൻ എന്തായിരുന്നു? നല്ല ക്ഷീണം കാണുന്നല്ലോ." തറയിൽ കിടന്ന മുല്ലപ്പൂമാല കാലുകൊണ്ട് തട്ടിയെറിഞ്ഞവൻ കട്ടിലിൽ ഇരുന്നിട്ട് ചോദിച്ചു. "അവൻ കട്ടില് പൊട്ടിച്ചോടീ...." അടുത്തിരുന്ന പൗഡർ, സ്നോ എന്നിവ നോക്കി പരിഹാസത്തോടെ പറഞ്ഞു: "അരേവാ[1]...."

ഒന്നും പറയാതെ അശ്രദ്ധയോടെ വിജയ എല്ലാം കേട്ടുനിന്നു. അവളൊന്നും മിണ്ടുന്നില്ലായെന്ന് കണ്ടവൻ ചാടി എണീറ്റ് അവളെ ചുമരിനോട് ചേർത്തുനിർത്തി കഴുത്ത് ഞെരുക്കി ചോദിച്ചു: "എടീ കൂത്തിച്ചി, എത്രപേർ വേണമെടി നിനക്ക്.... ഞാനെന്നാ ഹിജഡാ? സാലി.... ഗാണ്ഡു.[2]"

സർവ്വശക്തിയുമുപയോഗിച്ചവൾ അവനെ ആഞ്ഞുതള്ളി. ശാമു തെറിച്ചു വീണു. അവൾ അലറി:

"എടാ നായേ, നീയൊരാണാണോടാ, ഗാണ്ഡു?

താലികെട്ടിയ പെണ്ണിനെ മറ്റൊരുത്തന് കൊടുക്കുന്ന ചെറ്റ... പെയിന്റ് പണി നിർത്ത്.... കൂട്ടിക്കൊടുക്കാൻ പോ.... നീ അതിനാണ് നല്ലത്.... ധൂ."

"താലികെട്ടിയോ... ആര്? നീയെന്റെ വെപ്പാട്ടി മാത്രം."

"ശരി എന്നാ ഞാനും നിന്നെ അങ്ങനെ കാണാം. എന്റെ അശിക്ക്[3]മാരിൽ ഒരുവൻ. ഇനി നിന്റെ ഒരു സഹായവും വേണ്ട... പോയി തുലയ്..."

"കൊല്ലും ഞാൻ.... നിന്റെയും മറ്റവന്റേയും സുഖവാസം അവസാനിപ്പിക്കുമെടി."

"മറ്റവനെ കൊണ്ടുവന്നതാരാടാ പട്ടീ? നീയല്ലേ?"

"അതിന് അവന്റെ മുന്നിൽ തുണി അഴിക്കണോ? തേവിടിശ്ശി!

അവന്റെ ചൂടേറ്റപ്പൊ എന്നെ മറന്നു.... ഇന്നലെ ഞാൻ... ഇന്നവൻ.... നാളെ മറ്റൊരുത്തൻ.... അല്ലേടി?"

അവൾ അവന്റെ മുഖത്ത് കാർക്കിച്ച് തുപ്പീട്ട് വിളിച്ചു.

"ഗാണ്ഡു."

ശാമു നിലത്തുകിടന്ന മുല്ലപ്പൂമാലയെ ചവിട്ടിയരച്ച് പുറത്തേക്ക് നടന്നു.

---

1. *കൊള്ളാമല്ലൊ!*
2. *തെറി വാക്ക്*
3. *കാമുകന്മാർ*

പത്ത്

വിജയയുടെ മുമ്പിൽ ശാമു കാട്ടിയത് വെറുമൊരു പ്രഹസനമായിരുന്നു. അവൾ ചന്ദറിനോട് അടുക്കുന്നത് അവൻ ആഗ്രഹിച്ചതു തന്നെയാണ്. ചന്ദർ കൊടുക്കുന്ന കാശ് തീരുമ്പോഴാണ് ശാമുവിന്റെ അഭിമാനം തലപൊക്കുന്നത്. അവൻ ഇടയ്ക്കിടെ വന്നുപോയിരുന്നെങ്കിലും വിജയയുടെ മനസ്സിൽ ഇപ്പോൾ ചന്ദർ മാത്രമാണ്. ഉത്തരവാദിത്വമുള്ളൊരു ഗൃഹനാഥനെ അവൾ ചന്ദറിൽ കണ്ടു.

ശാമുവിനൊപ്പം അവൾ കൊതിച്ച ഒരു കുടുംബജീവിതം ഇപ്പോൾ ചന്ദറിനൊപ്പം സാദ്ധ്യമാവുമെന്നവൾക്ക് തോന്നിത്തുടങ്ങിയിരുന്നു. അവനുവേണ്ടി അവൾ ചായയുണ്ടാക്കി. ടിഫിൻ തയ്യാറാക്കി. വസ്ത്രങ്ങൾ കഴുകി. പിന്നെ വൈകുന്നേരങ്ങളിൽ അവൻ വരുന്നതും കാത്തിരുന്നു. ശാമുവിനായി അവൾ ഒരിക്കൽപ്പോലും സ്റ്റൗ കത്തിച്ചില്ല. ഒരു ചായയ്ക്കായി അവന് ചന്ദർ വരുന്നതുവരെ കാത്തിരിക്കേണ്ടിവരുമായിരുന്നു. ആദ്യമൊക്കെ അധിക്ഷേപമായി തോന്നിയെങ്കിലും ക്രമേണ അതിനോടവൻ പൊരുത്തപ്പെട്ടു.

വരേണ്ട സമയം കഴിഞ്ഞിട്ടും അന്ന് ചന്ദർ എത്തിയിട്ടില്ല. ശാമു നേരത്തെയെത്തി കാത്തിരിക്കുകയാണ്. കുറച്ചു പൈസ വാങ്ങണം. അവന് ശമ്പളം കിട്ടുന്ന ദിവസമാണ്. വിജയയും അവനെ പ്രതീക്ഷിച്ചിരിക്കയാണ്. പറ്റുമെങ്കിൽ രാത്രി ഷോയ്ക്ക് പോകണം. സന്ധ്യയായിട്ടും ചന്ദർ എത്തിയില്ല. ശാമു ക്ഷമ നശിച്ചപ്പോൾ വിജയയുടെ നേർക്ക് തിരിഞ്ഞ് ചോദിച്ചു:

"എവിടേടീ നിന്റെ മറ്റവൻ?... നിന്നെ മടുത്തോ?"

അപ്പോഴേക്കും എങ്ങുനിന്നോ ഗംഗാ അവരുടെ മുന്നിലെത്തി. അവൾ എന്തൊക്കെയോ വിളിച്ചു പറയുകയും ആരെയൊക്കെയോ ശപിക്കുകയും ചെയ്യുന്നുണ്ടായിരുന്നു. ഗംഗയെ കണ്ടതും വിജയയും ശാമുവും രണ്ടു

പ്രതിമകളായി മാറി. ഗംഗാ ഇരുവരേയും മാറി മാറി നോക്കി പിന്നെ ശാമുവിന്റെ നേർക്ക് കാർക്കിച്ച് തുപ്പി. എന്നിട്ട് വിജയയെ നോക്കി പറഞ്ഞു:

"വിജയ... ബേട്ടീ... നീ വാ എന്റെ കൂടെ... ഇപ്പോ.... ഈ തെണ്ടിയെ വിശ്വസിക്കരുത്...."

"ഇല്ല... ഞാൻ വരില്ല."

"മേരി ലാടലീ[1], അങ്ങനെ പറയാതെ.... നിന്നെ ഓർത്ത് എനിക്ക് ആധിയാണ്... ഉറക്കമില്ല...."

"എന്നെ ഓർത്ത് ആർക്കും ആധിവേണ്ട.... എനിക്കിവിടെ സുഖമാണ്."

"സുഖമൊ? ഈ തെണ്ടിക്കൊപ്പമോ?"

"പിന്നെ ഏത് രാജകുമാരനെയാണ് ആ നരകത്തിൽ നോക്കിവച്ചിട്ടുള്ളത്...? ഞങ്ങളുടെ ശാദി കഴിഞ്ഞു....

ഇതാ നോക്ക് മംഗൾസൂത്രം...."

"എന്റെ മോളെ... നീ ലോകം കണ്ടിട്ടില്ല.... ഈ മാവാലി നിന്നെ കല്യാണം കഴിച്ചെന്നോ? നീ ഇവനെ വിശ്വസിക്കരുത്... വിവരക്കേട് പറയാതെ നീ എന്നോടൊപ്പം വാ..."

"വിവരക്കേട് നിങ്ങൾക്കാണ്.... എന്നെ സമാധാനത്തോടെ ജീവിക്കാൻ അനുവദിക്ക്... ഞാൻ കുട്ടിയൊന്നുമല്ല.... വന്നപോലെ വേഗം പോകാൻ നോക്ക്... ഞാൻ വരില്ല."

ഗംഗയുടെ ആജ്ഞാസ്വരത്തിലുള്ള അപേക്ഷകളൊക്കെ തള്ളി വിജയ അവളുടെ തീരുമാനത്തിൽ തന്നെ ഉറച്ചുനിന്നു. അവളുടെ ദുർവ്വാശി ഗംഗയെ വിവശയാക്കി. അവൾ പിന്നെ ഉപദേശം തുടങ്ങി:

"വിജയാ ബേട്ടി ഞാൻ പറയുന്നത് കേൾക്ക്.... ഞാൻ നിന്റെ അമ്മയാണ്.... നിന്റെ നന്മയ്ക്കാണ് പറയുന്നത്... എന്റെ കൂടെ വാ... അല്ലെങ്കിൽ പശ്ചാത്തപിക്കേണ്ടിവരും."

"ഇല്ല... വരില്ല.... നിങ്ങള് പൊയ്ക്കോ സമയം കളയാതെ..."

നേരം ഇരുട്ടാൻ തുടങ്ങിയിരുന്നു. നിരാശയോടെ, വേദനയോടെ, ആകാംക്ഷയോടെ ഗംഗാ നടന്നു. ഇടയ്ക്കിടെ അവൾ തിരിഞ്ഞുനോക്കി.... ബേട്ടി പുറകേ വരുമെന്ന വിശ്വാസത്തിൽ.

വളരെ ഇരുട്ടിയിട്ടും ചന്ദർ വന്നില്ല. വിജയയ്ക്കും ക്ഷമ നശിച്ചു. നിവർത്തിയില്ലാതെ അവൾ ശാമുവിനോട് പറഞ്ഞു: "സ്റ്റേഷൻവരെ പോയി നോക്ക്."

അവനും അത് ആലോചിച്ചിരിക്കയായിരുന്നു.

ശാമു പുറത്തിറങ്ങി... അല്പം സമയത്തിനകം തന്നെ അവൻ മടങ്ങിയെത്തി.

"ചന്ദറിനെ കണ്ടോ?" വിജയ ആകാംക്ഷയോടെ ചോദിച്ചു.

"അവൻ പോയി" ശാമു അലക്ഷ്യമായി പറഞ്ഞു.

---

1. *എന്റെ മോളെ*

"എവിടെ?"

"മുകളിൽ."

"എന്നുവച്ചാൽ?"

"എന്നുവച്ചാലെന്താ.... അതുതന്നെ... ഫാസ്റ്റ് വീരാർ ലോക്കൽ[1] തട്ടിയെന്നാണ് സ്റ്റേഷനിൽ നിന്നറിഞ്ഞത്. ബോഡി പൊലീസ് കൊണ്ടുപോയിട്ടുണ്ട്..."

ഇതുകേട്ടതും ആകെ ഒരു വിറയൽ വിജയയെ ഗ്രസിച്ചു. ഒരുവിധം കട്ടിലിലെത്തി കുഴഞ്ഞുവീണു. പിന്നെ കരയാൻ തുടങ്ങി.

"ഇവിടെ കിടന്ന് ബഹളം വയ്ക്കണ്ട... നിന്റെ കെട്ടിയവൻ ചത്തിട്ടില്ല.... ഇവിടെയുണ്ട്... അവൻ നിന്റെ ആരുമല്ല...."

മറ്റൊരവസരമായിരുന്നെങ്കിൽ വിജയ തക്ക മറുപടി കൊടുത്ത് അവന്റെ വായ അടയ്ക്കുമായിരുന്നു. ഈ വാർത്ത ആ ശക്തിയെ ചോർത്തിക്കളഞ്ഞിരിക്കുന്നു. മൂലയ്ക്കിരുന്ന ചന്ദറിന്റെ ഷൂസിലേക്ക് ഇമ വെട്ടാതെ നോക്കിയിരുന്നവൾ തേങ്ങി.

1. *വീരാറിലേക്കുള്ള ലോക്കൽ ട്രെയിൻ*

പതിനൊന്ന്

ഈ പ്രാവശ്യം മുംബൈയിൽ പേമാരിയായിരുന്നു. പെയ്തിറങ്ങിയ വെള്ളം ഗട്ടറുകളിൽ തളംകെട്ടി നിന്നു. റോഡും റെയിൽവേയും റൺവേയുമൊക്കെ വെള്ളത്തിനടിയിലായി. താഴ്ന്ന പ്രദേശങ്ങളിലെ വീടുകളിലും ചാളുകളിലും വെള്ളം കയറി. മഴക്കാറ്റിൽ മരങ്ങൾ കടപുഴകി വീണു. രൗദ്രഭാവത്തിലെത്തിയ കടൽക്കാറ്റ് മാഹിം ഖാടിയിലെ ഝോപ്പടികളിൽ വിനാശം വിതച്ചു. ദുർബ്ബലമായ ഝോപ്പടികൾ നിലംപതിച്ചു. മറ്റു ചിലതിന്റെ കൂരകൾ പറന്നു. വേലിയേറ്റമായതിനാൽ വെള്ളം ഝോപ്പടിക്കുള്ളിൽ കടന്നുനിന്നു. ഘോട് ബന്ദർ റോഡിന്റെ കരിങ്കൽ ഭിത്തിയിൽ വൻ തിരകൾ തലതല്ലി. യാത്രക്കാർ ഭയന്ന് ആ റോഡിലൂടെ നടക്കാതായി.

മഴയും, തിരകളുടെ താണ്ഡവവും ആസ്വദിച്ച് രണ്ടുപേർ ഘോട്ബന്ദർ റോഡിനറ്റത്തെ കൈവരിയിൽ നില്ക്കുകയായിരുന്നു. ഒരാൾ കിഴവൻ സർജു കോളി, മറ്റേയാൾ ലങ്കട കിസൻ. ഇരുവരും മഴ നനയാതിരിക്കാൻ മെഴുകു പൂശിയ വസ്ത്രങ്ങളും തൊപ്പിയും ധരിച്ചിട്ടുണ്ടായിരുന്നു. സർജു മഴ കാരണം അല്പം കൂടുതൽ കുടിച്ചിട്ടുണ്ടായിരുന്നു. കാറ്റും മഴയുമുണ്ടെങ്കിൽ കുടിക്കാതെ അയാൾക്ക് പുറത്തിറങ്ങാൻ കഴിയില്ല. എത്ര കുടിച്ചാലും അയാൾക്ക് അടിതെറ്റാറില്ല. ചിലപ്പോൾ മാത്രം വായിൽനിന്ന് വീഴുന്ന വാക്കുകൾ കുഴഞ്ഞു മറിഞ്ഞുപോകും, അത്രതന്നെ.

സർജു ഇപ്പോഴും എന്തൊക്കെയോ പറയുന്നുണ്ട്. ചുറ്റുമുള്ള ഇരമ്പലും ആരവവും കാരണം കിസന് ഒന്നും തന്നെ കേൾക്കാമായിരുന്നില്ല. അയാൾ അല്പം കൂടെ അടുത്തു കൂടി ശ്രദ്ധിച്ചുനിന്നു. ചാരായം അകത്തു ചെന്നാൽ സർജുവിന്റെ ഓർമ്മകൾ കല്ലറകളിൽ നിന്ന് പുറത്തിറങ്ങാറുണ്ട്. അയാൾ പറയുകയാണ്:

“അരെ ലങ്കടാ, എന്റെ അപ്പൂപ്പന്റെ അച്ഛന്റെ തറവാടായിരുന്നു, ഈ

ഖാടി. അപ്പൂപ്പൻ ജനിച്ചത് ഈ ഖാടീലാണ്. ഒരു തുക്കാറാം ബോട്ട് മുങ്ങിയത് നിനക്ക് ഓർമ്മയുണ്ടോ. ആ സമയം അപ്പൂപ്പന്റെ വയസ്സ് ഇരുപത്തഞ്ച്. ഈ കാണുന്ന ഝോപ്പടികളൊന്നും തന്നെ അന്നുണ്ടായിരുന്നില്ല. നമ്മൾ കോളികൾ മാത്രമാണിവിടെ. ആ മാഹിം മുനമ്പിലായിരുന്ന കോളി വാടാ[1]. എല്ലാം ഓടിട്ടവീടുകൾ. ഓരോ വീട്ടുകാർക്കും സ്വന്തമായ ബോട്ടുണ്ടായിരുന്നു... ആ കാണുന്ന മാഹിം കോട്ടയുടെ അവസ്ഥ കണ്ടോ? അന്നതിന്റെ എല്ലാ കല്ലുകളും അതതു സ്ഥാനങ്ങളിൽ തന്നെ ഉറച്ചുനിന്നിരുന്നു.. അരെ ലങ്കട, ഞങ്ങൾ കോളികളാണ് ശരിക്കും ഈ ഖാടിയുടെ ഉടമസ്ഥർ... പോപ്ലറ്റ്, സുറുമ, റാവസ്, ഘോള്, ദാഢാ.... ഈ മീനുകളെയൊക്കെ ഞങ്ങൾ ഈ ഖാടിയിൽ വളർത്തുമായിരുന്നു... നാരിയൽ പൂർണ്ണിമ ദിവസം കോളി പെണ്ണുങ്ങളെ കാണണം! സ്വർണ്ണത്തിൽ പൊതിഞ്ഞാണ് അവർ പൂജകൾ നടത്തിയിരുന്നത്. ആ ദിവസമൊക്കെ പോയി.... വള്ളം വലിക്കുമ്പൊ ഒരു പെഗ് ബ്രാന്റിയെങ്കിലും അടിക്കാത്തവനെന്തു കോളി? ഇന്നത്തെ നവസാരമിട്ട കണ്ട്രിയല്ല... ഒന്നുകിൽ ശുദ്ധ "ബെവടാ" അല്ലെങ്കിൽ "ഫോറിൻ." അരേ, ഞാൻ ഫോറിൻ കൊണ്ട് മുഖം കഴുകിയിരുന്ന ഒരു ദിവസമുണ്ടായിരുന്നു.... ദാരു[2] കഴിച്ചു ഒരു കോളിയും ഈ ഖാടിയിൽ നശിച്ചിട്ടില്ല. സായിബാ, ചാരായം വിഷമേയല്ല... അതിനേക്കാൾ വിഷമുള്ള മറ്റൊന്നുണ്ട് ഈ ലോകത്ത്.... എന്താണെന്നറിയാമോ? പെണ്ണ്! ആ ലഹരി പിടിച്ചാൽ അവൻ തീർന്നു. ഈ ഖാടിക്ക് ഏതോ പെണ്ണിന്റെ ശാപം കിട്ടീട്ടുണ്ട്. അതാണ് ഇവിടത്തെ പെണ്ണങ്ങളെല്ലാം തേവിടിശ്ശികളായത്. എല്ലാ കുടുംബങ്ങളും തകർന്നു. എന്റെ സ്വന്തം കെട്ട്യോള് നട്ടുച്ചയ്ക്ക് എന്റെ ഭായി[3]യുമായി.... ഞാൻ ബോട്ടിൽ പോയാൽ പിന്നെ.... അവർ മാത്രം.... കിസൻ ഭായി, ഈ ലോകത്ത് എല്ലാവരേയും വിശ്വസിക്കാം പക്ഷേ, പെണ്ണിനെ മാത്രം വിശ്വസിക്കരുത്."

സർജു പുലമ്പിയതെല്ലാം അത്രയ്ക്ക് ശ്രദ്ധിച്ചില്ലെങ്കിലും അവസാനം പറഞ്ഞത് കിസന്റെ ശ്രദ്ധയിൽ കൊണ്ടു. വിജയയെയാണ് അയാൾക്ക് പെട്ടെന്ന് ഓർമ്മ വന്നത്. "ഭേംചൊദ്", എന്നോട് സ്നേഹം നടിച്ച് ഒടുവിൽ സർജു പറഞ്ഞപോലെ പെണ്ണിന്റെ സ്വഭാവം കാണിച്ചു! അയാൾ ഖാടിയിൽ നോക്കി പിറുപിറുത്തു. ആ സമയം ഘോട്ബന്ദർ റോഡിലെ ചെക്ക്പോസ്റ്റിൽ വണ്ടികൾ തടഞ്ഞുനിർത്തി പൊലീസ് പരിശോധിക്കുന്നുണ്ടായിരുന്നു. പുറകെനിന്ന ഒരു ടാക്സിയിലെ യാത്രക്കാരൻ ആരും കാണാതെ ഒരു ചാക്ക് സഞ്ചി കാറിന്റെ ജനാലയിലൂടെ മറുവശത്തേക്കെറിഞ്ഞു. സംസാരിക്കുന്നതിനിടയിലാണ് സർജുവിന്റെ ശ്രദ്ധ അങ്ങോട്ടേക്ക് പോയത്. അയാൾ ഓടിച്ചെന്ന് ചാക്ക് സഞ്ചി കൈക്കലാക്കി. ചെക്ക് പോസ്റ്ററിലെ ഒരു പൊലീസുകാരൻ വിളിച്ചു പറഞ്ഞു. "സർജു സഞ്ചി താഴെ വയ്ക്ക്, അല്ലെങ്കിൽ നീയും അകത്താവും...." സർജു എടുത്തിട

1. *കോളികൾ (മുക്കുവർ) താമസിക്കുന്ന സ്ഥലം*
2. *ചാരായം*
3. *സഹോദരൻ*

ത്തുതന്നെ വച്ച് തിരിച്ചു നടന്നു. അതിനിടയിൽ അതിൽ നിന്നൊരു കുപ്പി അയാൾ അരയിൽ തിരുകിവച്ചു കഴിഞ്ഞിരുന്നു. വീണ്ടും കിസന്റെ അടുത്തെത്തി പറഞ്ഞു:

"ലങ്കട്യാ, ഫോറിന്റെ കാര്യം ഇപ്പോ പറഞ്ഞേതേയുള്ളു... അതാ നോക്ക് ഒരു സഞ്ചി മുഴുവൻ.... ഒരെണ്ണം ഞാൻ അടിച്ചു മാറ്റീട്ടുണ്ട്...."

കിസൻ പറഞ്ഞു. "ഗംഗാ വന്നിട്ടുണ്ടാവും... പോവാം നമുക്ക്...."

"പോവാം, നീ എന്റെ വീട്ടിൽ വാ... ഈ ബോട്ടിൽ കാലിയാക്കണ്ടേ? കുറെ നാളായി ഫോറിൻ സാധനം കണ്ടിട്ട്..." കിസനും അതു കൊതിച്ചതാണ്.

അവർ നടക്കാൻ തുടങ്ങി. നാലടി വച്ചയുടൻ സർജു എന്തോ ഓർത്തിട്ടെന്ന പോലെ പെട്ടെന്ന് നിന്ന് കിസന്റെ തോളിൽ തട്ടി പറഞ്ഞു: "ചോദിക്കാൻ മറന്നു... നിന്റെ മോളെ കണ്ടെത്തിയോ?"

"ഇല്ല"

"കിട്ടില്ല... ജാതി പെണ്ണല്ലേ? അതിന്റെ സ്വഭാവം കാണിക്കാതിരിക്കുമോ? ഞാൻ പറയുന്നിടത്ത് പോയി നോക്ക്..."

"എവിടെ?"

"ഖാറിലെ ഗുഡ്സ് യാർഡിൽ... സന്ധ്യ കഴിഞ്ഞാൽ കാലിയായ ബോഗികളിലാണ് അവളുടെ ബിസിനസ്.... എന്റെ കണ്ണുകൊണ്ട് കണ്ടതാണ്... പോയി കെട്ടിവലിച്ചുകൊണ്ടു വാ....

"സർജു നീ പറയണത് സത്യമാണോ?

"കുടിച്ചാൽപോലും ഞാൻ കള്ളം പറയാറില്ല."

"ഞാൻ പോണു, ഗംഗയോട് പറയണം" കിസൻ പിന്നെ നിന്നില്ല. വേഗം ഝോപ്പടിയിലെത്താൻ അയാൾ ശ്രമിച്ചു.

ഗംഗാ അടുപ്പിൽ ബോംബിൽ ചുടുകയായിരുന്നു. രത്തനും സയനുവും അതു തിന്നാൻ കാത്തിരിക്കുന്നു. ഭിക്ക ഉണ്ടായിരുന്നില്ല. നനഞ്ഞു കുതിർന്നെത്തിയ കിസൻ ഗംഗയോടായി പറഞ്ഞു: "നിന്റെ മോളെ കണ്ടെത്തി. ഖാറിലെ മാൽഗാഡിയിലെ ടബ്ബയിലുണ്ട്. സന്ധ്യക്ക് പോയാൽ കാണാം. പോയി കൊണ്ടുവാ... ഞാൻ പോയാൽ വരൂല്ല."

പന്ത്രണ്ട്

അറവുശാലയുടെ പിന്നിൽ റെയിൽവേ ഒരു മതിൽ കെട്ടി. യാത്രക്കാരുടെ ജീവൻ സംരക്ഷിക്കുകയെന്നതാണ് ആ മതിലിന്റെ ഉദ്ദേശ്യം. റെയിൽവേലൈൻ ക്രോസ് ചെയ്ത് ജീവൻ അപായപ്പെടുത്തുന്നത് ഈ ഭാഗത്ത് നിത്യസംഭവമായി തീർന്നപ്പോഴാണ് മതിൽകെട്ടാൻ റെയിൽവേ തീരുമാനിച്ചത്. പക്ഷേ, വ്യക്തിസ്വാതന്ത്ര്യത്തിനു തടയായിനിന്ന ആ മതിലിന്റെ ഒരുഭാഗത്ത് ഒരാൾക്ക് നുഴഞ്ഞു പോകാൻ പാകത്തിലൊരു ദ്വാരം സൃഷ്ടിക്കപ്പെട്ടു. അത് പിന്നീട് റെയിൽവേ യാർഡിലേക്കുള്ള ഷോർട്ട് കട്ടായി മാറി.

ഗംഗ, ആ ദ്വാരത്തിലൂടെ റെയിൽവേ ലൈനിലിറങ്ങി സ്ലീപ്പറുകളിൽ കാലൂന്നി നടക്കാൻ തുടങ്ങി. നൗപാടയിലെ മുസൽമാന്മാരുടെ "വസ്തി[1]" കഴിഞ്ഞു. പിന്നെ, ബാന്ദ്രയിലെ ശ്മശാനമാണ്. ഏതോ ഒരു ശരീരം കത്തുന്ന നാറ്റം. അങ്ങോട്ട് നോക്കി ഗംഗാ കൈകൂപ്പി. പിന്നെ നടത്തം തുടർന്നു. അടുത്തത് ഖാറിലെ റെയിൽവേ യാർഡാണ്. ദൂരെ നിന്നുതന്നെ കൽക്കരി കുന്നുകൾ കാണാമായിരുന്നു. ഒന്നുരണ്ടു സ്റ്റീം എഞ്ചിനുകൾ ഇരുവശവും ആവി ചീറ്റി ഇടയ്ക്കിടെ കൊലവിളി നടത്തുന്നു. ജരാനര ബാധിച്ച ബോഗികൾ ഒറ്റയ്ക്കും നിരയായും അങ്ങിങ്ങ് കിടക്കുന്നു. അവയ്ക്കു കീഴെ പുല്ലും കുറ്റിച്ചെടികളും വളർന്ന് നില്ക്കുന്നു.

കുറെ നടന്നശേഷം ഗംഗാ തളർന്നുനിന്നു. ഒരന്തവുമില്ലാത്ത റെയിൽവേ യാർഡ്. ഇരുട്ട് പരക്കാൻ തുടങ്ങി. യാർഡിലെ ഇലക്ട്രിക്ക് പോസ്റ്റുകൾ പ്രകാശിച്ചു. ഗംഗാ ചുറ്റും നോക്കി. എൻജിന്റെ "ധക്... ധക്" ശബ്ദമൊഴിച്ചാൽ ശാന്തമായ അന്തരീക്ഷം. ഗംഗാ മനസ്സിൽ പറഞ്ഞു. "ആ കുടിയൻ സർജുവിന് ആളു തെറ്റിയതാവും.... വിജയയെപോലെ

---

1. *പാർപ്പിടം*

ആരെയോ അയാൾ ഇവിടെ കണ്ടിട്ടുണ്ടാവും... അല്ലെങ്കിലും, ശ്മശാനം പോലെയുള്ള ഈ സ്ഥലത്ത് ആരു വരാനാണ്...." അപ്പോഴാണ് അല്പ മകലെയുള്ള ബോഗിയിൽ നിന്നൊരാൾ ചാടിയിറങ്ങുന്നത് അവളുടെ ശ്രദ്ധയിൽപ്പെട്ടത്. പുറകെ മറ്റൊരാളും എങ്ങുനിന്നോ അയാൾക്കൊപ്പ മെത്തി. ഇരുവരും ഗംഗയ്ക്കു നേരെ നടന്നടുക്കുകയായിരുന്നു, അതേ ട്രാക്കിലൂടെ. അവൾ അനങ്ങാതെ അതേനില്പിൽ ഉറച്ചുനിന്നു. അവർ അടുത്തെത്തി. ഒരാൾ സസൂക്ഷ്മം അവളെ നോക്കിയശേഷം സുഹൃത്തി നോട് പറഞ്ഞു.

പുതിയ "മാലാ[1]"ണെന്ന് തോന്നുന്നു.

"സുഹൃത്തേ, തൈക്കിളവിയാണ്.... കരിപെറുക്കാൻ വന്നതാവും."

"നല്ല ഫിഗർ.... വരുന്നോന്ന് ചോദിക്ക്."

"ഇനിയും നിനക്ക് മതിയായില്ലേ?"

"നിന്നെപ്പോലെ ഒന്നിലും രണ്ടിലുമൊന്നും തളരുന്നവനല്ല.... ഇത് സ്റ്റാമിന വേറെയാണ്.... റേറ്റ് ചോദിക്ക്..."

ഗംഗാ എല്ലാം കേട്ട് നിശ്ചലമായി നിന്നു. ചിലതൊക്കെ അവൾക്ക് മനസ്സിലായി. കവിളിലേക്ക് നീണ്ടുവന്ന ഒരു കൈയിനെ തട്ടിമാറ്റി അവൾ ആക്രോശിച്ചു.

"ചൽ ഹട്ട്[2]... നായിന്റെ മക്കളെ...." അവൾ കുനിഞ്ഞു. രണ്ടു മൂന്ന് കരിങ്കൽ കഷണങ്ങൾ പെറുക്കിയെടുത്തു വീണ്ടും ഉറക്കെ വിളിച്ചു – "സുവർ കാ ബച്ചാ."[3]

ഇരുവരും വഴിമാറി വേഗം നടക്കാൻ തുടങ്ങി. ഇടയ്ക്കിടെ തിരി ഞ്ഞുനോക്കി എന്തോ പറയുന്നുമുണ്ടായിരുന്നു. തുരുമ്പു തിന്ന് ശേഷിച്ച കുറെ ഗുഡ്സ് ബോഗികൾക്കപ്പുറം കാലഹരണപ്പെട്ട പാസഞ്ചർ ബോഗി കളാണ് – മറ്റു കുറെ അനാഥപ്രേതങ്ങൾ! ഇരുട്ടുനിറഞ്ഞ ഒരു ബോഗി യ്ക്കുള്ളിൽ ഒരു മങ്ങിയ വെളിച്ചം. ഗംഗ അങ്ങോട്ട് നടന്നു. അടുക്കും തോറും അതിനകത്ത് നിന്ന് അടക്കിയ ചിരിയും സംസാരവും കേൾക്കാൻ തുടങ്ങി. പെട്ടെന്നൊരു ഭീതി ഗംഗയെ പിടികൂടി. സർജു പറഞ്ഞത് സത്യ മായി ഭവിക്കുമോ? ഈ ബോഗികളിലൊന്നിൽ തന്റെ ബേട്ടി[4] വിജയയും.... എന്റെ ദൈവങ്ങളെ....! സായിനാഥാ...!

പെട്ടെന്നാരോ ബോഗിയിൽ നിന്ന് ചാടുന്ന ശബ്ദം കേട്ടു. മറ്റാരോ ടോർച്ചടിച്ച് വഴി കാണിക്കുന്നു. ആ അരണ്ട വെളിച്ചത്തിലും ഗംഗ ആ ടോർച്ചുകാരനെ തിരിച്ചറിഞ്ഞു.

"പെയിന്റർ ശാമു"

ഗംഗാ അവന്റടുത്തേക്ക് പാഞ്ഞെത്തി അലറി: "നാ ലായ്[5]ക്ക്... എന്റെ

1. *ചരക്ക്*
2. *ഛാ, നായെ!*
3. *പന്നീന്റെ മോനെ*
4. *മകൾ*
5. *ശുംഭൻ*

ബേട്ടി എവിടെ... ഏത് ബോഗീല് പറയ് വേഗം...."

"നിങ്ങളെന്തിന് ഇവിടെ വന്നു?" അവൻ അലക്ഷ്യമായി ചോദിച്ചു.

"നിനക്ക് പിണ്ഡം വയ്ക്കാൻ... വിജയ എവിടേന്ന് പറയ്.... അല്ലെങ്കിൽ ഞാൻ പൊലീസിൽ പോകും."

"അവളിവിടെ ഇല്ല...."

"പിന്നെവിടേന്ന് പറയ്... അവളെ ഇവിടെ കണ്ടവരുണ്ട്!"

"ഞാനവളെ പിടിച്ചുകെട്ടിയൊന്നും കൊണ്ടുവന്നിട്ടില്ല... അവളായിട്ട് വന്നതാണ്!"

"ദേവാരെ ദേവാ!.... പറയ് അവളെവിടെ!"

"നിങ്ങക്ക് കണ്ടേ തീരോ? അങ്ങോട്ട് നോക്ക് ആ രണ്ടാമത്തെ ബോഗീലുണ്ട്.... കസ്റ്റമറെ നോക്കിയിരിക്കയാണ്..."

മഴ ചാറാൻ തുടങ്ങി. ശാമു ആ രണ്ടാമത്തെ ബോഗിക്കടുത്തേക്ക് വേഗം നടന്നു. മഴ ശക്തി പ്രാപിച്ചു. ശാമു ബോഗിക്കുള്ളിൽ കയറിയിട്ട് വിളിച്ചു പറഞ്ഞു:

"നിങ്ങള് പൊയ്ക്കോ... മഴ നനയണ്ടാ..."

ഗംഗയുടെ മനസ്സും ശരീരവും നീറുകയായിരുന്നു. മഴത്തുള്ളികൾ ആ നീറ്റലിന്റെ കാഠിന്യം വർദ്ധിപ്പിച്ചു. മഴ അറിയാതെ അവൾ ഒരു പ്രതിമ കണക്കെ നിന്നു. ഗംഗയും ശാമുവും തമ്മിൽ നടന്ന തർക്കം വിജയ ജനാലയിലൂടെ കണ്ടതാണ്. ശാമു മടങ്ങിയപ്പോൾ മാതാജി മടങ്ങിപോയിരിക്കുമെന്നാണ് അവൾ കരുതിയത്. പക്ഷേ, അവർ അതാ മഴ നനഞ്ഞ് ഇങ്ങോട്ടുതന്നെ നോക്കി നില്ക്കുന്നു, വിജയ ഉറക്കെ വിളിച്ചു.

"മാ... ഇങ്ങ് കേറിവാ... നനയാതെ."

മഴയുടെ ഇരമ്പലിനും ഇടിമുഴക്കത്തിനുമിടയിലും ആ ശബ്ദം ഗംഗാ തിരിച്ചറിഞ്ഞു. മിന്നൽ വെളിച്ചത്തിൽ പൗഡറും കൺമഷിയും ലിപ്സ്റ്റിക്കും കൊണ്ട് ആഭാസമാക്കിയ വിജയയുടെ മുഖം അവൾ തിരിച്ചറിഞ്ഞു. ആ ബോഗിയുടെ അടുത്തേക്ക് ഗംഗാ പാഞ്ഞെത്തി. താഴെനിന്ന് വിളിച്ചു പറഞ്ഞു:

"ബേട്ടീ... ഇറങ്ങിവാ... നിന്നെ കൊണ്ടുപോകാനാണ് ഞാൻ വന്നത്.... ഇറങ്ങിവാ... ഞാൻ നിന്റെ കാലുപിടിക്കാം."

"ഞാനില്ല... എനിക്കുവേണ്ടി കാത്തുനില്ക്കണ്ട"

"ബേട്ടീ... ഈ സ്ഥലം നല്ലതല്ല.... മാഹിം ഖാടിയിലെ ആൾക്കാർ അറിഞ്ഞാൽ..."

"അവരല്ല എന്നെ പോറ്റുന്നത്... പോവാൻ പറ..."

"ഞാൻ നിന്നെ പോറ്റീല്ലേ? അതു മറന്നോ?"

"ഒരു നായെ പോറ്റുന്നപോലെ.... ഇട്ടുതരുന്ന റൊട്ടിക്കഷണം തിന്നുക പിന്നെ ഝോപ്പടിയിൽ ഒരു മൂലയ്ക്ക് ചുരുണ്ടുകൂടുക... വീട്ടിൽ വിളമ്പുന്നത് ദാരിദ്ര്യം; പുറത്ത് വിളമ്പുന്നത് അന്തസ്സും അഭിമാനവും... എനിക്കിതൊന്നുമല്ല ആവശ്യം.... എനിക്ക് സ്വന്തമായൊരു കൂര... അതിനുള്ളിൽ പൈപ്പ്, പതുപതുത്ത മെത്ത, ഇടയ്ക്കെല്ലാം പിക്ചർ... ബിരിയാണി...

നല്ല സാരികൾ... കൂടെ വന്നാൽ ഇതൊക്കെ തരുമോ?"

"വിജയാ... മതി.... മതി നിർത്ത്. എവിടുന്നു പഠിച്ചു ഇതൊക്കെ... ഞാൻ ജീവിച്ചത് നീ കണ്ടതല്ലേ?...."

"കണ്ടു മടുത്തു."

"എന്നും പറഞ്ഞ് മാനം വിറ്റ് ജീവിക്കണോ?"

"മാനം? അതാർക്കുണ്ട്! നിങ്ങൾക്കുണ്ടോ! ആദ്യത്തെ കെട്ട്യോൻ ചത്തയുടൻ എന്റെ തന്തയ്ക്കൊപ്പം ഇറങ്ങി... എന്തേ?... ചെറുപ്പമായിരുന്നു അല്ലേ?"

വിജയ ആകെ മാറീരിക്കുന്നു. തന്റെ ബേട്ടി വിജയയല്ല സംസാരിക്കുന്നതെന്ന് ഗംഗായ്ക്കു തോന്നി. കുട്ടിക്കാലത്തേ അവളുടെ സ്വഭാവം നേരേയല്ലെന്നവൾക്ക് സംശയമുണ്ടായിരുന്നു. പക്ഷേ, അതൊക്കെ ശ്രദ്ധിച്ച് വീട്ടിലിരുന്നാൽ കുടുംബം പട്ടിണി കിടക്കേണ്ടിവരുമായിരുന്നു. എന്നാലും തന്റെ മകൾ ഇത്ര നികൃഷ്ടമായൊരു തൊഴിലിലേക്ക് തയ്യാറാവുമെന്ന് ഗംഗ ഒരിക്കലും കരുതിയില്ല.

എന്തു ചെയ്യണമെന്നറിയാതെ ഗംഗ മഴ കൊണ്ടുനിന്നു.

"അവിടെ നിന്ന് നനയാതെ... കയറിവാ." വിജയ വാതുക്കൽ വന്ന് അകത്തേക്ക് കയറ്റാനായി കൈനീട്ടി. ആരോ കയറ്റി വിട്ടപോലെ ഗംഗാ വിജയയുടെ കൈപിടിച്ച് ബോഗിക്കുള്ളിൽ കടന്നു. സാരി പകുതി അഴിച്ച് പിഴിഞ്ഞ് മുഖവും തലയും തുവർത്തി. ഇതൊക്കെ ചെയ്യുമ്പോഴും അവളുടെ കണ്ണുകൾ ആ ബോഗിയിലെന്തോ തിരഞ്ഞു. ഒരു ഝോപ്പടി പോലെ തന്നെയാണ് ആണ് ആ ബോഗിയും എന്നവൾക്കു തോന്നി. മൂലയ്ക്കൊരു മെഴുകുതിരി വിറച്ച് വിറച്ച് ആവുംവിധം പ്രകാശം പരത്തുന്നു.

ഇടയ്ക്കിടെ കടന്നുവന്ന മിന്നൽ വെളിച്ചത്തിൽ ഒരു മൂലയ്ക്ക് വിരിച്ചിട്ട ഷീറ്റ് അവളുടെ ശ്രദ്ധയിൽപ്പെട്ടു. ഗംഗാ വേദനയോടെ ഓർത്തു. താൻ ചോരയും നീരും കൊടുത്ത് വളർത്തിയ തന്റെ മകൾ രണ്ടു മൂന്നു രൂപയ്ക്കു വേണ്ടി സ്വന്തം മാനം ഈ ഷീറ്റിൽ എറിഞ്ഞുകൊടുക്കുന്നു. ഈശ്വരാ! ഇനിയും എന്തൊക്കെയാണ് എനിക്കീ ജന്മത്തിൽ കാണാനുള്ളത്....

മഴയുടെ കാഠിന്യം കുറഞ്ഞുവന്നു. ഗംഗാ വാതുക്കൽ വന്നുനിന്ന് പുറത്തേക്ക് നോക്കി. യാർഡിൽ ഷണ്ടിങ്ങിന്റെ ഉറക്കെയുള്ള തട്ടലും മുട്ടലും കേൾക്കാമായിരുന്നു. അപ്പുറത്ത് ലോക്കൽ ട്രെയിനുകൾ കൊളുത്തിവിട്ട വാണം കണക്കെ തലങ്ങും വിലങ്ങും പായുന്നു. അപ്പോഴേക്കും ആരോ താഴെ വന്നെത്തിയ അനക്കം കേട്ടു. വിജയ നോക്കി. ശാമുവാണ്. ഒപ്പം മറ്റൊരാളും. അയാളെ ബോഗിയിൽ കയറാൻ സഹായിച്ച് ശാമു പറഞ്ഞു:

"പോ... മാല[1]കത്തുണ്ട്!"

അയാൾ ബോഗിക്കുള്ളിൽ കടന്നതും ഹാത് ഭട്ടി[2]യുടെ ചൂര് ബോഗി

---

1. ചരക്ക്
2. ചാരായം

യിൽ നിറഞ്ഞു. ശാമു താഴെനിന്നു തന്നെ വിളിച്ചു പറഞ്ഞു.

"വിജയ... ആള് ഫുൾ റൈറ്റാണ്.... വാടിയ കീരത്തണ്ടിന്റെ അവസ്ഥ... ബന്ധുവിന്റെ സംസ്കാരത്തിന് ശ്മശാനത്തിൽ വന്നതാണ്.... വെറുതെയൊന്നു മുട്ടി.... ഇതേകിടക്കുന്നു... ശവത്തിന് തീവയ്ക്കും മുമ്പ് ഭോചൊത്തിന് ബായി[1] വേണം.... സാലാ[2]...."

ഗംഗാ ഉള്ളിലുള്ള കാര്യം ശാമുവിനറിയില്ലായിരുന്നു. അവൾ അവസാനമായി പറഞ്ഞു: "ബേട്ടി... ഞാൻ നിന്റെ കാലുപിടിക്കാം.... ഈ തൊഴിൽ വേണ്ട... ഈ പെയിന്റർ – തന്തയറിയാത്തവൻ നിന്നെ തുലയ്ക്കും... എന്നെ അനുസരിക്ക്...."

ഗംഗയുടെ ശബ്ദം തിരിച്ചറിഞ്ഞ ശാമു വിളിച്ചു ചോദിച്ചു.

"തള്ളേ നീ ഇതുവരെ പോയില്ലേ?.... അവൾ വരില്ല... സ്ഥലം കാലിയാക്ക്..."

"വിജയയില്ലാതെ ഞാൻ പോവില്ല."

വിജയ പറഞ്ഞു: "മാ ഇപ്പോ പോ.... നാളെ ഞാൻ വരാം...."

അവൾ അഞ്ചു രൂപയുടെ ഒരു നോട്ട് നീട്ടി പറഞ്ഞു.

"രത്തനും സയനുവിനും തിന്നാനെന്തെങ്കിലും വാങ്ങിക്കൊണ്ടു പോ.... ഇനി ശല്യം ചെയ്താൽ ഞാൻ ട്രെയിനിൽ തലവയ്ക്കും..."

ഇതിനിടെ അകത്തു കടന്ന ആൾ അക്ഷമനായി വിജയയെ തട്ടാനും മുട്ടാനും തലോടാനുമെല്ലാം തുടങ്ങിക്കഴിഞ്ഞിരുന്നു. അതുനോക്കി നില്ക്കാനാവാതെ ഗംഗാ ബോഗിയിൽ നിന്നിറങ്ങി. എന്നിട്ട് അറിയാതെ ശപിച്ചു: "ഇതിന്റെ ഫലം നീ അനുഭവിക്കും.... നീ പുഴുത്തു ചാവും..." ഇനിയും ശാപവാക്കുകൾ പുറത്തുവരാതിരിക്കാനായി ഗംഗാ സാരിയുടെ ഒരറ്റം ചുരുട്ടി പന്തായി വായിൽ തിരുകി. പിന്നെ വേഗത്തിൽ നടന്നു. ഇടയ്ക്കിടെ തിരിഞ്ഞുനോക്കി, ബേട്ടി വരുന്നുണ്ടോയെന്നറിയാൻ.

---

1. *പെണ്ണ്*
2. *തെറി വാക്കുകൾ*

പതിമൂന്ന്

കാശീറാമിനെ കണ്ടപ്പോൾ പെയിന്റർ ശാമു രഹസ്യമായി പറഞ്ഞു: "വിജയ ബിസിനസ് തുടങ്ങി.... ഖാറിലെ റെയിൽവേ യാർഡിൽ... റേറ്റ് രണ്ടുരൂപ.... സന്ധ്യകഴിഞ്ഞ് വന്നാൽ മതി...."

ഇന്ന് കാശീറാം വിജയയെ കാണാൻ നിശ്ചയിച്ചിരിക്കയായിരുന്നു. കൺമുന്നിൽ വളർന്ന പെണ്ണ്. അന്നേ അവൾ കൊതിപ്പിച്ചിരുന്നു. ആ ആഗ്രഹം ഇന്ന് നിറവേറ്റണം. അപ്പോഴാണ് യേസുവിന്റെ അനുജത്തി മൈന നിലവിളിയോടെ കയറിവന്നത്. ഭർത്താവ് മരിച്ചശേഷം അവൾ അടുത്തുള്ള ധാരാവിയിലാണ് താമസം. യേസുവിന്റെ കുഞ്ഞ് മരിച്ച വിവരം അറിഞ്ഞ് വന്നതാണ്. കാശീറാം മൈനയെ ശ്രദ്ധിച്ചു. സ്വന്തം കുഞ്ഞ് മരിച്ചപോലെയാണ് അവളുടെ കരച്ചിലും കണ്ണീരൊഴുക്കലുമെല്ലാം. ഇടയ്ക്കിടെ ആരോടെന്നില്ലാതെ അവൾ വിളിച്ചു ചോദിച്ചു: "എന്റെ കുഞ്ഞെവിടെ?.... ഏതു ദൈവം കൊണ്ടുപോയി?...." കൊണ്ടുവന്ന കുഞ്ഞുടുപ്പുകൾ പൊക്കിക്കാണിച്ച് ചോദിച്ചു: "ഇതൊക്കെ ഇനി ഞാനാർക്കു കൊടുക്കും...."

യേസു, കാശീറാം, അവന്റെ തള്ള ഇവരെല്ലാം ഒന്നും മിണ്ടാതെ മൈനയുടെ പ്രകടനം നോക്കിയിരുന്നു. യേസുവിന്റെ കണ്ണുകളിലെ ഉറവ പണ്ടേ വറ്റിപ്പോയിരുന്നു. മൈനയുടെ കണ്ണീരിൽ ഒരു തുള്ളിയെങ്കിലും തന്റെ കണ്ണിലൂടെ ഒഴുകണേയെന്നവൾ പ്രാർത്ഥിച്ചു.

യേസുവിന്റെ മനസ്സിലിപ്പോൾ കുഞ്ഞല്ല, മൈനയാണ്. ഒരുമ്പെട്ടവൾ! കാശീറാം വീട്ടിലില്ലെങ്കിൽ പിന്നെ ധാരാവിയിലുണ്ടാവും. മൈനയുടെ അടുത്ത്. യേസുവിനതറിയാം. ഇപ്പോൾ അവൾ വന്നിരിക്കുന്നതും കാശീറാമിനെ തിരക്കിയാണ്. മൈനയുടെ കരച്ചിലും പിഴച്ചിലും കണ്ട് കാശീറാം യേസുവിനെ നോക്കി പറഞ്ഞു.

"സ്വന്തം തള്ളയെ നോക്ക്.... ഒരു തുള്ളി കണ്ണീരില്ല.... ശവം" അതു കേട്ടതും മൈന തന്റെ സ്വരം അല്പം കൂട്ടി.

കാശീറാമിന്റെ തള്ള പിറുപിറുത്തെണീറ്റു.

"എനിക്കീ നാടകം കാണാൻ വയ്യേ..."

യേസു മൈന കൊണ്ടുവന്ന സാറ്റിൻ കുഞ്ഞുടുപ്പുകളിൽ നോക്കിയിരുന്നു.

ആ സമയം പുറത്ത് ഡോലക്കിന്റെ ശബ്ദം കേൾക്കാൻ തുടങ്ങി.

പിന്നാലെ പരുപരുക്കൻ ശബ്ദത്തിൽ പാട്ടും. അതിനു പിന്നാലെ ഒരു പ്രത്യേക ശബ്ദത്തിലുള്ള കൈത്താളവും. നോക്കിയപ്പോൾ നാലഞ്ചു ഹിജഡകൾ വാതിലിനു മുന്നിൽ ആട്ടവും പാട്ടുമായി നില്ക്കുന്നു.

"കുഞ്ഞിനെ പുറത്തെടുക്ക്" ഒരാൾ പാട്ടുനിർത്തി വിളിച്ചുപറഞ്ഞു.

അതുകേട്ട് മൈനയും തള്ളയും പുറത്തുവന്നു.

അവരെ കണ്ടതും അയാൾ ചോദിച്ചു: "കുഞ്ഞെവിടെ?"

മറ്റൊരാൾ കൂട്ടിച്ചേർത്തു. "അഞ്ചേ കാൽ രൂപയും കൊണ്ടുവാ"

കാശീറാം പുറത്തുവന്നു പറഞ്ഞു.

"കുഞ്ഞകത്തില്ല."

"അതെങ്ങനെ? കഴിഞ്ഞ ആഴ്ച ഒരു പൂർണ്ണ ഗർഭിണിയെ കണ്ടു പോയതാണല്ലേ? പോയി കുഞ്ഞിനെ കൊണ്ടുവാ."

ഇത്രയും പറഞ്ഞ് എല്ലാ ഹിജഡകളും ഉറക്കെ പാടാനും ഡോലക്ക് കൊട്ടി ആടാനും തുടങ്ങി. കുഞ്ഞിനെ പുറത്തു കൊണ്ടുവരുന്നില്ലെന്ന് കണ്ട് ഒരാൾ വാതുക്കൽ നിന്ന കാശീറാമിനെ തള്ളിമാറ്റി അകന്നുകടന്ന് പരിശോധന തുടങ്ങി. മൂലയിലിരിക്കുന്ന യേസുവിനെ നോക്കി ചോദിച്ചു.

"ഏ ബായ്... കുഞ്ഞിനെ എവിടെ ഒളിപ്പിച്ചു?

പൈസ കിട്ടാതെ ഞങ്ങൾ പോവില്ല." മൈന കൊണ്ടുവന്ന കുഞ്ഞുടുപ്പുകൾ പൊക്കിക്കാട്ടി ചോദിച്ചു:

"ഏയ് ബായ് കള്ളം പറയുന്നോ... ഇതാ കുഞ്ഞുടുപ്പുകൾ.... കുഞ്ഞിനെ കൊണ്ടുവാ... രൂപ എടുക്ക്...."

ഹിജഡകളുടെ പാട്ടും ആട്ടവും കാണാൻ കാശീറാമിന്റെ വാതുക്കൽ ആൾക്കാർ കൂടി. കാഴ്ചക്കാർ കൂടിയപ്പോൾ ഹിജഡകളുടെ ഉത്സാഹവും കൂടി.

ബഹളം കേട്ട് ദാദുമിയ പുറത്തുവന്നു. അവരുടെ നേതാവെന്ന് തോന്നിക്കുന്ന ആളെ സമീപിച്ച് പറഞ്ഞു.

"സുഹൃത്തുക്കളെ... ഇവിടെ കുഞ്ഞില്ല. അത് വന്ന ഉടനെ മടങ്ങി.... ഖുദാ[1]വിന്റെ വീട്ടിൽ.... നിങ്ങളിത് നിർത്തണം. അവരെ വേദനിപ്പിക്കരുത്...."

ഹിജഡകൾക്ക് അത് സത്യമാണെന്ന് തോന്നിയില്ല. ഇത് ഝോപ്പട വാസികളുടെ തന്ത്രമാണ്. ഹിജഡകൾ വരുന്നുവെന്നറിഞ്ഞാൽ അവർ കുഞ്ഞിനെ ഒളിപ്പിച്ചിട്ട് അഞ്ചേകാൽ രൂപ ലാഭിക്കാനായി പറയും "കുഞ്ഞ്

1. *ദൈവം*

മരിച്ചു."

ഝോപ്പടിയിലെ ഒരു പെണ്ണിന്റെ വയർ അല്പം വീർത്ത് കണ്ടാൽ പ്രസവിക്കും വരെ അവൾ ഹിജഡകളുടെ നോട്ടത്തിലായിരിക്കും. വീട്ടിൽ തൊട്ടിൽ കെട്ടിയാലുടൻ അവർ ഗ്രൂപ്പായി വാതുക്കലെത്തും. അഞ്ചേകാൽ രൂപ കിട്ടുംവരെ പാട്ടും കൂത്തുമായിരിക്കും.

ഝോപ്പടപ്പെട്ടിയിലെ അവരുടെ അവകാശമാണത്. അവർക്കായി അവർ തന്നെ പാസാക്കിയ നിയമം. പൈസ കൊടുക്കാൻ വിസമ്മതിക്കുന്നവർക്കും എതിർക്കുന്നവർക്കും ഹിജഡകളുടെ ജനനേന്ദ്രിയ ദർശന ഭാഗ്യമുണ്ടാവും.

ദാദുമിയ പറഞ്ഞിട്ടും അവർക്ക് വിശ്വാസമായില്ല. ഇടയ്ക്കിടെ അവർ പാട്ടും കൂത്തും നിർത്തി പുലഭ്യം പറയാൻ തുടങ്ങി. ഇതൊന്നു നിർത്താൻ എന്തു ചെയ്യണമെന്നറിയാതെ ദാദുമിയായും സക്കീനയും വിഷമിച്ചു നിന്നു. ഈ ബഹളത്തിനിടയിൽ കാശീറാം അപ്രത്യക്ഷനായി. അതുവരെ കണ്ണീരൊഴുക്കിയ മൈന ഒരു സർക്കസ് കാണുന്ന രസത്തിൽ എല്ലാം കണ്ട് രസിച്ചു. ആ തമാശ ആർക്കും നിർത്താനാവുന്നില്ലെന്ന് കണ്ടപ്പോൾ യേസു വാതുക്കൽ വന്നു പറഞ്ഞു:

"ഇവിടെ കുഞ്ഞില്ല.... ഞങ്ങളെ ഉപദ്രവിക്കരുത്.... ജനിച്ച കുഞ്ഞ് ജീവിച്ചില്ല.... ജീവിച്ചിരുന്നെങ്കിൽ കടംവാങ്ങിയെങ്കിലും നിങ്ങൾക്കു പൈസ തരുമായിരുന്നു... ദയവായി ഇതൊന്ന് നിർത്തണം...."

ഒരാൾ വിളിച്ചു പറഞ്ഞു.

"കള്ളമാണ്... കുഞ്ഞുടുപ്പുകൾ ഞാൻ കണ്ടതാണ്!"

പാട്ടും കൂത്തും തുടർന്നുകൊണ്ടേയിരുന്നു. അകലെനിന്ന് സർജു വരുന്നത് കണ്ട് കാണികൾ പോകാൻ തുടങ്ങി. അപ്പോഴേക്കും ഹിജഡകൾ സർജുവിനു ചുറ്റും നൃത്തം തുടങ്ങി. അതുകണ്ട് പോകാൻ തുടങ്ങിയവർ മടങ്ങിവന്നു. ജാക്കി കുരച്ച് കുരച്ച് കൂട്ടുകാരെ വിളിച്ചുകൂട്ടി. ഹിജഡകളുടെ ശബ്ദത്തെ പിന്നിലാക്കി ജാക്കിയും കൂട്ടരും കുരയ്ക്കാനും ഓരിയിടാനും തുടങ്ങി.

ആ ചുറ്റുപാടിലാണ് വിജയ അപ്രതീക്ഷിതമായി അവിടെ എത്തുന്നത്. കാര്യങ്ങൾ മനസ്സിലാക്കി അവൾ പറഞ്ഞു: "സർജു ദാദ, പൈസ ഞാൻ കൊടുക്കാം..." അതും പറഞ്ഞവൾ തന്റെ വിലപിടിപ്പുള്ള പഴ്സ് തുറന്ന ഉടനെ സർജു തന്റെ അരയിൽ നിന്ന് അഞ്ചിന്റെ നോട്ടെടുത്ത് ഹിജഡമാരിൽ പ്രായംചെന്ന ആളിന്റെ കൈയിൽ കൊടുത്തു പറഞ്ഞു. "ഇനി നിർത്ത്!" എല്ലാം നിർത്തി, ഹിജഡകൾ മടങ്ങി.

"സർജു ദാദ, ഞാൻ പൈസ കൊടുക്കുമായിരുന്നല്ലോ?"

"നിന്റെ പൈസ തൊടാൻ എനിക്ക് അറപ്പാണ്. ആ പണി ചെയ്തല്ലേ നീ പൈസ ഉണ്ടാക്കുന്നത്...!"

വിജയ വെറുതെയൊന്നു ചിരിച്ചിട്ട് യേസുവിന്റെ ഝോപ്പടിയിൽ കയറി അവളുടെ അടുത്തിരുന്നു.

"വാസൂന്റമ്മേ ഇപ്പഴും അതു സംഭവിച്ചു അല്ലേ? ദൈവത്തിന്റെ കളി!"

ഇപ്രാവശ്യം യേസുവിന്റെ കണ്ണുകളിൽ നീർപൊടിയാൻ തുടങ്ങി. പിന്നെ അതൊരു പ്രവാഹമായി. കാൽമുട്ടുകളിൽ തലവച്ച് അവൾ പൊട്ടിക്കരഞ്ഞു.

മൈന ഇതെല്ലാം നോക്കി നില്ക്കുകയായിരുന്നു. അവളുടെ കണ്ണുകൾ വിജയയുടെ കഴുത്തിലും മൂക്കിലും ചെവിയിലും കൈകളിലുമായിരുന്നു. പിന്നെ ചുവന്ന പൂക്കളുള്ള വെളുത്ത സാരിയിലും. അവൾ വന്നതോടെ ഝോപ്പടിക്കുള്ളിലെ വായുവിനും ഒരു മണം കിട്ടിയിരുന്നു.

ഹിജഡകൾ പോയെന്ന് കണ്ട കാശീറാം മടങ്ങിയെത്തി. അകത്തു കണ്ട കാഴ്ച അയാൾക്ക് വിശ്വസിക്കാനായില്ല. വിജയയും മൈനയും. തന്നെ കൊതിപ്പിക്കുന്ന രണ്ടു ഹാപൂസ് മാമ്പഴങ്ങൾ! ഇതാ മുന്നിൽ... കൈയെത്തും ദൂരത്ത്.

മൈന പുറത്തിറങ്ങി, പുറകെ കാശീറാമും.

പതിനാല്

ഒരു സന്ധ്യാനേരത്ത് സർജുകോളി ഘോട്ട്ബന്ദർ റോഡിലെ ഫുട്പാത്തിൽ ആരെയോ പ്രതീക്ഷിച്ച് നില്ക്കുകയായിരുന്നു. റോഡിലൂടെ വാഹനങ്ങൾ തുളുമ്പി ഒഴുകുന്നുണ്ട്. പെട്ടെന്ന് ചെവിക്കല്ല് പൊട്ടും വിധമുള്ള ബ്രേക്കിന്റെ ഞരക്കം കേട്ടയാൾ തിരിഞ്ഞുനോക്കി. അമിതഭാരം കയറ്റിയ ഒരു ട്രക്ക്, അതിന്റെ മുന്നിലെ വലതുചക്രത്തിന് തൊട്ടുതൊട്ടില്ലെന്ന നിലയിൽ ഭയന്ന് വിറച്ച് നിലവിളിക്കുന്ന കറുത്തുണങ്ങിയ നഗ്നനായ ഒരു ചെക്കൻ! നാലഞ്ചു വയസ്സുണ്ടാവും. ഫുട്പാത്തിലെ മറ്റു പിള്ളേരും ഒച്ചവയ്ക്കാൻ തുടങ്ങി. ട്രക്കിനു പുറകിലെ വണ്ടികളെല്ലാം ഹോണടിച്ചു അവരുടെ തിരക്കറിയിച്ചു. സർജു ഒരു ബാണംപോലെ കുതിച്ചെത്തി ആ ചെക്കനെ കോരിയെടുത്തു. പിന്നെ ദാഢീക്കാരൻ ഡ്രൈവറെ നോക്കി അലറി – “ഭേം ചൊദ്.... കണ്ണില്ലേടാ നിനക്ക്?” തെറ്റൊന്നും ഡ്രൈവറുടെ ഭാഗത്തില്ലായിരുന്നു. മറിച്ച് വേണ്ട സമയത്ത് ബ്രേക്ക് ചവുട്ടി ഒരു ജീവനെ രക്ഷിക്കുകയാണയാൾ ചെയ്തത്. ആ ധൈര്യത്തിൽ അയാളും വിട്ടുകൊടുക്കാൻ തയ്യാറായില്ല. ട്രക്കിന്റെ ചെറിയ ജനാലയിലൂടെ തല പുറത്തിട്ട് സർജുവിനെ നോക്കി അയാൾ വിളിച്ചുപറഞ്ഞു: “മാദർ ചോത്[1].... കുട്ടികളെ വളർത്തേണ്ടത് വീട്ടിലാണ്.... റോഡിലല്ല.... ബെവട[2]... എന്നിട്ടയാൾ നീണ്ട ഒരു ഹോണടിച്ച് വണ്ടി ഓടിച്ചു പോയി. അപ്പോഴേക്കും കുട്ടിയുടെ തന്തയും തള്ളയും നെഞ്ചത്തടിച്ച് നിലവിളിച്ച് ഓടിയെത്തി. സർജു കുട്ടിയെ അവരെ ഏല്പിച്ചിട്ട് ഒരു ഉപദേശവും കൊടുത്തു. “ഉണ്ടാക്കിയാ മാത്രം പോരാ... വളർത്താനും പഠിക്കണം....”

ദാദുമിയ ജോലി കഴിഞ്ഞ് വരുന്നതുകണ്ട് സർജു അയാളെ കൈകൊട്ടി വിളിച്ചു. അയാൾ അടുത്തെത്തിയപ്പോൾ ഫുട്പാത്തിൽ കളിച്ചു

---

1. *തെറി വാക്ക്*
2. *കുടിയൻ*

കൊണ്ടിരിക്കുന്ന കുട്ടികളെ ചൂണ്ടി പറഞ്ഞു: "ഇതിലൊന്ന് ഇപ്പൊ തീരുമായിരുന്നു... ട്രക്കിനടിയിൽ..."

"ട്രാഫിക്ക് വളരെ കൂടീട്ടുണ്ട്."

"ട്രാഫിക്കല്ല പ്രശ്നം, ദാദുമിയ... അത് മുമ്പും ഉണ്ടായിരുന്നു... അന്ന് പിള്ളേർക്ക് ഫുട്പാത്തിലും റോഡിലും കളിക്കേണ്ടി വന്നിട്ടില്ല. കളിക്കാൻ ധാരാളം സ്ഥലമുണ്ടായിരുന്നു. ഇന്നതുണ്ടോ? എല്ലാം ഝോപ്പടികൾ കൈയടക്കിയില്ലേ?..."

ബാന്ദ്രയിലെ മസ്ജിദിന്റെ മിന്നാരങ്ങളിൽ തിളങ്ങുന്ന നിറമുള്ള ലൈറ്റുകൾ കണ്ട് ദാദുമിയ പറഞ്ഞു:

"നമ്മുടെ ത്യോഹാർ[1] അടുത്തു."

അതുകേട്ട് സർജു പള്ളിയിലേക്ക് നോക്കി ഒരുനിമിഷം കഴിഞ്ഞ് ചോദിച്ചു:

"ദാദുമിയ, ഈ മാഹിം ഖാടിയിൽ എന്താ ഒരു മന്ദിറി[2]ല്ലാത്തെ?"

"മന്ദിറോ?"

"അതെ, മന്ദിർ... ഹിന്ദുക്കൾ എവിടെ പോയി പ്രാർത്ഥിക്കും! ഇവിടെ മെഴുകുതിരി വയ്ക്കാൻ പള്ളിയുണ്ട്, നിങ്ങൾക്ക് മസ്ജിദും.... ഒരു ഹിന്ദു ദൈവം ഇവിടെങ്ങാനുമുണ്ടോ?"

ദാദു ഒന്നും മിണ്ടിയില്ല. സർജുവിനെ അയാൾക്കറിയാം. ബുഡ്ഡാ[3] എപ്പോഴും അങ്ങനെയാണ്.... ആരും കാണാത്തതയാൾ കാണും... ആരും പറയാത്തതയാൾ പറയും. വേഷവും അതുപോലെതന്നെ. ഒരു കോളിയുടെ പരമ്പരാഗതമായ വേഷം. മീൻ പിടിക്കാൻ പോകുമ്പോഴുള്ള ലങ്കോട്ടിയും തൊപ്പിയും. ചിലപ്പോഴൊക്കെ ഒരു പൈപ്പ് വായിൽ കാണാം. ഇപ്പോഴും പുകയിലൂടെയാണ് ദൈവങ്ങളെപ്പറ്റിയുള്ള വാക്കുകൾ പുറത്തുവരുന്നത്.

"ദാദു... ദൈവങ്ങളൊന്നും ഇല്ലായിരുന്നെങ്കിൽ എത്ര നന്നായിരുന്നു.... ഈ ദുനിയ എന്നേ നന്നാവുമായിരുന്നു. ഈ മന്ദിറും മസ്ജിദും പള്ളിയുമൊക്കെ കെട്ടിയതുകൊണ്ടല്ലേ, അവിടെയൊക്കെ കയറേണ്ടിവരുന്നത്.... അതൊന്നുമില്ലെങ്കിലോ?"

"നീ എന്താണ് പറയുന്നത് സർജു?"

"എന്താണെന്നോ?... ഞാനാലോചിക്കുകയായിരുന്നു.... ദൈവങ്ങൾക്കെന്തിനാ ഈ വലിയ മന്ദിരങ്ങൾ.... മിന്നാരങ്ങൾ, വലിയ വാതിലുകൾ.... ആയിരം വിളക്കുകൾ... അവർക്കും ഝോപ്പടികൾ പോരെ? നമ്മൾ ഝോപ്പടി വാസികൾ – നമ്മുടെ ദൈവങ്ങളും ഝോപ്പടികളിൽ... എന്താ ശരിയല്ലേ? ദാദു, ഒന്നാലോചിച്ച് നോക്ക്, ദൈവങ്ങളുടെ ഝോപ്പടികൾ! യേശുവിന്റെ ഝോപ്പടി, മൊഹമ്മദിന്റെ ഝോപ്പടി, പിന്നെ നമ്മുടെ ശിവന്റെ ഝോപ്പടി."

പൈപ്പിൽ നിന്ന് പുക ആഞ്ഞുവലിച്ചിട്ട് സർജു തന്റെ സങ്കല്പത്തെ ഓർത്ത് ഉറക്കെ ചിരിക്കാൻ തുടങ്ങി. അകത്തു കടന്ന പുക പുറത്തു കടക്കാനാവാതെ ഉള്ളിൽ കുടുങ്ങിനിന്നു. സർജു ചുമച്ച് ചുമച്ച് വശംകെട്ടു.

1. *ഉത്സവം*
2. *അമ്പലം*
3. *കിഴവൻ*

പിന്നെ ശ്വാസം വീണ്ടെടുത്ത് വിക്കിവിക്കി പറയാൻ തുടങ്ങി:

"ഞാനൊരു സത്യം പറയട്ടേ ദാദുമിയ... ഈ മാഹിം ഖാടിയിൽ മനുഷ്യരായി രണ്ടുപേരെയേ ഞാൻ കണ്ടൊള്ളൂ.... ഒന്നു നിങ്ങളും മറ്റേയാൾ ഗംഗയും. ബാക്കിയെല്ലാം മനുഷ്യവേഷങ്ങളാണ്. പാമ്പ്, മുതല, കഴുകൻ, നരി ഇവയൊക്കെയാണുള്ളിൽ. ഒന്നിനേയും വിശ്വസിക്കാൻ കൊള്ളൂല്ല...." അല്പസമയം കഴിഞ്ഞയാൾ തുടർന്നു: "അരേ ദാദു, ഈ കാണുന്ന ഝോപ്പടപ്പെട്ടി ഉണ്ടായിട്ട് പത്തു പന്ത്രണ്ടു കൊല്ലങ്ങളായി കാണും.... അതിനുമുമ്പ് ഇവിടെ ഈ ഖാടിയും ഘോട്ട്ബന്ദർ റോഡും പിന്നെ ആ റെയിൽവേ ലൈനും മാത്രമായിരുന്നു. എന്റെ മുമ്പിലൂടെയാണ് നിങ്ങളൊക്കെ ഇവിടെ ചേക്കേറിയത്. ഓരോരുത്തരേയും എനിക്കറിയാം... ഓരോ ഝോപ്പടിയിലും എന്തൊക്കെയാണ് നടക്കുന്നതെന്നും എനിക്കറിയാം.... ആ കാശീറാം – അവനിപ്പൊ ഉറക്കം മൈനയോടൊപ്പമാണ്, അവന്റെ ഭാര്യ യേസുവിന്റെ ബഹൻ... ആ ലങ്കട കിസന്റെ അസുരവിത്ത് ഭിക്ക – അവൻ താമസിയാതെ ജയിലിലാവും. അതാണ് അവന്റെ കൈയിലിരിപ്പ് – ആ പൈപ്പ് ലൈനിലെ ഗ്യാങ് – തന്തയ്ക്ക് പെറക്കാത്തവന്മാരാണ്.... തള്ളേം പെങ്ങളേം വരെ തരം കിട്ടിയാൽ കീഴടക്കും.... ഞാൻ കുടിക്കും, പക്ഷേ, ആരേം ചതിക്കില്ല... കുടിച്ച് നടക്കുന്നെങ്കിലും എല്ലാവരുടെയും മേൽ എന്റെ ഒരു കണ്ണുണ്ട്.... ങാ, പിന്നെ നിന്റെ വീട്ടിലൊരുത്തിയുണ്ടല്ലോ.... എന്താ അവളുടെ പേര് ഫാഷനോ... രോഷനോ അതിനെ സൂക്ഷിച്ചോ..."

"എന്തിന്!"

"അവളോടുതന്നെ ചോദിക്ക്... ആ ലങ്കടയുടെ ലട്കി വിജയയാണ് കൂട്ട്.... അവള് ശരിയല്ല.... ശ്രദ്ധിച്ചില്ലെങ്കിൽ നാളെ ഇവളും ചുണ്ടും ചുവപ്പിച്ച് റെയിൽവേ യാർഡിൽ നില്ക്കുന്നത് കാണേണ്ടിവരും."

"സർജു" ദാദു ദയനീയമായ സ്വരത്തിൽ വിളിച്ചു.

"നോക്ക് ദാദു... ഞാൻ കുടിക്കും.... പക്ഷേ... ഇല്ലാത്തത് പറയില്ല.

ദാദു ഝോപ്പടിയിലേക്ക് നടന്നു. സർജു ഖാടിയിലേക്കും, പിന്നെ അകലത്തെ കടലിലേക്ക് നോക്കിനിന്നു.

ആ വർഷത്തെ നാരിയൽ പൂർണ്ണിമ കഴിഞ്ഞതേയുള്ളൂ. കടൽ ശാന്തമാണ്. കടലമ്മയുടെ മക്കളായ കോളികളുടെ ഉത്സവമാണ് നാരിയൽ പൂർണ്ണിമ. മഴക്കാലം അവസാനിക്കാറാവുമ്പോഴാണിത്. ആ ദിവസം അവർ നാരിയൽ[1], പുഷ്പങ്ങൾ തുടങ്ങിയവ കടലമ്മയ്ക്ക് സമർപ്പിക്കും. മഴക്കാലത്ത് കടലിൽ പോകാതിരുന്ന കോളികൾ നാരിയൽ പൂർണ്ണിമ കഴിഞ്ഞാലുടൻ വീണ്ടും കടലിലിറങ്ങും. പുതിയ ഉന്മേഷത്തോടെ, പുതിയ ആവേശത്തോടെ–

പുതിയ വസ്ത്രങ്ങളും സ്വർണ്ണാഭരണങ്ങളും തലനിറയെ പൂവുമണിഞ്ഞ് പൂജയ്ക്ക് തയ്യാറായി തീരത്തെത്തുന്ന കോളി തരുണിമാർ – അവരുടെ പാട്ടുകൾ – കോളിനൃത്തം... എല്ലാം ഒരു ഓർമ്മ മാത്രമായി മാറിയിരിക്കുന്നു. ഒരു വലിയ തേങ്ങൽ സർജുവിന്റെ ഉള്ളിൽ രൂപംകൊണ്ടു.

---

1. *നാളികേരം*

പതിനഞ്ച്

യേസു ഓരോ വർഷവും മുടങ്ങാതെ പ്രസവിക്കുമായിരുന്നു. ഓരോ പ്രസവം കഴിയുംതോറും അവൾ ശാരീരികമായും മാനസികമായും തളർന്നുകൊണ്ടിരുന്നു. ഈ പ്രസവത്തോടെ അവൾ തീരെ കിടപ്പിലായി. മാസങ്ങൾ കഴിഞ്ഞിട്ടും അവളുടെ അവസ്ഥയ്ക്ക് ഒരു മാറ്റവുമുണ്ടായില്ല. കാശീറാം മിക്കവാറും ധാരാവിയിൽ മൈനയ്ക്കരുകിൽ തന്നെ. വല്ലപ്പോഴും വീട്ടിൽവരും. അല്പനേരം യേസുവിനെ നോക്കിനില്ക്കും. പിന്നെ, വാസുവിന്റെ കൈയിൽ എട്ടണയുടെ ഒരു തുട്ട് വച്ചുകൊടുത്തിട്ട് അവിടെ നിന്നിറങ്ങും. അതുകണ്ട് യേസു മനസ്സിൽ പറയും – "ദുഷ്ടൻ."

കാശീറാമിന്റെ തള്ള മാഹിം സ്റ്റേഷനടുത്തുള്ള സിന്ധി കോളനിയിൽ വീട്ടുജോലിക്കായി രാവിലെയിറങ്ങും. മടങ്ങിവരുമ്പോൾ കൈയിലൊരു പൊതിയുമുണ്ടാവും. ചപ്പാത്തി, പൂരി, പറോട്ട, മീൻ, മട്ടൻകറികൾ, പുലാവ് എന്നിങ്ങനെ പല ഭക്ഷണ സാധനങ്ങളും ആ ഒരു പൊതിയിലുണ്ടാവും. ജോലിചെയ്യുന്ന വീടുകളിൽ മിച്ചംവരുന്നതാണിവയെല്ലാം.

ഇന്ന് കാശീറാം ഝോപ്പടിയിലെത്തിയപ്പോൾ അകത്ത് ഗംഗാ യേസുവിന്റെ കാലുകൾ തിരുമ്മുകയായിരുന്നു. സക്കീന കഷായംപോലെ എന്തോ ഒന്ന് അവളെ കുടിപ്പിക്കാൻ ശ്രമിക്കുന്നു. അവരുടെ ശ്രദ്ധയിൽപ്പെടാതെ അയാൾ പുറത്തുതന്നെ നിന്നു. യേസു എന്തോ പുലമ്പുന്നുണ്ട്. ഗംഗാ അവളെ ആശ്വസിപ്പിക്കാൻ ശ്രമിക്കുകയാണ്.

"യേസു ബായി നീ ഇങ്ങനെ കരയാതെ... നമ്മൾ പെണ്ണുങ്ങൾക്ക് പലതും കാണേണ്ടിവരും... കേൾക്കേണ്ടിവരും... പിള്ളേരെ ഓർത്ത് അതൊക്കെ സഹിച്ചേ പറ്റൂ... അവർക്കായി ജീവിച്ചേ പറ്റൂ." അല്പം വിരാമമിട്ട് ഗംഗാ തുടർന്നു. "എന്റെ കാര്യം നോക്ക്... ആദ്യമൊക്കെ അയാൾ നല്ല സ്നേഹം കാണിച്ചിരുന്നു. വിജയയും പിന്നാലെ ഭിക്കയും വന്ന

തോടെ സ്നേഹം തീർന്നു. എന്നിട്ടും രണ്ടു പെറ്റു.... പിന്നീടാണ് ഫാക്ടറിയിൽ വച്ച് അയാളുടെ കാലുപോയത്. അതോടെ അയാളാകെ മാറി... കുടി, വലി, ബായി[1] എല്ലാം തുടങ്ങി. ഇതിനെല്ലാം കാരണം ഞാനാണെന്നാണ് വാദം.... അടിയും ചവിട്ടും കിട്ടാത്ത ദിവസമില്ലായിരുന്നു. പിള്ളേരല്പം തലയെടുത്തതോടെ അതല്പം കുറഞ്ഞു... എല്ലാം സഹിച്ചു....

കുട്ടികളെ ഓർത്ത്.... അവരെയും നേരെ വളർത്താൻ പോലും സമ്മതിച്ചില്ല... അവർ ചെയ്ത തെറ്റുകളാണ് ശരിയെന്നു പറഞ്ഞ് അവരുടെ ഭാഗത്ത് നില്ക്കും.... പിള്ളേർക്ക് സ്നേഹം തന്തയോടായി.... ഞാനവരുടെ ശത്രു.... എന്റെ വിജയ... നല്ല സ്വഭാവമായിരുന്നു അവൾക്ക്... ഇപ്പോ...." ഗംഗാ വിതുമ്പി. വാക്കുകൾ വരാതായി. അല്പം കഴിഞ്ഞവൾ പറഞ്ഞു. "ഇതെല്ലാം ഞാൻ സഹിക്കുന്നില്ലേ.... ഇനിയും പറക്കമുറ്റാത്ത രണ്ടെണ്ണമുണ്ടല്ലോയെന്നോർത്തിട്ട്.... അവരെയെങ്കിലും രക്ഷപ്പെടുത്തണം.... ഝോപ്പടപ്പെട്ടിയിലെ കുട്ടികൾക്ക് സ്കൂളും മാസ്റ്ററുമൊക്കെ എന്താണെന്നുപോലും അറിയില്ല.... അതൊന്നും അവർക്ക് വിധിച്ചിട്ടില്ല.... എല്ലാം നായ്ക്കളെപ്പോലെതന്നെ വളരും.... പിന്നെ കള്ളുംകുടിച്ച് പെണ്ണും പിടിച്ച് മോഷണവും അടിപിടിയുമായൊക്കെ ജയിലിലെത്തും. എല്ലാം സഹിക്കയല്ലാതെ നമുക്കെന്തു ചെയ്യാനാവും..."

യേസുവിനെ ആശ്വസിപ്പിക്കാനായിട്ടാണ് ഗംഗാ തന്റെ മനസ്സിന്റെ ഷട്ടർ തുറന്നതെങ്കിലും ആ പ്രവാഹത്തിലൂടെ അവൾ സ്വയം ഒഴുകിപ്പോവുകയായിരുന്നു. ഗംഗയും സക്കീനയും അടുത്തുള്ളതുതന്നെ യേസുവിന് വലിയ ആശ്വാസം പകർന്നിരുന്നു. സ്കൂൾ, മാസ്റ്റർ എന്നൊക്കെ ഗംഗാ പറയുന്നതു കേട്ടപ്പോൾ യേസുവിന് ഒരു ഉന്മേഷം കൈവന്ന പോലെ അനുഭവപ്പെട്ടു. അവൾ കണ്ണുകൾ തുടച്ച് ഇരുവരേയും മാറി മാറി നോക്കി. പിന്നെ പതിയെ പറയാൻ തുടങ്ങി.

"ഗംഗാ ബായി, സക്കീന.... നിങ്ങളെനിക്ക് സഹോദരങ്ങളെപ്പോലെയാണ്.... നമ്മുടെ കുട്ടികൾക്ക് സ്കൂളിന്റെ വരാന്ത കയറാനുള്ള ഭാഗ്യമുണ്ടാവുമോ.... മാസ്റ്ററിന്റെ ശബ്ദം കേൾക്കാനാവുമോ... പൈപ്പ് ലൈനിലെ മാവാലികളെ ഓർക്കുമ്പൊ ഇവരും നാളെ അതുപോലെയായി തീരുമോയെന്നൊരു ഭയം... ഇതൊക്കെ ഓർത്ത് ഉറക്കമില്ല...."

കുട്ടികളെ ഓർത്തുള്ള ആശങ്ക ഗംഗയ്ക്കും ഉള്ളതാണ്. എന്നാൽ അങ്ങനെ ഒരു ചിന്തയും സക്കീനയെ അലട്ടുന്നുണ്ടായിരുന്നില്ല. അല്പം ആലോചിച്ച് ഗംഗാ പറഞ്ഞു:

"യേസു, നീ വിഷമിക്കാതെ.... പിള്ളേരെയെല്ലാം സ്കൂളിൽ അയയ്ക്കണമെന്ന് എനിക്കും തോന്നീട്ടുണ്ട്.... പക്ഷേ, ഝോപ്പടിയിലെ പിള്ളേരെ ഏതു സ്കൂളുകാരെടുക്കും?"

സക്കീന പറഞ്ഞു.

---

1. *പെണ്ണ്*

"മസ്ജിദിനടുത്തുള്ള മദരസ[1]യിൽ അബ്ബാസിനെ അയക്കണമെന്ന് അവന്റെ അബ്ബ പറയുന്നതു കേട്ടു..."

"എന്തെങ്കിലും ഉടനെ ചെയ്യണം.... എന്നാലേ എനിക്ക് സമാധാനത്തോടെ ചാവാൻ കഴിയൂ..." യേസു പറഞ്ഞു.

"യേസു അതോർത്ത് നീ വിഷമിക്കണ്ട... ഞാനൊരു വഴി കണ്ടിട്ടുണ്ട്... സർജു ദാദ... അയാൾക്ക് മാഹിമിലും ബാന്ദ്രായിലുമൊക്കെ പരിചയക്കാരുണ്ട്.... നമുക്കയാളോട് പറഞ്ഞുനോക്കാം...." ഗംഗാ പറഞ്ഞു.

"ശരിയാണ്.... സർജു ദാദ എന്തെങ്കിലും മാർഗ്ഗം കാണും...."

സക്കീനയും പറഞ്ഞു. പിന്നെ യേസുവിനോടായി പറഞ്ഞു:

"യേസു ബായി, ഇനി സമാധാനത്തോടെ ഈ മരുന്ന് കുടിക്ക്... വാസു സ്കൂളിൽ പോണത് കാണണ്ടേ?"

യേസു മരുന്ന് കുടിച്ചിട്ട് വീണ്ടും കിടന്നു.

ഉടനെ വാസുവിന്റെ വിളികേട്ടു.

"ബാബ[2] വന്നു... ബാബ വന്നു...."

കാശീറാം അകത്തു കടന്നതും ചാരായത്തിന്റെ ചൂര് ഝോപ്പടിയാകെ പരന്നു. ഗംഗയും സക്കീനയും സാരിത്തുമ്പുകൊണ്ട് മൂക്ക് പൊത്തി, പിന്നെ പോകാനായി എണീറ്റു. വാസു സന്തോഷത്തോടെ ബാബയുടെ കൈയിൽ പിടിച്ച് നിന്നു. യേസുവിന്റെ അടുത്തുള്ള മരുന്നു കുപ്പി നോക്കി കാശീറാം പുച്ഛത്തോടെ പറഞ്ഞു:

"ഇതു കുടിച്ചാലൊന്നും ഇവള് രക്ഷപ്പെടൂല... കുഞ്ഞ് ചത്തു.... ഇനി ഇവൾക്കും ചത്തൂടെ..." അതും പറഞ്ഞിട്ടയാൾ ആ മരുന്നുകുപ്പിയെ കാലുകൊണ്ട് തട്ടിത്തെറുപ്പിച്ചു.

യേസു കിടന്ന കിടപ്പിൽ തന്നെ പറഞ്ഞു:

"ഞാൻ ചാവണം ഈ ദുഷ്ടന്.... അവളെ കൊണ്ടുവരാൻ..."

"അവളാരാടീ... നിന്റെ തന്നെ ബഹന[3]ല്ലേ.... ഇവിടെ കൊണ്ടുവന്നാലെന്താ തെറ്റ്..."

"അതിനു മുമ്പേ എന്നേയും ചെക്കനേയും ഖാടിയിൽ കൊണ്ടിട്... ഞങ്ങളെ കൊന്നിട്ടു മതി പുതിയ പൊറുതി..."

യേസുവിന്റെ എതിർപ്പ് കാശീറാമിനെ ചൊടിപ്പിച്ചു. അയാൾ കാലുകൊണ്ട് ബലമായവളെ ചവുട്ടി. കഴുത്തൊടിഞ്ഞ കോഴിയെപ്പോലെ യേസു കിടന്നുപിടച്ചു. പിന്നേയും ചവുട്ടാൻ തുടങ്ങവെ ഗംഗയും സക്കീനയും ഓടിച്ചെന്ന് അയാളെ തടയാൻ ശ്രമിച്ചു. വാസുവും ബാബയുടെ കൈപിടിച്ച് വലിച്ച് നിലവിളിക്കാൻ തുടങ്ങി. വാസുവിനെ തട്ടിത്തെറിപ്പിച്ച് കാശീറാം ഉറക്കെ വിളിച്ചു പറഞ്ഞു.

"ഇവൾ ചാവണം.... പെറ്റിട്ട് നാലഞ്ചു മാസമായിട്ടും എണീക്കാൻ

---

1. *മുസ്ലിം വേദപാഠശാല*
2. *അച്ഛൻ*
3. *സഹോദരി*

മടി.... മൈനയെ ഇന്നുതന്നെ കൊണ്ടുവരും ഇവളെന്തു ചെയ്യുമെന്ന് നോക്കട്ടെ..."

ഈ നേരത്താണ് കാശീറാമിന്റെ തള്ള ജോലി കഴിഞ്ഞെത്തിയത്. വാസു കരഞ്ഞുകൊണ്ട് തള്ളയുടെ അടുത്തേക്ക് ഓടിച്ചെന്നു. കൈയിലെ പൊതി അവനെ ഏല്പിച്ചിട്ട് തള്ള യേസുവിന്റെ സമീപത്തെത്തി കുത്തിയിരുന്നു. പൊതി ഒരിടത്ത് വച്ചിട്ട് വാസുവും അവരുടെ അടുത്തെത്തി. ആരും ഒന്നും പറയാതെ തന്നെ തള്ള എല്ലാം മനസ്സിലാക്കി. കാശീറാമിനെ നോക്കി അവർ ഗർജ്ജിച്ചു: "ചണ്ടാളാ, ഇഞ്ചിഞ്ചായി കൊല്ലാതെ അവളെ ഒരടിക്ക് കൊല്ല്... അല്ലെങ്കിലും അധികം നാളവൾക്കില്ല..." തള്ള വാത്സല്യത്തോടെ യേസുവിന്റെ മുഖത്ത് തലോടി പറഞ്ഞു: "ബേട്ടീ[1]... ഇതെല്ലാം സഹിക്കാൻ എന്തു പാപമാണ് നീ ചെയ്തത്...."

ഈ ബഹളത്തിനിടയിൽ സക്കീന ഝോപ്പടിയിലെത്തി ദാദുവിനെ ഇവിടേക്ക് പറഞ്ഞയച്ചിരുന്നു. ദാദു കാശീറാമിന്റെ കൈപിടിച്ച് പുറത്തേക്ക് കൊണ്ടുപോയി. ഗംഗ ഓടിച്ചെന്ന് യേസുവിന് കിട്ടിയ തൊഴിയുടെ ആഘാതം പരിശോധിച്ചു.

തള്ള വാസുവിനായി കൊണ്ടുവന്ന പൊതി താനെ പാതിതുറന്ന് ആരെയോ പ്രതീക്ഷിച്ചിരുന്നു. ഈച്ചകൾ കൂട്ടമായി അതിനുമുകളിൽ പാറിപ്പറന്നു. വിശന്നു തളർന്ന വാസു അതിൽ നോക്കി തള്ളയോടുരുമ്മിയിരുന്നു. ആരും അവനോട് അത് തിന്നാനായി പറഞ്ഞില്ല. അവനത് തിന്നണമെന്ന് തോന്നിയതുമില്ല.

1. *മോളേ*

പതിനാറ്

"ദാദുമിയ ഇന്നു രാത്രിതന്നെ ഞാൻ മൈനയെ കൊണ്ടുവരും.... നാലഞ്ച് മാസമായി യേസു ഈ കിടപ്പു തുടങ്ങീട്ട്... ഞാനൊരാണാണ്.... ഒരു പെണ്ണില്ലാതെ എനിക്ക് പറ്റൂല.... ഞാൻ ഡീസന്റായതുകൊണ്ട് ഫോറസ് റോഡിൽ പോണില്ല... രണ്ടു രൂപ ഇല്ലാഞ്ഞിട്ടല്ല."

ദാദുമിയ ഒന്നും പറയാതെ കാശീറാം പുലമ്പുന്നത് വെറുതെ കേട്ടിരുന്നു. അല്പം കഴിഞ്ഞ് കാശീറാം വീണ്ടും സ്വരം താഴ്ത്തി പറഞ്ഞു തുടങ്ങി:

"ദാദുമിയ, മൈനയ്ക്ക് എന്നെ ഇഷ്ടമാണ്... എന്നും പറയും ഇങ്ങോട്ട് കൊണ്ടുപോരാൻ.... വാസുവിന്റെ ചെറിയമ്മയായിട്ട്...."

യേസുവിനല്പം ആശ്വാസം കിട്ടാനും കാശീറാമിന് അല്പം നല്ല ബുദ്ധി പറഞ്ഞുകൊടുക്കാനുമായിട്ടാണ് ദാദുമിയ അയാളെ തന്റെ ഝോപ്പടിയിലേക്ക് കൂട്ടിക്കൊണ്ടു വന്നത്. കാശീറാമാണെങ്കിൽ വാതോരാതെ സംസാരിക്കുകയാണ്. ദാദു ഇടയ്ക്കിടെ അകത്തേക്ക് നോക്കി, സക്കീനയോ രോഷനോ അവരുടെ സംസാരം ശ്രദ്ധിക്കുന്നുണ്ടോയെന്നറിയാൻ. വീട്ടിലെ സ്ത്രീകൾ കേൾക്കാൻ പാടില്ലാത്ത വാക്കുകളാണ് കാശീറാമിന്റെ വായിൽനിന്ന് വരുന്നത്. ഇടയ്ക്ക് ദാദുമിയ പറഞ്ഞു:

"കാശീ നിർത്ത്.... ഇനി ഞാൻ പറയുന്നത് കേൾക്ക്"

എന്നിട്ട് സ്വരം താഴ്ത്തി പറഞ്ഞു:

"മൈനയ്ക്ക് നിന്നെ ഇഷ്ടമാണെന്നല്ലേ പറഞ്ഞത്?"

"എന്നെ ജീവനാണ്."

"അതിന് ഇവിടെ കൊണ്ടുവരണോ?"

"യേസു സ്വന്തം ബഹനല്ലേ... ഒപ്പം കഴിഞ്ഞോട്ടേ...."

"കാശീറാം... ഒരു ഝോപ്പടിയിൽ രണ്ടു കെട്ട്യോള് പറ്റൂല.... നിന്റെ

തള്ളയും അത് സമ്മതീക്കൂല...."

"അത് സാരമില്ല... തള്ളയെ ഞാൻ ശരിയാക്കിക്കൊള്ളാം...."

"കാശീ, നീ ഒന്ന് ആലോചിക്ക്.... നിന്റെ കെട്ട്യോള് യേസു, മോൻ വാസു... ഇവർക്ക് ഒരുനേരം അന്നം കൊടുക്കുന്നതാര്? നീ വല്ലതും കൊടുക്കുന്നുണ്ടോ? നിന്റെ തള്ളയല്ലേ അവരെ നോക്കുന്നത്?... അവരെ നീ ശെരിയാക്കാൻ പോവ്വാ?..."

"ഇനി ഞാൻ പറയുന്നത് കേൾക്ക്... മൈനയെ ഇവിടെ കൊണ്ടുവരരുത്... നിനക്ക് വേണ്ടപ്പോ അവിടെ പോ...."

"അത് പറ്റൂല.... ധാരാവിയിലെ ഒരു ദാദയ്ക്ക് അവളോട് ഇഷ്കാ[1]ണ്.... അവിടെങ്ങാനും എന്നെ കണ്ടാൽ കൊല്ലുമെന്ന് പറഞ്ഞിരിക്കയാണ്... എങ്ങനേം അവളെ ഇവിടെ കൊണ്ടുവരണം...."

കാശിയെ ഉപദേശിക്കുന്നതിൽ അർത്ഥമില്ലെന്ന് തോന്നിയെങ്കിലും ദാദുമിയ അവന്റെ തോളത്തു കൈവച്ചു പറഞ്ഞു:

"നോക്ക് കാശീ.... നീ നിന്റെ ഇഷ്ടംപോലെ ചെയ്യ്.... ഒന്നുമാത്രം പറയാം.... യേസുവിനെ ദേഹോപദ്രവം ചെയ്യരുത്... അവള് നിന്റെ കെട്ട്യോളാണ്, വാസുവിന് ജന്മം നല്കിയവളാണ്.... നീ ഇന്നവളെ ചവുട്ടി... അവളെന്തു തെറ്റാണ് ചെയ്തത്? പെറ്റ തള്ള, കെട്ട്യോള്, പിള്ളേര് ഇവരൊക്കെ നമ്മൾടെ ക്രൂരതകളൊക്കെ സഹിക്കും.... പക്ഷേ, നമുക്കൊരിക്കലും ഗുണമുണ്ടാവില്ല..."

ദാദുമിയ പറഞ്ഞതെല്ലാം കാശീറാം കേട്ടിരുന്നു. അല്പം കഴിഞ്ഞയാൾ പറഞ്ഞു.

"ദാദു തെറ്റുപറ്റി.... ഞാനവളോട് മാപ്പ് ചോദിക്കും." അത്രയും പറഞ്ഞിട്ടയാൾ തന്റെ ഝോപ്പടിയെ ലക്ഷ്യമാക്കി നടന്നു.

കാശീറാമിന്റെ ഝോപ്പടിക്കു മുമ്പിൽ വാസുവും അബ്ബാസും ഗോലി കളിക്കുകയായിരുന്നു. അയാൾ വരുന്നതുകണ്ട തള്ള വാതിലടച്ച് അകത്തുനിന്ന് കുറ്റിയിട്ടു. കാശീറാം വാതിലിൽ തട്ടി... തുറക്കുന്നില്ലെന്ന് കണ്ടപ്പോൾ ഒന്നുരണ്ടു പ്രാവശ്യം ചവുട്ടി. അതിനുശേഷം വാതുക്കൽ ചാരിയിരുന്നു, വാസു കളി നിർത്തി ബാബയുടെ അടുത്തേക്ക് ഓടിയെത്തി. കാശീറാം അവനെ മടിയിലിരുത്തി കെട്ടിപ്പുണർന്നു.

അബ്ബാസ് അതിശയിച്ച് എല്ലാം നോക്കിനിന്നു. പിന്നെ തന്റെ ഝോപ്പടിയിലെത്തി കയറ്റു കട്ടിലിൽ അബ്ബയുടെ അടുത്തുപോയിരുന്നു.

1. പ്രേമം

പതിനേഴ്

രത്തന്റെ മെലിഞ്ഞ കൈവിരലുകൾ എപ്പോഴും തലയിലെ ചെമ്പിച്ച മുടിയിഴകൾക്കിടയിലാണ്. ഗംഗാ അവളെ മുന്നിൽ പിടിച്ചിരുത്തി മുടിയിഴകൾ ചികഞ്ഞു നോക്കി. പേനുകളുടെ അയ്യരുകളി! അതു കണ്ടതും അവളുടെ കൈയിലെ പെരുവിരലുകൾ തരിച്ചു. പേനുകൾ നുള്ളിയെടുത്ത് വിരലുകൾക്കിടയിൽവച്ച് ഞെരിച്ചു കൊല്ലാൻ തുടങ്ങി. അല്പം കഴിഞ്ഞപ്പോൾ വിരലുകളുടെ നഖങ്ങൾ ചുവന്നു തുടങ്ങി. ഓരോ കൊല ചെയ്യുമ്പോളും അവൾ "ഇശ്...." എന്നൊരു ശബ്ദം പുറപ്പെടുവിച്ചു. രത്തൻ ചോദിച്ചു:

"മാ... ഈ ശബ്ദമെന്തിനാണ്?... ഇശ്...."

"പേനുകളെ കൊല്ലുമ്പൊ അതുവേണം.... അവറ്റെടെ ശാപം കിട്ടാതിരിക്കാൻ..."

അനങ്ങാതെയുള്ള ആ നീണ്ട ഇരുപ്പ് രത്തന് അസഹ്യമായി തോന്നി. അവൾ പറഞ്ഞു: "മാ... മതി..."

"അടങ്ങി ഇരുന്നോ... ഒന്നുമതി നാളെ തലനിറയാൻ..." എന്നിട്ടവൾ മോളെ ഉപദേശിക്കാൻ തുടങ്ങി.

"മോളേ... നീയും ചേച്ചിയെപ്പോലാവരുത്.... നിന്റെ കല്യാണം മാ നടത്തിത്തരും..."

പിന്നെ ഗംഗാ തന്നോടുതന്നെ പിറുപിറുത്തു. "ഇവൾക്ക് അവളെക്കാൾ ചന്തമുണ്ട്.... അതാണെന്റെ പേടി... പിള്ളേരെ പറഞ്ഞിട്ടെന്തു കാര്യം. ഈ ഝോപ്പടപ്പെട്ടിയുടെ ദോഷമാണ്.... ഇവിടെ കഴിയുവോളം ആരുടെ മാനത്തിനും വില കാണില്ല...."

അപ്പോഴേക്കും സർജു കോളി വാതുക്കലെത്തി ഒരു നിമിഷം ആ കാഴ്ച നോക്കിനിന്നു, എന്നിട്ട് ചോദിച്ചു:

"ഗംഗാ ബായി, കെട്ടിയവനകത്തുണ്ടോ?"

"ഇല്ല... നിങ്ങടെ ദോസ്ത്'ല്ലേ... എവിടെപ്പോയെന്നറിയില്ലേ....?"

"ഞാനവനെ കണ്ടിട്ട് നാളുകളായി.... പിന്നെ ഇവിടെ നടക്കുന്നതു വല്ലതും നിങ്ങളറിയുന്നുണ്ടോ?"

"എന്തോന്നു?"

"കാശീറാം മൈനയെ കുടിയിരുത്തി. ഒന്നില്ലെങ്കി മറ്റൊന്ന്..."

"പാവം യേസു...."

"പിന്നെ... നിന്റെ മോളെ നശിപ്പിച്ച, ആ പെയിന്റർ ശാമുവിനെ ഞാനിന്ന് ശരിയാക്കുന്നുണ്ട്...."

"സർജു ദാദാ, അവളുടെ കാര്യം ഓർക്കുമ്പൊ നെഞ്ച് നീറും... പല വട്ടം പറഞ്ഞു.... കാലുപിടിച്ചു തിരിയെവരാൻ..."

"നിന്റെ മുമ്പിലല്ലേ അവൾ വളർന്ന് വലുതായത്.... വഴിപിഴയ്ക്കുന്നത് അറിയണമായിരുന്നു.... ശാസിക്കണമായിരുന്നു..."

"എന്നാലും ഈ നീചപണിക്ക്.... എന്റെ വിധി.... അല്ലെങ്കിൽ ഈ നരകത്തിൽ വരേണ്ട കാര്യമെന്ത്?... കുടുംബത്തിൽ ജനിച്ചവളാണ് ഞാൻ...."

"ഗംഗാ ഇതൊന്നും ആരുടെയും കുറ്റമല്ല.... ഇവിടത്തെ മണ്ണിന്റെയും വെള്ളത്തിന്റെയും ദോഷമാണ്.... മോഷ്ടിച്ച വെള്ളമല്ലേ കുടിക്കുന്നത്?... ഇവിടെ വളർന്നാൽ ഈ പെണ്ണും ചേച്ചിയെപ്പോലെ റെയിൽവേ യാർഡിലെത്തും.... സൂക്ഷിച്ചോ..."

സർജു പതിവുപോലെ എല്ലാവരേയും അടക്കി വഴക്കു പറയാൻ തുടങ്ങി. ഗംഗാ അരിശം മുഴുവൻ പേനുകളോട് തീർത്തു.

സർജു തുടർന്നു:

"ഇനി ഒരു പെണ്ണിനേം ആ ശാമു നശിപ്പിക്കാൻ പാടില്ല... ഇന്നവനെ ഒരു പാഠം പഠിപ്പിക്കുന്നുണ്ട്... ഗംഗാ നീയൊരു സഹായം ചെയ്യ്... ഒരു കോഴിയെ കൊന്ന് കറിവച്ചു താ... അവന്മാർക്കു പാർട്ടി കൊടുക്കണം..."

"ആർക്ക്?"

"ആ തന്തയില്ലാത്തവനെ പഠിപ്പിക്കാൻ വരുന്ന സാറന്മാർക്ക്"

"ഇവിടെ കോഴിയൊന്നുമില്ല."

"ശരി, അത് ഞാൻ കൊണ്ടുവരാം.... ഫ്രോണ്ടിയർ മെയിൽ പോയ ഉടൻ ഞാൻ വരും.... കറി റെഡിയായിരിക്കണം."

"സർജു ദാദ... കുഴപ്പമൊന്നുമാവില്ലല്ലോ, അല്ലേ?"

"നിന്റെ മോളെ രക്ഷിക്കാൻ വേണ്ടിയാണ്.... എന്റെ മോളായിരുന്നെങ്കിൽ എന്നേ ഈ ഖാടിയിൽ വലിച്ചെറിഞ്ഞേനെ... ഇവളൊന്നും ജീവിച്ചിരിക്കാൻ പാടില്ല...."

"സർജു ദാദ, മോൾക്കൊരു കുഴപ്പവുമുണ്ടാവില്ലല്ലോ അല്ലേ?"

"നീ സമാധാനമായിരിക്ക്... അവനെ ശരിയാക്കീട്ട് മോളെ ഇവിടെ എത്തിക്കാം. പോരെ?"

---

1. കൂട്ടുകാരൻ

"അവനേയും കൂടുതൽ ഉപദ്രവിക്കണ്ടാ, കേട്ടോ..."

"എടി തായേ.... സതീ സാവിത്രീടെ മാതാജി.... നിന്റെ മോൾടെ മാനം കട്ടവനെ വകവരുത്താൻ പോവുമ്പോ... നീ പറയുന്നു അവന് തല്ലിനുപകരം ഉമ്മ കൊടുക്കാൻ... നിന്റെ കെട്ട്യോൻ ചെയ്യേണ്ടിയിരുന്നതാണ് ഞാൻ ചെയ്യുന്നത്...."

"സർജു ദാദ."

"ശാമു ഇന്ന് നിന്റെ ഒരു മോളെ ചതിച്ചു. നാളെ ഇവളെ ചതിക്കില്ലെന്ന് പറയാമോ.... വേറെയും പെമ്പിള്ളേർ ഈ ഝോപ്പടപ്പെട്ടിയിലുണ്ട്.... ഇനി ഒരു പെണ്ണിന്റെ മേൽ കൈവയ്ക്കും മുമ്പ് അവനെ ശരിയാക്കണം.... പിന്നെ നിന്നോട് പറയാൻ പാടില്ലാത്തതാണ്.... എന്നാലും പറയാം... നിന്റെ കെട്ട്യോനേയും വകവരുത്തുന്നുണ്ട്.... നിന്റെ മോൾ നശിച്ചതിന് അവനും ഉത്തരവാദിയാണ്...."

"സർജു ദാദാ"

"ഞാൻ പോണു.... ഫ്രോണ്ടിയർ മെയിൽ പോയാലുടൻ ഞാനെത്തും. കോഴി ഇപ്പോൾ കൊണ്ടുവരാം.... നല്ല എരിവ് ചേർത്തോ...." സർജു നടന്നു.

ഗംഗാ ഒന്നും മിണ്ടാതെ പേൻവധം തുടർന്നു. സർജു പറഞ്ഞതിൽ അവാസ്തവമായി എന്തെങ്കിലും ഉണ്ടോയെന്നവൾ ചിന്തിച്ചു. പെട്ടന്നയാൾ തിരിഞ്ഞുനിന്ന് ചോദിച്ചു:

"ദാദു പറയുന്നതുകേട്ടു... നീ പിള്ളേരെ സ്കൂളിൽ ചേർക്കാൻ ശ്രമിക്കയാണെന്ന്..."

"ശരിയാണ്... എന്തെങ്കിലും ചെയ്തില്ലെങ്കിൽ അവരും വഷളാവും.... പക്ഷേ, ഝോപ്പടപ്പെട്ടീലെ പിള്ളേരെ സ്കൂളിലെടുക്കുമോ?"

"നോക്കട്ടെ.... മാഹിമിലോ ബാന്ദ്രയിലോ കൊണ്ടുപോകേണ്ടിവരും...."

ഒരു കോളിഗാനം മൂളി സർജു നടന്നു.

പതിനെട്ട്

ഝോപ്പടപ്പെട്ടിക്കരികിലൂടെ പോകുന്ന ആ ഭീമൻ പൈപ്പ് ലൈനിൽ ശാമു അരയടി നീളത്തിലും രണ്ടര ഇഞ്ച് വണ്ണത്തിലുമുള്ള ഒരു പരസ്യം വെളുത്ത പെയിന്റ് കൊണ്ട് എഴുതുകയായിരുന്നു. പത്തു പന്ത്രണ്ട് വയസ്സ് തോന്നിക്കുന്ന ഒരു ചെക്കനും പെയിന്റ് ടബ്ബയും താങ്ങി സഹായിയായി അടുത്തുണ്ട്. മാഹിം ഗ്രൗണ്ടിൽ രണ്ടുദിവസം മുമ്പ് തുടങ്ങിയ ഒരു സർക്കസിന്റെ പരസ്യമാണത്. അവസാനത്തെ ഒന്നു രണ്ടക്ഷരങ്ങൾ ബാക്കിനില്ക്കെയാണ് അവന് ഒന്നു വലിക്കാനുള്ള കലശലായ മോഹമുണ്ടായത്. ബ്രഷ് ചെക്കനെ ഏല്പിച്ച് കൈതട്ടിക്കുടഞ്ഞ് ഷർട്ടിന്റെ കീശയിൽനിന്ന് ചാർമിനാറിന്റെ ഒരു സിഗരറ്റ് ചുണ്ടിൽ തിരുകി. പാന്റിന്റെ കീശയിൽനിന്ന് ലൈറ്ററെടുത്ത് സിഗരറ്റ് കത്തിച്ചു, പുക വലിച്ചെടുത്ത് അല്പം അകലം "ധക് ധക്" താളത്തിൽ ഓടുന്ന ലോക്കൽ ട്രെയിനിനെ നോക്കി പുക പുറത്തേക്ക് ഊതിവിട്ടു. പിന്നീട് വെള്ളമെടുക്കാൻ കൂടിനില്ക്കുന്ന പെണ്ണുങ്ങളെ നോക്കി. പെട്ടെന്നവന്റെ ഓർമ്മയിൽ തെളിഞ്ഞത് അന്നത്തെ സംഭവമായിരുന്നു. രോഷന്റെ ഘാഗ്രയാണ് അവൾക്ക് പണികൊടുത്തത്! അന്നവൾ മാഹിം ഖാടിയിൽ വന്നതേയുണ്ടായിരുന്നുള്ളൂ. എന്തൊരു ഭാവമായിരുന്നു അന്നവൾക്ക്. മറ്റു പെണ്ണുങ്ങൾക്കില്ലാത്ത എന്തോ ഒന്ന് അവൾക്കുണ്ടെന്ന ഭാവം. ആരുടേയും മുഖത്ത് നോക്കാതെ തറയിലെന്തോ തിരയുന്ന മട്ടിലുള്ള നടത്തം. വിസിലടിച്ച് തന്റേയും കൂട്ടുകാരുടെയും വിരലുകൾ മരവിച്ചിട്ടുണ്ട്. അങ്ങനെ എല്ലാവരേയും കൊതിപ്പിച്ചവൾ ഇന്ന് തന്റെ കൈയെത്തും ദൂരത്താണ്. ഇതുവരെ കൊണ്ടെത്തിച്ചതിന് നന്ദി പറയേണ്ടത് വിജയയോടാണ്.... അവരുടെ ദോസ്തിയാണ് അതിനു കാരണമായത്. അന്നത്തെ ആ കാഴ്ച... നഗ്നയായ രോഷൻ, ഒരു പിക്ചറിന്റെ ഇളക്കി മാറ്റാനാവാത്ത പോസ്റ്റർ പോലെ

ഇന്നും അത് മനസ്സിൽ ഒട്ടിചേർന്നിരിക്കുന്നുണ്ട്. കൊതിപ്പിച്ചുകൊണ്ട്, ഉത്തേജിപ്പിച്ചുകൊണ്ട്. രണ്ടുനാല് പിക്ചർ, നാലഞ്ച് കബാബ്, ഒരു സാരി, ഒരു വലിയ പൗഡർ ടിൻ ഇത്രയ്ക്കുമാണ് രോഷനുമായി അടുക്കാൻ ആകെ ചെലവാക്കേണ്ടിവന്നത്. ഇരുവരിൽ ആരാണ് കേമി? ശാമു വിജയയെയും രോഷനെയും വിലയിരുത്താനൊരു ശ്രമം നടത്തി. രണ്ടും നല്ല ചരക്കുകളാണ്. സംശയമില്ല. വിജയയെ അടുത്തറിയാം.... അറിഞ്ഞിട്ടുണ്ട്. പക്ഷേ, രോഷൻ ഇപ്പോൾ കൈയെത്തും ദൂരത്താണ്. ഈ പെമ്പിള്ളേർക്ക് ദൂരെനിന്ന് കാണുന്ന നിറമല്ല അടുത്തെത്തിയാൽ....

ശാമു പെട്ടെന്നാണ് ഓർത്തത്. ഇന്ന് വിജയ രോഷനൊപ്പം പാരഡൈസിൽ മാറ്റിനിക്ക് പോകുമെന്ന് പറഞ്ഞിട്ടുണ്ടായിരുന്നു. സന്ധ്യയോടെ മാഹിം ജങ്ഷനിലെത്തിയാൽ ഇരുവരേയും കാണാൻ കഴിയും.... പിന്നെ പതിവുപോലെ അടുത്തുള്ള മുസൽമാൻ ഹോട്ടലിൽ അവരെ കബാബ് തീറ്റിക്കണം. അതു കഴിയുമ്പോഴേക്കും ഇരുട്ട് പരന്നിട്ടുണ്ടാവും. അവിടന്ന് ഝോപ്പടപ്പെട്ടിയിലേക്കുള്ള മുട്ടിയുരുമ്മിയുള്ള നടത്തം. വഴിക്ക് വിജയ അവളുടെ ഝോപ്പടിയിലേക്ക് പോകുന്നു. പിന്നെ രോഷനും താനും മാത്രം ഇരുണ്ട വഴിയിലൂടെ... പൈപ്പ് ലൈനിന്റെ മറവിലെത്തിയാൽ ഇപ്രാവശ്യം അവളെ കെട്ടിപ്പുണരണം. കഴിഞ്ഞതവണ അണ്ണാനെപ്പോലെ ചിലച്ചുകൊണ്ടവൾ കുതറിമാറിക്കളഞ്ഞു. പരസ്യത്തിന്റെ ഈ പണിയില്ലായിരുന്നെങ്കിൽ ഇന്ന് അവരോടൊപ്പം പാരഡൈസിൽ ഇരിക്കാമായിരുന്നു.... ഇരുവർക്കും നടുവിലായി.... ആ സുന്ദര സ്വപ്നത്തെ തകർത്തത് സഹായിയായ ചെക്കന്റെ വിളിയായിരുന്നു.

“ശാമു ദാദാ, നിർത്താറായില്ലേ?”

“തീർന്നു....” അതും പറഞ്ഞവൻ ആ ചെക്കന്റെ കോമളമായ കൈത്തണ്ട് ഉഴിഞ്ഞ് അവന്റെ ചന്തിയിൽ അമർത്തി. ചെക്കൻ ചെറുതായൊന്ന് ചാടി.

ശാമു പരസ്യത്തിന്റെ അവസാനത്തെ അക്ഷരത്തിലൂടെ ബ്രഷ് ചലിപ്പിച്ചു. മാഹിം ഖാടിയിൽ ഇരുട്ടിറങ്ങാൻ തുടങ്ങി. ഒപ്പം കാറ്റിൽ ദുർഗ്ഗന്ധവുമെത്തി. സന്ധ്യക്കുള്ള കടൽക്കാറ്റ് ഖാടി കടന്നെത്തുമ്പോഴുള്ള ഗന്ധമാണത്. ബാന്ദ്ര പള്ളിയിലെ കുരിശ് ചുവന്ന് തെളിഞ്ഞു. ലോക്കൽ ട്രെയിനുകൾ കൊള്ളിയാനെപ്പോലെ പാഞ്ഞുകൊണ്ടിരുന്നു.

ഒരാൾ പൈപ്പ് ലൈനിനു താഴെ തന്റെ പെയിന്റിങ് നോക്കിനില്ക്കുന്ന കാര്യം യാദൃച്ഛികമായിട്ടാണ് ശാമുവിന്റെ ശ്രദ്ധയിൽപ്പെട്ടത്. കറുത്ത് തടിച്ച് പൊക്കം കുറഞ്ഞ ഒരാൾ. വരത്തനാണ്. മുമ്പെങ്ങും അയാളെ കണ്ടിട്ടില്ല. പരസ്യമെഴുതുമ്പോൾ ആൾക്കാർ നോക്കിനില്ക്കുന്നത് സാധാരണ കാഴ്ചയാണ്. പല സ്ഥലങ്ങളിലും അത്തരം ആളുകളെ ശാമു കണ്ടിട്ടുണ്ട്. മറ്റുള്ളവർ ചെയ്യുന്ന ജോലി വെറുതെ നോക്കിനില്ക്കുന്നതാണ് ഇക്കൂട്ടരുടെ ജോലി.

അയാൾ ശാമുവിനോട് ചോദിച്ചു:

“തീപ്പെട്ടിയുണ്ടോ?”

ശാമു അതു കേട്ടതായി ഭാവിച്ചില്ല. ജോലി തീർത്തിട്ട് മാഹിം ജങ്ഷനിൽ എത്താനുള്ള വ്യഗ്രതയിലായിരുന്നു അവൻ.

വരത്തൻ ശബ്ദമുയർത്തി വീണ്ടും ചോദിച്ചു:

"ഭായി, തീപ്പെട്ടിയുണ്ടോ?"

"ഇപ്പോ സമയമില്ല... മറ്റാരോടെങ്കിലും ചോദിക്ക്..."

"എന്താ?"

ആ ഉറച്ച ശബ്ദത്തിലെ ഭീഷണി തിരിച്ചറിഞ്ഞു ശാമു വരത്തനെ നോക്കി. ഒപ്പം ചെക്കനും. ശാമുവിനെ അയാൾ സൂക്ഷിച്ച് നോക്കുന്നുണ്ടായിരുന്നു. അയാളുടെ തോളിൽ ഒരു ട്രാൻസിസ്റ്റർ റേഡിയോ തൂക്കിയിട്ടുണ്ട്. മുടി പറ്റെ വെട്ടീട്ടുണ്ട്. നെറ്റിയുടെ ഒരു ഭാഗത്ത് രണ്ടിഞ്ചു നീളത്തിൽ ഒരു മുറിവിന്റെ പാട്, ചെറിയ കണ്ണുകൾ. കൈയിൽ വാച്ച് കെട്ടീട്ടുണ്ട്. ഹാഫ് പാന്റാണ് ധരിച്ചിട്ടുള്ളത്. രോമാവൃതമായ കണങ്കാൽ. ഒറ്റനോട്ടത്തിൽതന്നെ ശാമു ഊഹിച്ചു. ഇയാളൊരു സാധാരണക്കാരനല്ല. ഒരു ദാദയ്ക്കു വേണ്ട എല്ലാ ലക്ഷണങ്ങളും ഇയാൾക്കുണ്ട്. ശാമു പെട്ടെന്ന് ചാർമിനാറിന്റെ പാക്കറ്റും ലൈറ്ററും അയാൾക്കു നേരെ നീട്ടി. ലൈറ്ററെടുത്ത് സ്വന്തം കാപ്സ്റ്റൻ കത്തിച്ചശേഷം ലൈറ്റർ തിരികെ ഏല്പിച്ചിട്ട് ചോദിച്ചു:

"ഇവിടെ ഒരു ദാദുമിയ താമസിക്കുന്നുണ്ടോ?"

"ദാദുമിയ?" ശാമു ആലോചിച്ച് നില്ക്കെ സഹായിയായ ചെക്കൻ പറഞ്ഞു.

"രോഷന്റെ ചാച്ചയാവും."

"ങാ, വർളിയിൽ നിന്ന് വന്നയാളാണോ?"

"അതന്നെ... എവിടെ അയാളുടെ വീട്?"

"വീടോ? ഇവിടെ ആർക്കും വീടില്ല. എല്ലാം ഝോപ്പടികളാണ്... അയാളുടെ ഝോപ്പടി ആ ഘോട്ബന്ദർ റോഡിനോട് ചേർന്നതാണ്...."

ശാമു കൈചൂണ്ടി കാണിച്ചുകൊടുത്തു.

"റോഡിനോട് ചേർന്നോ?"

"പക്ഷേ, പേടിക്കാനില്ല... റോഡ് മുകളിലാണ്.... ഝോപ്പടി താഴെ...."

വരത്തൻ അടുത്തൊരു കല്ലിൽ ഇരുപ്പുറപ്പിച്ച് പുക ഊതിവിടാൻ തുടങ്ങി. അയാൾ എന്തൊക്കെയോ ചിന്തിച്ച് കൂട്ടുന്നതുപോലെ ശാമുവിന് തോന്നി. ഒന്നിനു പുറകെ ഒന്നായി സിഗരറ്റ് വലിച്ചുകൊണ്ടേയിരുന്നു. ഇടയ്ക്കിടെ തല തടവുകയും ചെയ്യുന്നുണ്ടായിരുന്നു.

ശാമു പണിപൂർത്തിയാക്കി. ബാക്കി സാധനങ്ങളുമായി ചെക്കനെ പറഞ്ഞയച്ചു. ഇനി ഫ്രഷായി മാഹിം ജങ്ഷനിലെത്തണം. ആൾക്കാർ വെള്ളം നിറയ്ക്കുന്ന സ്ഥലത്ത് ഇപ്പോഴും നിഴലുകൾ കാണാം.

ശാമു ഫ്രഷായി വസ്ത്രങ്ങൾ മാറാൻ തുടങ്ങവെ എങ്ങുനിന്നോ എത്തിയ രണ്ടു മൂന്നാൾക്കാർ അവനെ വളഞ്ഞു. പിന്നെ അവർ ജോലി തുടങ്ങി. ഇടയ്ക്കൊരാൾ അവന്റെ കഴുത്ത് ഞെരിച്ച് ചോദിച്ചു:

"ഭേംചൊദ്[1], എന്തു ചെയ്തെടാ ആ ലെങ്കടേടെ മോളെ?"

അടിയും തൊഴിയും സഹിച്ച് നിലവിളിക്കാൻ മാത്രമെ അവന് കഴിയുമായിരുന്നുള്ളു. ആവുന്നത്ര ശക്തിയോടെ അവൻ വിളിച്ചു:

"എന്നെ കൊല്ലല്ലേ?"

"മാദർ ചൊദ്[2].... മോങ്ങുന്നോ... പെമ്പിള്ളേരെ പെഴപ്പിക്കാൻ തുടങ്ങിയാൽ വച്ചേക്കില്ല നിന്നെ...."

എന്തോ ഒന്ന് തലയിൽ വീണപോലെ – ശാമു ബോധംകെട്ട് നിലത്തു വീണു. അപ്പോഴേക്കും ആരൊക്കെയോ ഓടി അടുക്കുന്ന ശബ്ദം കേട്ട് അക്രമികൾ ഇരുട്ടിൽ മറഞ്ഞു.

ഓടിയെത്തിയവരിൽ ഒരാൾ ദാദുമിയായെ അന്വേഷിച്ച് വന്ന ആ ഹാഫ് പാന്റുകാരനായിരുന്നു. ബോധമില്ലാതെ കിടന്ന ശാമുവിനെ തോളിലേറ്റി അയാൾ ഘോടബന്ദർ റോഡ് ലക്ഷ്യമാക്കി നടന്നു. ദാദുമിയായുടെ ഝോപ്പടി ചോദിച്ചറിഞ്ഞ് അവിടെയെത്തി. ദാദുമിയ ഝോപ്പടിക്കു പുറത്തെ കയറുകട്ടിലിൽ ഇരിക്കയായിരുന്നു.

തോളിൽ ഒരാളേയും ചുമന്ന് തന്റെ നേർക്ക് നടന്നടുക്കുന്ന ആ രൂപത്തെകണ്ട് ദാദുമിയ ഭയന്നെണീറ്റു. വന്ന രൂപം വിളിച്ചു പറഞ്ഞു:

"ദാദുമിയ... പേടിക്കണ്ട... ഞാനാണ് ധോണ്ടിറാം...."

"ധോണ്ടി ദാദാ... നീ ഇവിടെ!"

"അതൊക്കെ പിന്നെ പറയാം.... ഇതാരെന്ന് നോക്ക്.

വഴിയിൽ അടിയേറ്റ് കിടക്കയായിരുന്നു. ബോധമില്ല.... ഒരു ഉള്ളി കൊണ്ടുവാ..."

ധോണ്ടു ശാമുവിനെ കട്ടിലിൽ കിടത്തി.

ദാദു കിടക്കുന്നവന്റെ മുഖം സൂക്ഷിച്ച് നോക്കീട്ട് പറഞ്ഞു:

"ഇവൻ ഇവിടത്തെ പെയിന്റർ ശാമുവാണ്."

ദാദു ഉള്ളിക്കായി ഝോപ്പടിയിൽ കടന്നു.

ഉള്ളി പ്രയോഗത്തിൽ ശാമുവിന്റെ ബോധം തെളിഞ്ഞു. ദാദു പറഞ്ഞു: "ബേട്ടാ ശാമു.... മര്യാദയ്ക്ക് ജീവിച്ചൂടെ നിനക്ക്.... പെൺമക്കളുള്ള തന്തമാരുടെയെല്ലാം ശത്രുവാണ് നീ..."

ശാമു പിടഞ്ഞെണീറ്റ് പോകാൻ തുടങ്ങിയതും പുറത്തുപോയിരുന്ന രോഷൻ എത്തി. അവൾ അണിഞ്ഞൊരുങ്ങീരുന്നു, ദാദുമിയ പറഞ്ഞു:

"ബേട്ടീ, പുറത്തുപോയാൽ ഇരുട്ടുംമുമ്പ് വീട്ടിലെത്തണം... ഇത് ഗാവല്ല്[3].... സൂക്ഷിക്കണം...."

ഒന്നും പറയാതവൾ ഝോപ്പടിക്കുള്ളിൽ കടന്നു. പുറത്ത് ഇരുവരും മാത്രമായപ്പോൾ ദാദു ചോദിച്ചു.

"ധോണ്ടു ദാദാ നിനക്ക് സുഖമാണൊ?"

"സുഖം? ഒരു കാര്യം നിന്നോട് പറയണം." പരുക്കൻ ശബ്ദത്തിൽ ധോണ്ടു പറഞ്ഞു. പിന്നെ കട്ടിലിൽ ദാദുവിന്റെ അടുത്തേക്ക് നീങ്ങിയി

1 & 2. തെറിവാക്കുകൾ

3. ഗ്രാമം

രുന്നു.

"പറയ്"

"എനിക്ക് കുറച്ചു ദിവസം ഇവിടെ കഴിയണം"

"അതിനെന്താ, നിനക്ക് എത്രകാലം വേണമെങ്കിലും താമസിക്കാം."

"ശരിയാണ്... പക്ഷേ..."

"പറയ്.... എന്താ പ്രശ്നം?"

"ദാദുമിയ എനിക്കൊരു കൈയബദ്ധം പറ്റി.... ഒരുത്തനെ കൊന്നു... ഇപ്പൊ ഒളിവിലാണ്.... ഒരു രണ്ടാഴ്ച ഇവിടെ കഴിയണം... പൊലീസിന്റെ പിടിയിൽനിന്ന് രക്ഷപ്പെടാൻ, അതുകഴിഞ്ഞ് ഞാൻ ദൂരെയെങ്ങാനും പൊയ്ക്കൊള്ളാം... ഈ ട്രാൻസിസ്റ്ററും വാച്ചും ചോർബാജാ[1]റിൽ വിറ്റ് ഒരു ഇരുനൂറു രൂപ ശരിയാക്കിത്തരണം.... നിന്റെ പഴയൊരു ദോസ്തിനു വേണ്ടി ഇത്രയും ചെയ്യുമോ.... പിന്നെ നിന്നെ ഒരിക്കലും ഉപദ്രവിക്കാൻ വരില്ല..." അയാൾ ട്രാൻസിസ്റ്ററും വാച്ചും ദാദുവിന്റെ മുമ്പിൽവച്ചു.

"ധോണ്ടു നിനക്കെന്തു പറ്റി? എന്തിനിതൊക്കെ ചെയ്തു? ഇനി എന്തൊക്കെയാണ് സംഭവിക്കുക..."

അപ്പോഴേക്കും സക്കീന വാതുക്കൽ വന്നുനിന്നു.

അതുകണ്ട് ധോണ്ടു ഒന്നിളകിയിരുന്നു. ഇരുവരെയും മാറിമാറി നോക്കി. പിന്നെ സ്വരംതാഴ്ത്തി പറയാൻ തുടങ്ങി. "ഒരു പെണ്ണാണ് കാരണം.... എനിക്കിഷ്ടമായിരുന്നു അവളെ... അപ്പൊ മറ്റൊരുത്തൻ.... അവനും അവൾ തന്നെ വേണം... പല പ്രാവശ്യം അവനോട് പറഞ്ഞു. കേട്ടില്ല... മിനിഞ്ഞാന്ന് എന്റെ മുമ്പിൽവച്ച് അവൻ അവളുടെ കൈയിൽ പിടിച്ചു.... പിന്നെ മറ്റൊന്നും തോന്നിയില്ല.... കഴുത്തിൽ കുത്തിപ്പിടിച്ച് പള്ളയ്ക്ക് കത്തി കയറ്റി.... ചാവുമെന്ന് കരുതീല്ല.... പക്ഷേ, എന്റെ ഭാഗ്യ ദോഷം, ഉടനെ തീർന്നു. പിന്നെ നിന്നില്ല.... ഉടനെ അവിടം വിട്ടു. ഇന്നലെ കുർളയിൽ ഒരു ദോസ്തിന്റെ കൂടെ കഴിഞ്ഞു. ഇരുട്ടിയപ്പോൾ ധാരാവി വഴി ഇവിടെയെത്തി... ഇതെല്ലാം വിറ്റു കാശ് കൊണ്ടുതാ.... പിന്നെ ഒരു നിമിഷം ഞാൻ ഇവിടെ നില്ക്കില്ല...."

ദാദുവും സക്കീനയും എല്ലാം ശ്രദ്ധിച്ചു കേൾക്കുന്നു. ദാദു പറഞ്ഞു:

"എത്ര ദിവസം വേണമെങ്കിലും നിനക്കിവിടെ കഴിയാം.... ഒരു പ്രശ്നവുമുണ്ടാവില്ല...." എന്നിട്ട് സക്കീനയോട് ചോദിച്ചു.

"ഖാന[2] തയ്യാറാണോ?"

ഒരു മുട്ടവിളക്കിന്റെ വെളിച്ചത്തിൽ ഒരു കൊലയാളിയും ഒരു മാന്യനും ആഹാരം കഴിക്കാനിരുന്നു. സക്കീന വിളമ്പി. ആരും ഒന്നും മിണ്ടിയില്ല.

മാഹിം ഖാടിയുടെ അട്ടഹാസം മാത്രം കേൾക്കാമായിരുന്നു.

---

1. *മോഷണ സാധനങ്ങളുടെ ചന്ത*
2. *ആഹാരം*

പത്തൊൻപത്

ദാദുമിയയും ധോണ്ടുവും ആഹാരം കഴിക്കാനായിരുന്ന സമയത്തു തന്നെ ഗംഗയുടെ ഝോപ്പടിയിൽ സർജുകോളിയെത്തി. അയാൾ ഉറക്കെ വിളിച്ചു. "ഗംഗാബായ്..."

ഗംഗാ അയാളെ പ്രതീക്ഷിച്ചിരിക്കയായിരുന്നു. ഝോപ്പടിയിൽ കിസനും ഭിക്കായുമുണ്ടായിരുന്നു. ഗംഗാ അകത്തുനിന്ന് വിളിച്ചു ചോദിച്ചു:

"പാത്രം കൊണ്ടുവന്നിട്ടുണ്ടോ?"

"ഏതിലെങ്കിലും താ... നാളെ തിരിയെ തരാം..."

അപ്പോഴേക്കും കിസൻ ഞൊണ്ടിഞൊണ്ടി വാതുക്കലെത്തി.

"സർജു ദാദാ, എന്താ വിശേഷം... സ്പെഷ്യലാർക്കാണ്?"

കിസനെ കണ്ടതും സർജു ഝോപ്പടിക്കുള്ളിൽ കയറി കിസന്റെ തോളിൽ കൈവച്ച് പറഞ്ഞു:

"അരെ ലങ്കടെ, നീ ഇവിടെയായത് എന്റെ ഭാഗ്യം. ആ പെയിന്ററോടൊപ്പം കണ്ടിരുന്നെങ്കിൽ നിന്റെ ഷേപ്പും അവന്റേതുപോലെ ആയേനെ..."

കിസൻ ഒന്നും മനസ്സിലാകാതെ മിഴിച്ചുനിന്നു.

ചിക്കൻകറി നിറച്ച പാത്രവുമായി ഗംഗയെത്തി. അത് സർജുവിനെ ഏല്പിച്ചിട്ട് പറഞ്ഞു:

"സർജു ദാദാ, മതി... ഇനി ഒന്നും വേണ്ട..."

"എന്തുവേണ്ടെന്ന്?" കിസൻ ഗംഗയോട് ചോദിച്ചു.

അതിനുത്തരം ഭിക്കയാണ് കൊടുത്തത്.

"ശാമുവിനെ തല്ലാൻ സർജു ദാദ ആളെ അയച്ചിരുന്നു... അവർക്കാണ് പാർട്ടി... അല്ലേ സർജു ദാദാ..."

"സത്യമാണോ സർജു?"

"നീയാ തെണ്ടിയോട് ചോദിക്ക്... ഭാഗ്യം കൊണ്ടവൻ ഇന്ന് രക്ഷ

പ്പെട്ടു... അല്ലെങ്കിലവർ അവന്റെ ചോര കൊണ്ട് പൈപ്പ് ലൈനിൽ പരസ്യമെഴുതിയേനെ... ഇവിടത്തെ പെമ്പിള്ളേരെ പിഴപ്പിക്കുന്നവനൊക്കെ ഇതായിരിക്കും ശിക്ഷ.... നിന്നേയും ചതയ്ക്കാൻ പറഞ്ഞതാണ്.... നീയവിടെ ഇല്ലാതെ പോയി.... നിന്റെ മോളെ ആ ചെറ്റ കൊണ്ടുപോയപ്പൊ നീ കണ്ണടച്ചുനിന്നു..."

കിസന്റേയും ചോര ചൂടുപിടിച്ചു.

"അവളെന്റെ മോള്... എനിക്കിഷ്ടമുള്ളത് ചെയ്യും."

തന്തയെ താങ്ങി ഭിക്കായുമെത്തി. അവൻ പറഞ്ഞു:

"സർജു ദാദ, കിളവനായിട്ടും നിങ്ങൾക്ക് വിവരമില്ല. നിങ്ങൾക്ക് കോഴിക്കറി ഉണ്ടാക്കി തന്നതാരാ? അതും കൈയിൽപ്പിടിച്ച് അവരുടെ തന്നെ കെട്ട്യോനെ തല്ലുന്ന കാര്യം പ്രസംഗിക്കുന്നു. ഗ്യാങ് ഞങ്ങൾടെ കൈയിലുമുണ്ട്...."

"അരേ ഗ്യാങ്ങാവാല, നിന്റെ ഗ്യാങ്ങിലെ ഓരോരോ തെണ്ടിയേയും എനിക്കറിയാം.... നീ ആ ശാമുവിന്റെ ബിസിനസ് പാർട്ടനറല്ലേ? സ്വന്തം ബെഹനെവെച്ച് ബിസിനസ്.... എന്നിട്ട് പ്രസംഗം..." ഇത്രയും പറഞ്ഞിട്ട് സർജു ഭിക്കായുടെ നേർക്ക് കാർക്കിച്ച് തുപ്പി. ഭിക്ക ചാടി എണീറ്റ് സർജുവിന്റെ കഴുത്തിൽ പിടിച്ചു.

"ഭേം ചൊദ്.... കിഴവനായിപ്പോയി അല്ലെങ്കിൽ എല്ലൂരിയെടുത്തേനെ...."

ഗംഗയ്ക്ക് കണ്ടുനില്ക്കാനായില്ല. അവൾ ഇടപെട്ടു.

"സർജു ദാദാ... നിങ്ങൾ ദയവായി പോ."

"ഇല്ല.... ഇല്ല നിന്റെ മോൻ എന്തുചെയ്യുമെന്ന് കാണണം...."

പിന്നെ കിസനെ നോക്കിപ്പറഞ്ഞു.

"അരെ ലങ്കടാ... നീയെന്താ മിണ്ടാത്തെ.... വായിൽ പഴമോ... നിന്റെ മോന്റെ കൈയെടുക്കാൻ പറ... അല്ലെങ്കിൽ നാളെ ചന്തികഴുകാൻ കൈകാണില്ല...."

ഉറക്കത്തിലായിരുന്ന രത്തനും സയനുവും ബഹളം കേട്ടുണർന്ന് നിലവിളിക്കാൻ തുടങ്ങി. കിസൻ ഭിക്കായെ പിടിച്ചുമാറ്റി: അല്പം കഴിഞ്ഞ് സർജു പാത്രവുമായി പുറത്തിറങ്ങി നടന്നു.

"നീയാ കെഴവനെ തല്ലാൻ പോയതെന്തിന്!" ഗംഗാ ഭിക്കയെ നോക്കി ചോദിച്ചു.

"അയാളെന്നെ തുപ്പിയതു കണ്ടില്ലേ?"

"അതൊന്നുമല്ല... ആ പെയിന്ററെ പറഞ്ഞാൽ നിനക്കൊക്കെ പൊള്ളും." ഗംഗാ പറഞ്ഞു.

"നിങ്ങളെന്തിന് അയാൾക്ക് കോഴിക്കറി ഉണ്ടാക്കിക്കൊടുത്തു? .... പറയ് തള്ളേ" ഭിക്കായുടെ കോപം അടങ്ങുന്ന മട്ടില്ല.

ഗംഗാ എന്തോ പറയാൻ തുടങ്ങിയതും കാശീറാം കയറിവന്നു. കിസന്റെ ഝോപ്പടിയിലെ ഒച്ചയും ബഹളവും കേട്ട് വന്നതാണ്.

"കിസൻ, എന്താ പ്രശ്നം?.... സർജു എന്തിന് വന്നു?"

ആരും ഒന്നും പറഞ്ഞില്ല.... പിന്നെ കാശീറാം പറയാൻ തുടങ്ങി:

"കിസൻ ഇന്നൊരു സംഭവമുണ്ടായി... എനിക്ക് മൈനയെ തല്ലേണ്ടി വന്നു."

"എന്തിന്?"

"അവൾ ഒളിച്ചോടാൻ നോക്കി.... ധാരാവിയിലെ അവൾടെ ആശിക്കി[1]ന്റെ കൂടെ... അവൻ ടാക്സിയുമായി കാത്ത് നില്ക്കുകയായിരുന്നു. അവൾ പുറത്തിറങ്ങിയതും ഞാൻ ചാടിവീണു."

"നന്നായി"

"പക്ഷേ, ഈ പെൺവർഗ്ഗത്തെ വിശ്വസിക്കാൻ പറ്റില്ല...

ഞാൻ ജോലിക്ക് പോയശേഷം അവൾ കടന്നു കളഞ്ഞാൽ!"

"ഒരു കാര്യം ചെയ്യ്... എന്നെ അവളുടെ ബോഡിഗാർടാക്ക്" കിസൻ ചിരിച്ചുകൊണ്ട് പറഞ്ഞു.

"അങ്ങിനെ ആയിക്കോ.... മൈനയുടെ മേൽ ദിവസം മുഴുവൻ നിന്റൊരു കണ്ണുവേണം.... വൈകിട്ട് ഞാൻ വരുമ്പൊ നിനക്ക് സമ്മാനം കൊണ്ടുവരും..." കാശീറാം പെരുവിരൽ വായിലോട്ട് കാണിച്ച് കുടിക്കുന്ന ആക്ഷൻ കാണിച്ചു പറഞ്ഞു. മൈനയുടെ കാവല്ക്കാരനായി കിസനെ നിയമിച്ചശേഷം കാശീറാമിന് ഇത്തിരി സമാധാനം കിട്ടി. പിന്നെ അടുത്തുനിന്ന ഭിക്കയെ നോക്കി ചോദിച്ചു:

"എന്താ ഹീറോ.... രോഷനെങ്ങനെ.... ലൈനടി മാത്രമേയുള്ളോ അതോ...."

ഗംഗയും കിസനും ചെവികൂർപ്പിച്ച് അതിശയിച്ച് നില്ക്കുന്നതുകണ്ട് കാശീറാം ചോദിച്ചു:

"എന്താ, നിങ്ങൾക്കൊന്നും അറിയില്ലേ? ഈ നിങ്ങളുടെ ഹീറോ ആ രോഷന്റെ പുറകേയാണ്, രാപ്പകൽ. പെയിന്റർ ശാമുവാണിവന്റെ ഗുരു... അവനോട് തന്നെ ചോദിക്ക്...

..... ആ സാലാ പെയിന്ററെ ഇന്നാരോ തല്ലിച്ചതച്ചു... ചത്തില്ല."

"അവൻ ചാവട്ടെ... നീ ഇവനെപ്പറ്റി എന്താ പറഞ്ഞത്?

നേരാണോടാ ഭിക്കാ?" കിസൻ കാശീറാമിനേയും ഭിക്കയേയും നോക്കി.

"എനിക്കൊന്നുമറിയില്ല." ഭിക്ക പറഞ്ഞു.

"കിസൻ, ഒരു കാര്യം പറയാം... ഇങ്ങനെ പോകയാണെങ്കിൽ നിന്റെ ഈ ഹീറോ താമസിയാതെ ജയിലിലാവും.... പെണ്ണുകേസിൽ..."

ഭിക്ക എണീറ്റ് പുറത്തിറങ്ങി ഘോട്ബന്ദർ റോഡിലൂടെ നടന്നു. എവിടെയെങ്കിലും അല്പനേരം തനിയെ ഇരിക്കണം. പക്ഷേ, എവിടെ നിന്നോ വിജയ അവന്റെ മുന്നിലെത്തി.

അവൾ ചോദിച്ചു:

"ഭിക്കാ, ശാമുവിനെ ആരോ തല്ലിയെന്നറിഞ്ഞു.... നേരാ?"

---

1. *കാമുകൻ*

“ശരിയാ... സർജുവിന്റെ ആൾക്കാർ... നീ എന്തിനിവിടെ വന്നു, ഈ സമയത്ത്?”

“പിന്നെന്തു ചെയ്യും? ഏഴരയ്ക്ക് മാഹിം സ്റ്റേഷനിൽ കാണാമെന്ന് പറഞ്ഞതാണവൻ... കണ്ടില്ല... അതാണ് അന്വേഷിച്ചിറങ്ങിയത്... വഴിയിലൊരാൾ പറഞ്ഞാണറിഞ്ഞത്....”

“ഇപ്പൊ അവനെവിടെ?”

“അറിയില്ല.”

“നീ റെയിൽവേ യാർഡ് വിട്ടോ?” ഭിക്ക ചോദിച്ചു.

“റെയിൽവേ പൊലീസ് ഇപ്പൊ ചെക്കിങ്ങാണ്. നാലഞ്ചു ദിവസമായി അവിടം വിട്ടിട്ട്.... ഇനി വേറെ സ്ഥലം നോക്കാമെന്ന് ശാമു പറഞ്ഞതാണ്!”

“നീ രോഷനെ വീട്ടിലെത്തിച്ചോ?”

“ഉം”

“സക്കീന ബീവി വല്ലതും പറഞ്ഞോ?”

“ആർക്കറിയാം... ഞാൻ ദൂരെനിന്നതേയുള്ളൂ.... നാളെ കാണാമെന്നും പറഞ്ഞു.”

“അവൾക്കു നിന്നെ ഇഷ്ടമാണ്.”

ഭിക്കാ ചിരിച്ചു. എന്നിട്ട് ചോദിച്ചു.

“ഒരഞ്ചു രൂപ താ.”

“എന്തിന്?”

“അത് നീ അറിയണ്ട. പൈസ തിരിച്ചു തരും.”

“അവൾക്ക് ഗിഫ്റ്റ് കൊടുക്കാനാ? എന്റെ കൈയിൽ കാശില്ല.”

“എന്നാ നീ പോ.... ഞാനല്പം വെറുതെയിരിക്കട്ടെ.... വീട്ടിലിരുന്ന് തല ചൂടായിരിക്കയാണ്!”

“മാ വഴക്കു പറഞ്ഞോ?”

“മാ അല്ല... ആ സർജു... അവനെന്റെ നേർക്ക് തുപ്പി.... ഞാനവന്റെ കഴുത്ത് ഞെരിച്ചു.”

“കൊന്നോ?”

“ഇല്ല....”

“കൊല്ലണമായിരുന്നു.... എല്ലാവർക്കും ശല്യമാണ് ആ കിഴവൻ...”

“പിന്നെ ആ കാശി... എല്ലാവരുടേയും മുമ്പിൽവച്ച് പറയുകയാണ് ഞാൻ രോഷനെ ലൈനടിക്കുകയാണെന്ന്...”

വിജയ അതുകേട്ട് ചിരിച്ചു.

“എന്താ ഇത്ര ചിരിക്കാൻ?”

“അതാണോ തലചൂടാകാൻ കാരണം...” വിജയ പഴ്സ് തുറന്ന് രണ്ടിന്റെ ഒരുനോട്ട് അവന് നീട്ടി പറഞ്ഞു.

“ഇത് വാങ്ങ്. ഇപ്പൊ ഇത്രയേ ഉള്ളൂ. റെയിൽവേ യാർഡീന്ന് ഇറക്കിയശേഷം ഒന്നും ശരിക്ക് നടക്കുന്നില്ല... ഇപ്പൊ ആ ശാമുവിനേയും കാണാനില്ല.... ഇനി എന്തു ചെയ്യുമെന്നാണ്.... ഒന്നും നിശ്ചയമില്ല...”

ഭിക്ക നോട്ട് കീശയിൽ തിരുകി.

വിജയ അവനോടൊപ്പം അല്പം കൂടി ചേർന്നിരുന്നു. പിന്നെ മെല്ലേ പറഞ്ഞു.

"ഭിക്കാ ഞാനൊന്നു പറഞ്ഞാ കേൾക്ക്വോ?"

"എന്താത്?"

"നീയെന്നെ സഹായിക്കുമൊ? ശാമുവിനെ നോക്കിയിരുന്നാൽ പട്ടിണികിടന്ന് ചാവേണ്ടിവരും..."

"എന്തു സഹായം?"

"ഇപ്പൊ ശാമു ചെയ്യുന്നതു തന്നെ... കസ്റ്റമറെ കൊണ്ടുവരണം.... നിനക്ക് കമ്മീഷൻ തരാം.... നമ്മുടെ ചെലവ് നടക്കും."

ഭിക്കാ ഒന്നും പറയാതെ ഖാടിയിൽ നോക്കിയിരുന്നു.

"എന്താ നീ മിണ്ടാത്തെ? ഞാൻ എന്തെങ്കിലും തെറ്റ് പറഞ്ഞതായി തോന്നുന്നുണ്ടോ?"

"തെറ്റല്ലെങ്കിൽ പിന്നെന്ത്?.... നീ എന്റെ സഹോദരിയാണ്!"

"അതിനെന്ത്?"

"എനിക്ക് ശരിയായി തോന്നുന്നില്ല!"

അല്പം കൂടെ ചേർന്നിരുന്നിട്ട് വിജയ പറയാൻ തുടങ്ങി:

"നിനക്കിപ്പോ അങ്ങനെയൊക്കെ തോന്നിത്തുടങ്ങിയല്ലേ? ശാമുവിനോടൊപ്പം ഓടിപ്പോകാൻ നീയും ബാബയുമൊക്കെ കൂട്ടുനിന്നു. അന്ന് നിങ്ങളൊക്കെ പൈസയെപ്പറ്റി മാത്രമേ ചിന്തിച്ചൊള്ളൂ... ശരിയും തെറ്റും മാനവും അഭിമാനവുമൊന്നും അന്നു തോന്നിയില്ല... പിന്നെ... രോഷനെ നിനക്ക് ഞാൻ തരാം... നീ എന്നെ സഹായിച്ചാൽ...."

അതുകേട്ട് ഭിക്കായുടെ കണ്ണുകൾ വിടർന്നു.

"ശരിക്കും?"

"ബെറ്റ്..." അവർ പരസ്പരം കൈകൾ ചേർത്തു.

"നാളെ മുതൽ ഞാൻ വരാം."

"ശരി"

ഇരുപത്

ഈയിടെയായി മാഹിം ഖാടിയിൽ ഒരു അജ്ഞാതൻ അലഞ്ഞു നടക്കുന്നത് ഝോപ്പടവാസികൾ കണ്ടിരുന്നു. നീട്ടിവളർത്തിയ മുടിയും താടിയും. ഒരു പഴഞ്ചൻ ജീൻസ്, പൈതൃകമായി കിട്ടിയതാണെന്ന് തോന്നുന്ന ഒരു കോട്ട്. ഇതാണ് വേഷം. ഒരു വയലിൻപെട്ടി കൈയിൽ മുറുകെ പിടിച്ചിട്ടുണ്ട്. ബാന്ദ്രയിൽനിന്ന് മാഹിം ജങ്ഷൻ വഴി ഘോട്ട് ബന്ദർ റോഡിലൂടെ എന്നും അയാൾ മാഹിം ഖാടിയിലെത്തും. ദിവസം മുഴുവൻ ഒരു ഭ്രാന്തനെപ്പോലെ അവിടെയൊക്കെ അലഞ്ഞുനടക്കും. ആദ്യമൊക്കെ ഝോപ്പടപ്പെട്ടിയിലെ ദാരിദ്ര്യത്തിന്റെ സന്തതികളും നായ്ക്കളും കൂകിവിളിച്ചും കുരച്ചും അയാൾക്കു പുറകെ കൂടുമായിരുന്നു. പിന്നീട് പിള്ളേർക്ക് ചണ[1]യും നായ്ക്കൾക്ക് പാവിന്റെ കഷണങ്ങളും കൊടുത്ത് അയാൾ അവരെ വശത്താക്കി.

സന്ധ്യയായാൽ അയാൾ ഖാടിയുടെ ഓരത്ത് ചെന്നിരിക്കും. അല്പനേരം കഴിഞ്ഞ് വയലിൻ പുറത്തെടുത്ത് തന്ത്രികൾ പരിശോധിക്കും. പിന്നെ വായിക്കാൻ തുടങ്ങും. കണ്ണുകൾ അടച്ചാണ് അയാൾ അപ്പോൾ ഇരിക്കുക. ഹിന്ദി സിനിമാഗാനങ്ങൾ പ്രത്യേകിച്ചും ശോകഗാനങ്ങളാണ് അയാൾ വായിക്കാറ്. അത് കേൾക്കാതെ കടന്നുപോകാൻ ആർക്കും കഴിയുമായിരുന്നില്ല. എത്രപേർ തനിക്കു ചുറ്റും കൂടീട്ടുണ്ടെന്നോ എത്ര നാണയങ്ങൾ വീണിട്ടുണ്ടെന്നോ ഒന്നും അയാൾ ശ്രദ്ധിച്ചിരുന്നില്ല. സംഗീതത്തിൽ അയാൾ എല്ലാം മറന്നിരിക്കും. മണിക്കൂറുകൾ കഴിഞ്ഞ് വായന നിർത്തി അയാൾ കണ്ണുതുറക്കുമ്പോൾ ഒരു സമാധിയിൽനിന്ന് പുറത്തു വന്ന ഭാവമായിരിക്കും ആ മുഖത്ത്. കുറെസമയം ആ അവസ്ഥയിൽ ഇരുന്നശേഷം വയലിൻ പെട്ടിയിലാക്കി സമീപം കിടക്കുന്ന നാണയങ്ങൾ

1. *കടല*

പെറുക്കി കോട്ടിന്റെ കീശയിൽ നിക്ഷേപിക്കും. പിന്നെ എണീറ്റ് നടക്കും. അയാളുടെ കാൽവെയ്പുകൾ ഒരു മദ്യപാനിയുടേതുപോലെയായിരുന്നു. എന്നാൽ ഝോപ്പടപ്പെട്ടി ബാറുകളിലൊന്നും തന്നെ അയാളെ ആരും കണ്ടിട്ടില്ല. അതുപോലെ ഒരു മദ്യപാനിക്ക് ഇത്ര മധുരമായി വയലിൻ വായിക്കാനാവുമോയെന്ന സംശയവും എല്ലാവർക്കുമുണ്ടായിരുന്നു. ആരോടും അയാൾ ഒന്നും മിണ്ടാറില്ല. വല്ലപ്പോഴും ആരെങ്കിലും സംശയത്തോടെ നോക്കിയാൽ ഒരു ചിരി അത്രതന്നെ. ഘോട്ട്ബന്ദർ റോഡിൽ കാൽനടയാത്രക്കാർ മാത്രമല്ല കാറിൽ പോകുന്നവരും കാറുനിർത്തി അല്പസമയം അയാളുടെ വയലിൻ ശ്രവിക്കാറുണ്ട്.

ഫിലിം ഫീൽഡിൽ ഒരു ആർട്ടിസ്റ്റായിരുന്നു അയാൾ എന്നാണ് ഭിക്കാ കൊണ്ടുവന്ന വാർത്ത. ഈ അജ്ഞാതൻ ആരാണ്, എന്താണ്, ഇവിടെ ചുറ്റിത്തിരിയുന്നതിന്റെ ഉദ്ദേശ്യമെന്താണ് എന്നും മറ്റുമുള്ള ഝോപ്പടവാസികളുടെ മനസ്സിലുള്ള ഭീതി ക്രമേണ ഇല്ലാതായി.

ഇപ്പോൾ ഉച്ചസമയത്ത്, പതിവിന് വ്യത്യസ്തമായി, പൈപ്പ് ലൈനിനു മുകളിൽ ഒരു ഭാഗത്തിരുന്ന് അയാൾ വയലിൻ വായിക്കുകയാണ്. ഝോപ്പടപ്പെട്ടിയിലെ കുറേ പിള്ളേർ അയാളെ നോക്കിനില്പുണ്ട്, ഒരു കുരങ്ങുകളി കാണുന്ന കൗതുകത്തോടെ. ചണയോ, ചോക്ലേറ്റോ കിട്ടുമെന്ന പ്രതീക്ഷയോടെ, പെട്ടെന്നായിരുന്നു അവിടേക്ക് സർജുകോളിയുടെ വരവ്. കൂടിനിന്ന കുട്ടികൾ ഒന്നൊന്നായി പിൻവലിയാൻ തുടങ്ങി. സർജു വയലിൻ വാലയെ നോക്കി പറഞ്ഞു: "ഇവിടെനിന്ന് എന്തെങ്കിലും കിട്ടുമെന്ന് പ്രതീക്ഷിക്കേണ്ട."

അയാൾ വയലിൻ നിർത്തി, സർജുകോളിയെ നോക്കി വാതുറന്ന് ഉറക്കെ ചിരിച്ചു. പിന്നെ ചോദിച്ചു: "സർജു ദാദാ, ഒരു ദിവസം നിങ്ങളെത്ര സമ്പാദിക്കും?"

"എനിക്കെന്തു സമ്പാദ്യം... അതു നിനക്കല്ലേ... ആ കുന്തത്തിൽ കീ... കീ ന്ന് രണ്ടു വലിവലിച്ചാൽ തുട്ടുവീഴും.... അല്ലാ... ആരോ പറഞ്ഞു നീ സിനിമയിലായിരുന്നുവെന്ന്.... ശരിയാണോ?"

"സിനിമയിലായിരുന്നു"

"വിടാൻ കാരണം... ബായി[1]യൊ ബോട്ടി[2]ലൊ....?"

"കാരണം എന്റെ വിധി... ആരാണ് കുടിക്കാത്തത് സർജു ദാദാ... പാവങ്ങൾ കുടിച്ചാൽ അത് ദാരു[3], പണമുള്ളവർ കുടിച്ചാൽ അത് ട്രിങ്ക്സ്.... സിനിമയിൽ ദിവസം അഞ്ഞൂറുരൂപ കിട്ടുമായിരുന്നു..."

"ഭേംചൊദ്, അത് കളഞ്ഞതെന്തിന്?"

"എന്റെ വിധി"

"എന്തു പറ്റി? നിനക്ക് ബന്ധുക്കളുമാരുമില്ലേ?"

---

1. *പെണ്ണ്*
2. *മദ്യം*
3. *ചാരായം*

"ഉണ്ടായിരുന്നു..... ഒരു സമയത്ത്"

"കല്യാണം!"

"വിവാഹം ചെയ്തില്ല... എന്നാൽ ഒരു ഭാര്യയേക്കാൾ സ്നേഹിക്കുന്ന ഒരുവളുണ്ടായിരുന്നു – കേശർ! എന്റെ വയലിൻ കേട്ട് വന്നതാണ്.... ഞങ്ങൾ ഒരുമിച്ച് കഴിഞ്ഞു. കല്യാണം കഴിക്കാതെതന്നെ... അതൊരാവശ്യമായി തോന്നിയില്ല.... ഹീറോയിന്റെ ചാൻസ് അവൾക്ക് കിട്ടിയതാണ്. പക്ഷേ, പോയില്ല... ഞാൻ വയലിൻ വായിക്കും..... അവൾ കേട്ടിരിക്കും.... അതിനപ്പുറത്തൊരു ജീവിതത്തെക്കുറിച്ച് ഞങ്ങൾ ചിന്തിച്ചതേയില്ല...."

"അവളിപ്പോ, എവിടെ?"

വയലിൻവാല കൈ മുകളിലേക്ക് ചൂണ്ടി. പിന്നെ ഉറക്കെ ചിരിച്ചു.

'അപ്പൊ അതാണു കാരണം' സർജു മനസ്സിൽ പറഞ്ഞു.

"കുട്ടികൾ?"

അയാൾ വീണ്ടും ചിരിച്ചു.

"നീ വട്ടനല്ലെന്ന് മനസ്സിലായി.... ഈ ഖാടിക്കുവേണ്ടി ഒരു കാര്യം ചെയ്യ്."

"എന്ത്?"

"കുട്ടികളെ നിനക്കിഷ്ടമല്ലേ? അവർക്ക് തിന്നാനൊക്കെ വാങ്ങിക്കൊടുക്കുന്നില്ലേ... ഇനി ഒരു നല്ല കാര്യം ചെയ്യ്... ഇവരെ സ്കൂളിൽ ചേർക്കാൻ പറ്റുമോയെന്ന് നോക്ക്... മാഹിമിലും ബാന്ദ്രയിലുമൊക്കെ നിന്നെ അറിയുന്നവരുണ്ടാവും... നിനക്ക് കുടിക്കാനുള്ളത് ഞാൻ വാങ്ങിത്തരും ഒന്നാം തരം "ഗാവട്ടി"[1], വിസ്കിയും ബ്രാന്റിയുമൊക്കെ തോറ്റുപോകും..."

വയലിൻവാല സമ്മതിച്ചു.

സർജു കുട്ടികളെ നോക്കി പറഞ്ഞു:

"നായിന്റെ മക്കളെ, വീട്ടിൽപ്പോയി പറ തള്ളമാരോട് നാളെ മുതൽ സ്കൂളിൽ പോകയാണെന്ന്... ഈ വയലിൻവാല അങ്കിൾ നിങ്ങളെ കൊണ്ടുപോകും!"

കുട്ടികൾ പരസ്പരം നോക്കി ചിരിച്ചു. പിന്നെ ഝോപ്പടികളിലേക്ക് ഓടി – ആരും വിശ്വസിക്കാത്ത വാർത്തയുമായി.

സർജു വയലിൻവാലയോട് ചോദിച്ചു:

"നിന്റെ ആഹാരമൊക്കെ?"

"ഹോട്ടലിൽ"

"കുടി?"

വയലിൻവാല പഴയതുപോലെ ചിരിച്ചു.

"പറയാൻ പറ്റാത്തതാണെങ്കിൽ വേണ്ട... നാളെ മുതൽ നമുക്കൊരുമിച്ചിരിക്കാം... നല്ല "ഗാവട്ടി" ഞാൻ കൊണ്ടുവരാം."

"സന്തോഷം"

വയലിൻവാല വാചാലനായി:

---

1. *വാറ്റു ചാരായം*

"സർജു ദാദ, വയറ്റിലൊരു വറ്റ് ചെന്നില്ലെങ്കിലും എനിക്ക് കുഴപ്പമില്ല. പക്ഷേ, "ദാരു" അതില്ലാതെ പറ്റില്ല. ഇപ്പൊ ഞാൻ വായിക്കുന്നതൊന്നും ഒന്നുമേയല്ല... എന്റെ ടാങ്ക് ഫുൾ ആയതിനുശേഷം ഞാൻ വായിക്കുന്നത് കേൾക്ക്.... ഞാൻ അവളെ മനസ്സിൽ കൊണ്ടുവരും... പിന്നെ വായിക്കുന്നത് അവൾക്കായിട്ടാണ്..."

"സത്യം പറഞ്ഞാല് നിനക്ക് അരവട്ടാണ്...."

"ശരിയാണ്... ഇന്നലെ വയലിൻ വായിച്ചിട്ട് കണ്ണുതുറന്നപ്പോൾ ഒറ്റ നാണയമില്ല മുമ്പിൽ. ആരോ അടിച്ചുമാറ്റി... പിന്നെ പട്ടിണി കിടക്കേണ്ടി വന്നു.... ഇവിടൊക്കെ കള്ളന്മാരാണ്.... അല്ലേ സർജു ദാദ?"

"കള്ളന്മാർ മാത്രമല്ല... പോക്രികളും ഗുണ്ടകളും പറ്റിപ്പുകാരുമെല്ലാമുണ്ട്.... അവരേയൊള്ളു ഇവിടെ. പക്ഷേ, മുന്നിലെ പൈസ പോകുന്നത് കാണാത്തത് നിന്റെ തെറ്റ്..."

"വായിക്കുമ്പൊ ഞാൻ കണ്ണുതുറക്കാറില്ല.... അപ്പോൾ താൻ മറ്റൊരിടത്താണ്."

"കണ്ണടച്ച് നീ ആരെയാണ് നോക്കുന്നത്!"

വയലിൻവാല ചിരിച്ചു. നിങ്ങൾക്കൊന്നും അത് മനസ്സിലാവില്ലയെന്ന അർത്ഥത്തിൽ.

"നീ ചിരിക്കണ്ട... ആ പൈസ ആര് എടുത്തിട്ടുണ്ടാവുമെന്ന് എനിക്കറിയാം. ഇനി ഞാനുണ്ടാവും നിന്റെ പൈസയ്ക്ക് കാവലായി." അതുകേട്ട് വയലിൻവാല വീണ്ടും ചിരിച്ചു. സഹികെട്ട് സർജു ദാദ ഗർജ്ജിച്ചു:

"നിർത്ത് നിന്റെ ഈ ചിരി... ചിരി എനിക്കിഷ്ടമല്ല.... വേണോങ്കി കരഞ്ഞോ."

വയലിൻവാല എണീറ്റ് നടക്കാൻ തുടങ്ങി. പിന്നെ തിരിഞ്ഞ് നിന്ന് വിളിച്ചു പറഞ്ഞു:

"രാവിലെ വരാം.... പിള്ളേരോട് തയ്യാറായി നില്ക്കാൻ പറ."

"ഇന്ന് വൈകുന്നേരം നിന്റെ പൈസയ്ക്ക് കാവലിരിക്കാൻ വരുന്നുണ്ട്." വയലിൻവാല വീണ്ടും ചിരിച്ചു. ദേഷ്യത്തോടെ സർജു വിളിച്ചു പറഞ്ഞു.

"ബെവടാ, സാലാ."

ഇരുപത്തി ഒന്ന്

സന്ധ്യാ നേരം –

അതിരാവിലെ തന്നെ വീട്ടുജോലികൾക്കായി പോയ പെണ്ണുങ്ങൾ, ദിവസക്കൂലിക്ക് പോയവർ, ഫുട്പാത്തിലെ ഒറ്റമൂലി വൈദ്യന്മാർ, ജട്ടി – ബനിയൻ – ബ്രാ കച്ചവടക്കാർ, കൈയും മുഖവും നോക്കി ഭാവിഫലം പ്രവചിക്കുന്ന വിദ്വാന്മാർ, വെറുതെ വായ്നോക്കി നടക്കുന്നവർ – ഇവരൊക്കെ തന്നെ അന്തിക്ക് തലചായ്ക്കാനായി മാഹിം ഖാടിയിലേക്ക് മടങ്ങാൻ തുടങ്ങി. ഝോപ്പടികളിൽ മുട്ടവിളക്കുകളും റാന്തലുകളും തെളിഞ്ഞു. പ്രകാശത്തേക്കാളേറെ പുക പരത്തി അവ കുറ്റബോധത്തോടെ വിറച്ചുനിന്നു. കുൾഫി – ഭേൾപൂരിവാലകൾ ഊടുവഴികളിലൂടെ മണികിലുക്കി കറങ്ങിനടന്നു. ഫക്കീറന്മാർ "ധൂപ്പു[1]"മായെത്തി. മയിൽപ്പീലി വിശറി വീശി ധൂപ്പ് ഝോപ്പടികളിലേക്ക് കടത്തിവിട്ടു. മണ്ണെണ്ണ ചൂരുള്ള പുകയും ബോംബിൻ ചുടുന്ന രൂക്ഷഗന്ധവും നിറഞ്ഞ ഝോപ്പടികളിൽ ആ ദിവ്യസുഗന്ധം മടിച്ച് മടിച്ച് കയറിച്ചെന്നു. പിന്നെ എല്ലാ ഗന്ധവും ഒന്നായി മറ്റൊരു ഗന്ധമായി കൂരകളിലെ വിടവുകളിലൂടെ പുറത്തേക്കൊഴുകാൻ തുടങ്ങി. അങ്ങിങ്ങ് ആൺ – പെൺ ശബ്ദത്തിൽ വഴക്കുകളും കുട്ടികളുടെ നിലവിളികളും കുടിയന്മാരുടെ തെറിവിളികളും ദാദാമാരുടെ വെല്ലുവിളികളുമൊക്കെ കേൾക്കാൻ തുടങ്ങി. എല്ലാ ഒച്ചകളും ഒരു വലിയ തേങ്ങലായി മാറി ഝോപ്പടപ്പെട്ടിക്കു മുകളിൽ തൂങ്ങിനിന്നു.

അന്നേരം ഘോട്ട്ബന്ദർ റോഡിൽ ഒരു പഴയ സ്റ്റേഷൻ വാഗൺ വന്നുനിന്നു. പൈജാമധാരികളായ നാലഞ്ചാളുകൾ അതിൽനിന്ന് ചാടിയിറങ്ങി. ഒന്നുരണ്ടാൾക്കാർ കൈയിലെ പോസ്റ്ററുകൾ അടുത്തുള്ള തൂണുകളിലും ചുവരുകളിലും റോഡിലുമൊക്കെ പതിപ്പിക്കാൻ തുടങ്ങി. മറ്റുള്ളവർ ദാദു

---

1. *സുഗന്ധമുള്ള പുക*

മിയയുടെ ഝോപ്പടിക്കു മുന്നിലെ തിട്ടയിൽ കയറിനിന്ന് വിളിച്ചുപറഞ്ഞു:

"ഭായിയൊ ഔർ ബഹനൊ!" ചുമച്ച് തൊണ്ട ശരിയാക്കി അയാൾ ഒരിക്കൽക്കൂടെ ഉറക്കെ വിളിച്ചു. "ഭായിയൊ ഔർ ബഹനൊ!" പിന്നെ പ്രസംഗിക്കാൻ തുടങ്ങി. ലോക്കൽ ട്രെയിൻ വരുന്നതു കണ്ട് പ്ലാറ്റ്ഫോം നിറയുന്ന വേഗത്തിൽ ആൾക്കാർ അയാൾക്കു മുമ്പിൽ നിറഞ്ഞു. പുരുഷന്മാരും സ്ത്രീകളും കുട്ടികളും എല്ലാവരും ഉണ്ടായിരുന്നു. ആളുകൾ കൂടുന്നതനുസരിച്ച് പ്രാസംഗികന്റെ ശബ്ദവും കൂടിക്കൂടിവന്നു. വന്നവരിൽ ഒരാൾ ശ്രോതാക്കൾക്കിടയിൽ നോട്ടീസുകൾ വിതരണം ചെയ്തു. അതൊന്നു കിട്ടാനായി തള്ളലും ഉന്തലുമായി. കുട്ടികൾ നോട്ടീസുകൾ കൂടുതൽ സംഭരിക്കാനായി വീണ്ടും വീണ്ടും തള്ളിക്കയറി. പക്ഷേ, ആരുംതന്നെ അതിലെ അക്ഷരങ്ങളിലേക്ക് നോക്കാൻ താല്പര്യം കാണിച്ചില്ല. അല്ലെങ്കിൽ അതിനവർക്ക് കഴിവുണ്ടായിരുന്നില്ല.

പ്രഭാഷകൻ തുടർന്നു...

"നമ്മുടെ ഈ ഝോപ്പടപ്പെട്ടി ഉടനെതന്നെ പൊളിക്കുന്നതാണ്. സർക്കാരുകളെപ്പോഴും പാവപ്പെട്ടവന്റെ കുടിലുകളേ പൊളിക്കൂ.... അത് നിങ്ങൾ മനസ്സിലാക്കണം.... ഏതെങ്കിലും ധനികന്റെ വീട് സർക്കാർ പൊളിച്ച ചരിത്രമുണ്ടോ? ഇല്ല... എന്താ കാരണം? അവർക്ക് പണമുണ്ട്, എന്തും വാങ്ങാൻ അവർക്കാവും... എന്നാൽ നിങ്ങളോ.... നിങ്ങളുടെ കണ്ണീരൊപ്പാൻ ആരെങ്കിലുമുണ്ടോ?"

ശ്രോതാക്കൾക്കിടയിൽ ഒരു വലിയ ശബ്ദമുയർന്നു, "ഇല്ലാ."

"എന്നാൽ ഇനി ഭയക്കേണ്ട... ഇനി ഞങ്ങൾ നിങ്ങൾക്കൊപ്പമുണ്ട്.... ഈ സർക്കാർ ഞങ്ങളുടെ കൂരകൾക്കു മുകളിലൂടെ റോഡുണ്ടാക്കാൻ പോകയാണ്... ആർക്കുവേണ്ടി? പണക്കാരുടെ വലിയ വലിയ കാറുകൾ ഓടിക്കാൻ, പണക്കാരുടെ കാറുകളാണ് സർക്കാരിന് പ്രധാനം, പാവങ്ങളുടെ വീടുകളല്ല... മനുഷ്യത്വമില്ലാത്ത സർക്കാരാണിത്.... ധനികരെപ്പോലെ നാമും മനുഷ്യരാണെന്ന് സർക്കാരിനെ ബോദ്ധ്യപ്പെടുത്തണം.... അതിനായി നാളെ രാവിലെ ഇവിടെനിന്ന് ഒരു മോർച്ച സച്ചിവാല'യിലേക്ക് പോകുന്നുണ്ട്.... എല്ലാവരും അതിലേക്ക് തയ്യാറാവുക.... ഈ മോർച്ച നീതിക്കും ന്യായത്തിനും മനുഷ്യത്വത്തിനും വേണ്ടിയാണ്... ഇനി നിങ്ങൾ പറയൂ... നിങ്ങൾക്ക് വീട് വേണോ അതോ റോഡ് വേണോ?"

"വീട്.... വീട്" ശ്രോതാക്കൾ വിളിച്ചു പറഞ്ഞു.

"നാളെ മോർച്ചയ്ക്ക് തയ്യാറല്ലേ?"

"മോർച്ച... മോർച്ച...."

"സബ്ബാഷ് ഭായിയൊ.... സബ്ബാഷ്" പ്രാസംഗികൻ സന്തോഷത്തോടെ പറഞ്ഞു.

പിന്നീടയാൾ എല്ലാപേരോടുമായി ഉറക്കെ വിളിക്കാൻ ആവശ്യപ്പെട്ടു:

"ഝോപ്പടപ്പെട്ടി സംഘ്.... സിന്ദാബാദ്."

ആ മുദ്രാവാക്യം നാലഞ്ചാവർത്തി എല്ലാവരും ആവേശത്തോടെ

1. *സെക്രട്ടേറിയറ്റ്*

വിളിച്ചു പറഞ്ഞു മീറ്റിങ് അവസാനിപ്പിച്ചു. വന്നവർ മടങ്ങിപ്പോയി.

മാസങ്ങൾക്കു മുമ്പ് മുനിസിപ്പാലിറ്റി അധികാരികൾ മാഹിം ഖാടിയിലെത്തി അളവുകൾ നടത്തീരുന്നു. അതിനുശേഷം "റോഡ് വരും.... റോഡു വരും...." എന്നൊരു ന്യൂസ് ഇടയ്ക്കിടെ അല്പനേരത്തേക്ക് മിന്നുകയും പിന്നെ തനിയെ അണയുകയും ചെയ്യുമായിരുന്നു. ഒരു കാലയളവിൽ പുതുതായി ഒന്നും തന്നെ സംഭവിച്ചില്ല. മില്ലിൽ ജോലിക്കുപോകുന്ന ആരെങ്കിലും "മറാഠാ" പത്രം കൊണ്ടുവരും. ഝോപ്പടിക്കു പുറത്തിരുന്ന് ഝോപ്പടപ്പെട്ടിയെപ്പറ്റിയുള്ള വാർത്തകളുണ്ടെങ്കിൽ ഉറക്കെ വായിക്കും. ഘാട്ട് കോപ്പർ, ജോഗേശ്വരി, താർദേവ്, സിവ്‌റി എന്നിവിടങ്ങളിലെ ഝോപ്പടികൾ പൊലീസ് സഹായത്തോടെ പൊളിക്കുന്നുവെന്ന വാർത്ത വേദനയോടെ അവർ അറിഞ്ഞുകൊണ്ടിരുന്നു. എന്നാൽ തങ്ങളുടെ ഝോപ്പടികളും ഇത്രവേഗം പൊളിക്കുമെന്ന് മാഹിം ഖാടിയിലെ നിവാസികൾ കരുതിയില്ല. പ്രസംഗം കേട്ടവരുടെയെല്ലാം ഉറക്കം നഷ്ടപ്പെട്ടു. തങ്ങൾ കൂരയില്ലാത്തവരാകാൻ പോകുന്നു.... അവരുടെ കരളുകൾ തീരത്ത് കുടുങ്ങിപ്പോയ മീനുകളെപ്പോലെ പിടച്ചു.

പ്രസംഗം നടക്കുന്ന സമയത്ത് മറ്റൊരു സംഭവം ഝോപ്പടപ്പെട്ടിയിൽ നടക്കുന്നുണ്ടായിരുന്നു. പ്രസംഗം കേൾക്കാനെത്തിയ രോഷനെ ഭിക്കാ ഇരുട്ടിന്റെ മറവിൽ കൂട്ടിക്കൊണ്ടുപോയി....

"എനിക്ക് പേടിയാവുന്നു...." അതും പറഞ്ഞവൾ അങ്ങുമിങ്ങും നോക്കി. ഝോപ്പടി പൊളിക്കുമെന്ന ഭീതിയിൽ എല്ലാവരും മുഴുകി നിന്നപ്പോൾ, ഇരുട്ടിൽ ഒരു ഒഴിഞ്ഞ ഝോപ്പടിയുടെ പിന്നിൽ ഭിക്കു അവളെ കെട്ടിപ്പുണർന്നു. എന്നിട്ട് ചെവിയിൽ മന്ത്രിച്ചു.

"മേരി ജാൻ[1]"

അവളൊന്നും പറയാതെ അവനോടൊട്ടിച്ചേർന്ന് നിന്നു. അവളുടെ നെഞ്ചിലൂടെ കൈയോടിച്ച് അവൻ ബ്ലൗസിലെ ബട്ടണുകൾ തപ്പി. ഇടയ്ക്കിടെ ഇംഗ്ലീഷ് പിക്ചറിൽ കാണാനുള്ള കിസ്സുകളടിച്ചു. ബട്ടണുകൾ കിട്ടാതെ ഭിക്ക വിഷമിക്കുന്നതു കണ്ടവൾ അവനെ സഹായിക്കാൻ തുടങ്ങവെ.

"സിന്ദാബാദ്" വിളി കേട്ടു. രോഷൻ പെട്ടെന്നകന്നു മാറി. ബട്ടണുകൾ വേഗമിട്ട് പോകാനൊരുങ്ങി. അതിനിടെ അവൾ ചോദിച്ചു:

"ഇനി നീ എങ്ങോട്ട്."

"വിജയയ്ക്കൊപ്പം പോണം. ജോലിക്ക്."

"എവിടെ?"

"മുംബൈയിൽ... ശാമുവിന്റെ സ്ഥാനത്ത് ഇപ്പോൾ ഞാനാണ്!"

ആരുടെയും ശ്രദ്ധയിൽപ്പെടാതെ പുറത്തിറങ്ങാനുള്ള വ്യഗ്രതയിൽ അവൻ പറഞ്ഞതൊന്നും അവൾ ശ്രദ്ധിച്ചില്ല.

അവൾ ഇരുട്ടിൽ നടന്നു മറയുന്നത് ഭിക്ക നിരാശയോടെ നോക്കി നിന്നു. ആഗ്രഹിച്ചതൊന്നും നടന്നില്ല.... എന്നാലും വാതിൽ തനിക്കായി തുറക്കുമെന്ന സമാധാനത്തോടെ അവൻ മാഹിം സ്റ്റേഷനിലേക്ക് നടന്നു.

വിജയ കാത്തുനില്ക്കുന്നുണ്ടാവും.

---

1. *എന്റെ കരളേ*

ഇരുപത്തി രണ്ട്

മാഹിം സ്റ്റേഷനിൽ ഭിക്കായെ കാത്ത് ആകാംക്ഷയോടെ വിജയ നില്ക്കുന്നുണ്ടായിരുന്നു. ചുവന്ന പൂക്കളും തിളക്കവുമുള്ളൊരു സാരി, അതിനു മാച്ചായ സ്ലീവ്‌ലെസ് ബ്ലൗസ്, ചുവപ്പിച്ച ചുണ്ടുകൾ, മഷിയെഴുതിയ മിഴികൾ, കൈയിലൊരു പുതിയ ഫാഷനിലുള്ള പഴ്സ്. അതിന്റെയും അതിനെ ചുറ്റിയിരുന്ന വിരലുകളിലെ നെയിൽ പോളിഷിന്റെയും നിറം ഒരേപോലെയായിരുന്നു.

ഭിക്കയെ കണ്ട ഉടൻ അവൾ അടുത്തുചെന്നു.

"ലേറ്റെന്ത്?"

"മാഹിം ഖാടിയിൽ മീറ്റിങ്ങായിരുന്നു. സർക്കാർ അവിടത്തെ ഝോപ്പടികൾ പൊളിച്ച് റോഡ് പണിയാൻ പോണു... നേതാക്കന്മാർ പ്രസംഗിക്കാൻ വന്നിരുന്നു...."

അപ്പോഴേക്കും ട്രെയിൻ ചെറിയൊരു അമറലോടെ പാഞ്ഞെത്തി പ്ലാറ്റ്ഫോമിൽ നിലകൊണ്ടു. ഇറങ്ങുന്നവരുടേയും കയറുന്നവരുടേയും കശപിശ. അതിനിടയിലൂടെ ഇരുവരും ഒരു ബോഗിക്കുള്ളിൽ കയറിക്കൂടിയതും ട്രെയിൻ നീങ്ങാൻ തുടങ്ങി. പതിനഞ്ചു മിനിട്ടിനുള്ളിൽ ബോംബെ സെൻട്രൽ എത്തി. വിജയയും ഭിക്കായും അവിടെ ഇറങ്ങി. ട്രെയിനിൽ തന്നെ ഒരു കസ്റ്റമർ അവളെ നോട്ടമിട്ട് കഴിഞ്ഞിരുന്നു.

ബോംബെ സെൻട്രലിൽ അവർക്കൊപ്പം കസ്റ്റമറും ഇറങ്ങി. അവർക്കൊപ്പം അയാളും സ്റ്റേഷന് പുറത്തിറങ്ങി ബെലാസിസ് റോഡിലെത്തി. ബോംബെ സെൻട്രലിൽ എസ് ടി ബസ് സ്റ്റാന്റിനടുത്തെത്തിയതും അവളുടെ വലതു ചന്തിയിൽ ഒരു കൈ അമർന്നു. ആരുടെ കൈയാണെന്നറിയാതെ അവൾ തിരിഞ്ഞ് നിന്ന് ഉറക്കെ പറഞ്ഞു:

"സാലാ[1], നിനക്കൊന്നും മാ – ബഹ[2]നൊന്നുമില്ലേടാ?" കാര്യമറിഞ്ഞപ്പോൾ ഭിക്കയും ക്ഷുഭിതനായി.

"ഭേം ചൊദ്.... ലേഡീസിനോട് മര്യാദകേട് കാട്ടുന്നോടാ?" അവൻ ആരോടെന്നില്ലാതെ കയർത്തു. ഉച്ചത്തിലുള്ള ഒരു സ്ത്രീശബ്ദം, അതും രാത്രിയിൽ – കുറെ മുംബൈക്കർ കാര്യമറിയാനായി അവർക്കു ചുറ്റും കൂടി. കൂട്ടത്തിൽ നിന്നൊരാൾ മുന്നോട്ടു വന്ന് അവളുടെ കൈകളിൽ കടന്നു പിടിച്ചിട്ട് പറഞ്ഞു.

"സാലി രാംഡ്[3], രാത്രി ബിസിനസിനിറങ്ങീട്ട് സാവിത്രി ചമയുന്നോ?... നിന്നെ ഞാനെന്നും കാണുന്നുണ്ട്.... നിന്റെ റേറ്റ് പറ... ഇന്ന് ഞാൻ തന്നെ കസ്റ്റമർ...." അത്രയും പറഞ്ഞയാൾ അടുത്തുനിന്ന കാലി – പീലി[4] ടാക്സിയുടെ പിൻവാതിൽ തുറന്ന് അവളെ സീറ്റിൽ തള്ളിക്കയറ്റി. പുറകെ അയാളും കയറി. ടാക്സിയുടെ മുൻവാതിൽ തുറക്കാനായി മുന്നോട്ടുവന്ന ഭിക്കായെ തള്ളിയകയറ്റി അയാൾ ചോദിച്ചു:

"യെ സാലെ, നീ എവിടേക്ക്... ഇത് ഷെയർ ടാക്സിയല്ല..."

"അവൻ എന്റെ ആളാണ്...." വിജയ പതിയെ പറഞ്ഞു.

"അവനും വന്നോട്ടെ...."

ഭിക്കയും ടാക്സിയിൽ കയറി. കാറ് ബൈക്കുള സ്റ്റേഷന്റെ ദിശയിലേക്ക് ഓടാൻ തുടങ്ങി. ചുറ്റും കൂടിയ മുംബൈക്കർ പ്രശ്നം വേഗം അവസാനിച്ചതിൽ നിരാശയോടെ പിരിഞ്ഞു.

രണ്ടു മണിക്കൂർ കഴിഞ്ഞ് കസ്റ്റമർ അവരെ ബൈക്കുള പോസ്റ്റോഫീസിനു സമീപം കൊണ്ടിറക്കി. സമയം രാത്രി പതിനൊന്നായി. വിജയയുടെ പഴ്സിൽ പത്തുരൂപ സ്ഥലം പിടിച്ചുകഴിഞ്ഞിരുന്നു. വിജയയും ഭിക്കയും അടുത്തുകണ്ട ഇറാനി ഹോട്ടലിൽ കയറി. മട്ടൺ ബിരിയാണിയും പിന്നെ വലിയൊരു കപ്പ് ഐസ്ക്രീമും വാങ്ങി ഇരുവരും ഷെയർ ചെയ്തു.

അന്ധേരിക്കുള്ള ലാസ്റ്റ് ട്രെയിനിന് ഇനിയും രണ്ടുമണിക്കൂർ ബാക്കി. കുറച്ചു പൈസ കൂടെ സമ്പാദിക്കാൻ വേണ്ടുന്ന സമയമുണ്ട്. ഒരു കസ്റ്റമറെ കൂടെ മനസ്സിൽ കണ്ട് വിജയ കാമാഠിപുരയിലേക്കുള്ള റോഡിൽ കയറി. പുറകെ ഭിക്കായും. കൈവശം ബാക്കിയുള്ള പൈസ ഭിക്കുവിനെ ഏല്പിച്ചവൾ പറഞ്ഞു:

"ഇത് സൂക്ഷിച്ച് വയ്ക്ക്... നൂറ് ചെലവുകളുണ്ട്.... ചില തെണ്ടി കസ്റ്റമേഴ്സ് എന്റെ പേഴ്സിൽ കൈയിടും... തിരിച്ചു പോവുമ്പോ തരണം..."

വിജയ കാമാഠിപുരയിലെ പരിചയക്കാരി വീട്ടുടമയുടെ അടുത്തേക്ക് പോയി. ഭിക്ക ഫുട്പാത്തിൽ ഒരു പാൻ[5]ഷോപ്പിനു പിന്നിൽ സിഗരറ്റ്

---

1. *അശ്ലീല ചുവയുള്ള ശബ്ദം*
2. *അമ്മ പെങ്ങമാർ*
3. *അഭിസാരികെ*
4. *കറുപ്പും മഞ്ഞയും പെയിന്റു ചെയ്ത മുംബൈയിലെ ടാക്സി*
5. *മുറുക്കാൻ കട*

പുകച്ച് നിന്നു. നഗരത്തിലെ സാധാരണക്കാർ ഇന്ദ്രിയസുഖം വാങ്ങാനായി അവിടത്തെ ഗല്ലി[1]കളിലൂടെ അലയാൻ തുടങ്ങിയിരുന്നു. ഗല്ലിയിലെ ഓരോരോ മുറിയുടെ മുന്നിലും ചുവന്ന വിളക്കുകൾ തെളിയിച്ചിട്ടുണ്ട്. ചുണ്ടുകൾ ചുവപ്പിച്ച് മാംസള ഭാഗങ്ങൾ കാട്ടി അശ്ലീല ആംഗ്യങ്ങൾ കാണിച്ച് രണ്ടി[2]കൾ കസ്റ്റമർക്കായി ചൂണ്ടയിട്ട് നിന്നു. വിന്റോ ഷോപ്പിങ് പോലെ ആ സ്ത്രീരൂപങ്ങളെ നോക്കി കസ്റ്റമേഴ്സ് നിഴലുകളിൽ മുഖം മറച്ച് നടന്നു.

ഭിക്കയുടെ മനസ്സുനിറയെ വിജയ ഏല്പിച്ച പൈസയായിരുന്നു. വളരെ ദിവസങ്ങൾക്കുശേഷമാണ് ഇത്രയും ഒരു തുക അവന്റെ കൈയിലെത്തുന്നത്. പെട്ടെന്നൊരു വളകിലുക്കം ചെവിക്കടുത്തു കേട്ടതും അവന് പരിസരബോധമുണ്ടായി. വളകളണിഞ്ഞ രണ്ടുകൈകൾ അവന്റെ തോളത്ത് അമർന്നിരുന്നു. ഭിക്കായ്ക്ക് മനസ്സിലായി. പ്രായമുള്ള അവൾ തന്നെ കസ്റ്റമറാക്കാൻ ശ്രമിക്കുകയാണ്. അവളുടെ കൈകൾ തട്ടിമാറ്റി അവൻ മാറിനിന്നു. അവൻ അകലുംതോറും അവൾ കൂടുതലടുത്തു. പിന്നെ അവന്റെ മൃദുലാവയവങ്ങളെ തൊടാനും തലോടുവാനും തുടങ്ങി. പിന്നെ അവന്റെ കൈകൾ പിടിച്ച് വലിച്ച് അവൾ പറഞ്ഞു:

“വാ കുട്ടാ.... നിനക്ക് സ്വർഗ്ഗം കാണിച്ചുതരാം...” ഇതിനിടെ സാരിക്കുള്ളിൽനിന്ന് അവളുടെ കൊഴുത്തുരുണ്ട മാറുകൾ പുറത്തുചാടി. ഭിക്കയുടെ കൈകൾ അവൾ അവയിലോട്ടടുപ്പിച്ചു. ഭിക്കയ്ക്കപ്പോൾ രോഷനെയാണ് ഓർമ്മ വന്നത്. അവളുടേതും ഇതുപോലെ തന്നെയാവുമോ... താൻ ഉണരുന്നതവൻ അറിഞ്ഞു.... എന്നിട്ടും കഴിയുംവിധം അവളുടെ പ്രലോഭനങ്ങൾക്കു വഴങ്ങാതെ അവൻ ചെറുത്തുനിന്നു. കസ്റ്റമർ പ്രായത്തിലും വലുപ്പത്തിലും ചെറുതാണെങ്കിലും നഷ്ടപ്പെടുത്താൻ അവളും തയ്യാറായിരുന്നില്ല. അവൾ സമീപനം മാറ്റി, ഉറക്കെ വിളിച്ചു പറഞ്ഞു:

“സാലാ ഗാണ്ടു[3].... പൈസയെടുക്ക്... വിളിച്ച് വരുത്തീട്ട്.... എനിക്ക് നല്ലൊരു കസ്റ്റമറാണ് നീ കാരണം നഷ്ടമായത്.... ചെക്കനാണ്.... കൊതി കാണുമെന്ന് കരുതി വന്നപ്പൊ....” ഒരു സൂചന കിട്ടിയപോലെ ഒരു തടിയൻ ഇരുട്ടിൽനിന്ന് അവരുടെ അടുത്തേക്ക് നടന്നുവന്നു. വന്നപാടെ അയാൾ ഭിക്കയുടെ തലയ്ക്കിട്ടൊന്നു കൊടുത്തു. ഒരുനിമിഷം അവന്റെ എല്ലാ ഇന്ദ്രിയങ്ങളും ഷട്ട്ഡൗണായി. ബോധം വന്നപ്പോൾ കൈവശമുണ്ടായിരുന്നതെല്ലാം നഷ്ടപ്പെട്ടു കഴിഞ്ഞിരുന്നു. റെയിൽവേ പാസു മാത്രം അവന്റെ മുന്നിൽ കിടക്കുന്നുണ്ടായിരുന്നു. ദൂരെ ഇരുട്ടിൽ രണ്ടു രൂപങ്ങൾ മറയുന്നത് അവൻ കണ്ടു.

ഭിക്കാ ആകെ വിരണ്ടു പോയി. എന്തു ചെയ്യണമെന്നറിയാതെ വിജയ പോയ വഴിയിലേക്ക് അവൻ നോക്കിനിന്നു. പിന്നെ ഒന്നിനു പുറകെ ഒന്നായി ചാർമിനാർ വലിക്കാൻ തുടങ്ങി. തലയിൽ ഒരു വലിയ ഭാരം

1. *തെരുവുകൾ*
2. *വേശ്യകൾ*
3. *അശ്ലീല വാക്ക്*

കയറിയിരിക്കുന്നപോലെ... എത്ര ശ്രമിച്ചിട്ടും ഇറങ്ങാൻ കൂട്ടാക്കുന്നില്ല.

വിജയ ഇനി എപ്പോഴാണ് വരിക.

അടുത്തുകണ്ട ഒരാളോട് സമയം ചോദിച്ചു.

വാച്ചിൽ നോക്കാതെ തന്നെ അയാൾ പറഞ്ഞു – പന്ത്രണ്ടര. വിജയ വരേണ്ട സമയമായി. ഉടനെ എത്തിയില്ലെങ്കിൽ അവസാനത്തെ ട്രെയിനും കിട്ടുകയില്ല – വിജയ അതാ വരുന്നു....

വന്നപാടെ അവൾ പറഞ്ഞു, "നടക്ക് വേഗം... വണ്ടി വരാറായി.... ആവശ്യത്തിന് ഒരു ടാക്സിപോലും കാണുന്നില്ല.... ദേഹമാണെങ്കിൽ....." അവൾ പെട്ടെന്ന് നിർത്തി. സ്വന്തം ഭായി[1]യോടാണ് സംസാരിക്കുന്നതെന്ന ബോധം അപ്പോഴാണ് അവൾക്കുണ്ടായത്. അവൾ കാലുകൾ നീട്ടിവച്ച് നടക്കാൻ തുടങ്ങി. ഒപ്പം നടക്കുന്നതിനിടയിൽ ഭിക്ക ഒളികണ്ണിട്ട് അവളെ ശ്രദ്ധിക്കുന്നുണ്ടായിരുന്നു. അവളുടെ അവസ്ഥ അവനെ വേദനിപ്പിച്ചു. ഒരു തകർന്ന കപ്പൽ! അവളോട് കഷ്ടം തോന്നി. തന്നെ പറ്റിച്ച പെണ്ണിന്റെ അവസ്ഥയും വീട്ടിലേക്ക് മടങ്ങുമ്പോൾ ഇതുപോലെതന്നെയാവുമോ? ഈ പണി ഇനി വേണ്ടെന്ന് വിജയയോട് പറയാൻ അവൻ നിശ്ചയിച്ചു.

ബോംബെ സെൻട്രലിൽ എത്തിയതും ഒരു ട്രെയിൻ പ്ലാറ്റ് ഫാമിൽ നില്ക്കുന്നതു കണ്ടു. ഏത് എന്തെന്നൊന്നും നോക്കാൻ പോയില്ല. ഇരുവരും ഒരു ബോഗിയിൽ കയറിയിരുന്നു. തീരെ തിരക്കുണ്ടായിരുന്നില്ല. കാറ്റിനായി അവൾ ഒരു വിന്റോ സീറ്റു പിടിച്ചു. ഭിക്ക അവൾക്കെതിരെയുള്ള സീറ്റിൽ പുറത്തേക്ക് നോക്കിയിരുന്നു. എൽഫിൻസ്റ്റൻ റോഡ് കഴിഞ്ഞതും കണ്ണടച്ചിരുന്ന വിജയ ഉണർന്ന് ബാഗ് തുറന്നു. ചുരുട്ടിക്കൂട്ടിയ കുറെ നോട്ടുകൾ പുറത്തെടുത്ത് എണ്ണാൻ തുടങ്ങി. ഏഴ്, എട്ട്, ഒൻപത്.... എന്നിട്ടവ വീണ്ടും പേഴ്സിൽ വച്ചിട്ട് പറഞ്ഞു. "പതിനഞ്ച് കിട്ടിയതാണ്. ആ പിശാച് ആറെടുത്തു വാടകാന്നും പറഞ്ഞ്.... വെറുതെ കിട്ടുന്ന കാശ്... ദഹിക്കില്ല...." എന്തോ ഓർത്തിട്ടെന്നപോലെ ഭിക്കയോട് പറഞ്ഞു.

"അതിങ്ങു താ..."

ഭിക്കാ അതു കേൾക്കാത്തപോലെ പുറത്തു നോക്കിയിരുന്നു.

"ടാ.... നിന്റെ ചെവി പൊട്ടിയോ... ഞാൻ മുമ്പ് തന്ന പൈസ എടുക്കാൻ...."

ഭിക്ക മിണ്ടാതെ തന്നെയിരുന്നു. അതുകണ്ടവൾ അവനെ കുലുക്കി വിളിച്ച് പറഞ്ഞു:

"പൈസ എടുക്കാൻ–"

"പൈസ ഇല്ല"

"ഇല്ലേ?"

"ഇല്ല"

വിജയ അടിമുടി വിറച്ചു. ഓടുന്ന ട്രെയിനിൽ എണീറ്റുനിന്ന് ഭിക്കയോട് ഉറക്കെ ചോദിച്ചു:

---

1. *സഹോദരൻ*

"എടാ തെണ്ടി.... എന്റെ പൈസ ഏത് റാണ്ടി[1]ക്ക് കൊടുത്തു.... ഏഴ രൂപയാണ്...."

നടന്ന കാര്യങ്ങൾ ഭിക്ക അവളെ ധരിപ്പിക്കാൻ ശ്രമിച്ചു.

"കള്ളം.... പച്ചക്കള്ളം.... ശാമുവിനെപ്പോലെ നീയും എന്നെ പറ്റിക്കുന്നു...." വിജയ കലിതുള്ളി.

അവൻ തലകുനിച്ചിരുന്നു. പിന്നെ കുറ്റബോധത്തോടെ പറഞ്ഞു:

"വിജയാ.... സത്യമാണ് ഞാൻ പറഞ്ഞത്.... 'ആയിശപഥ്[2]'... ആ പെണ്ണും തടിയനും ചേർന്ന് കാശ് തട്ടിയെടുത്തതാണ്...."

"എന്റെ രക്ഷകാ.... എന്നോടാണോ ഈ കഥ... നീ ആരോടൊപ്പമോ കിടക്കാൻ പോയി... പൈസ അവൾ തട്ടിയെടുത്തു...." ഒരു നിമിഷം നിർത്തിയശേഷം അവൾ പറഞ്ഞു.

"ഭിക്കു, ഒരു കാര്യം ഞാൻ പറയാം.... നിനക്ക് അതിനുള്ള പ്രായമൊന്നും ആയിട്ടില്ല.... നീ ബച്ച്[3]യാണ്... എന്നെപ്പോലെ നീയും ഗട്ടറിൽ വീഴരുത്...."

വെറുപ്പും ദേഷ്യവും നിസ്സഹായതയും അവളുടെ ഉള്ളിൽ ഇളകിമറിഞ്ഞു... കണ്ണുകൾ നിറഞ്ഞൊഴുക്കി.

ബഹളം കണ്ട് ബോഗിയിൽ മയങ്ങിയിരുന്ന മറ്റു യാത്രക്കാർ കാണികളായി അവർക്കു ചുറ്റും കൂടി. അതുകണ്ട് അവൾ എണീറ്റ് മറ്റൊരു സീറ്റിൽ ചെന്നിരുന്ന് പുറത്തേക്ക് നോക്കി. കൂരിരുട്ടാണ്. ഇടയ്ക്കിടെ മാത്രം കടന്നുവരുന്ന വെളിച്ചം. അവളുടെ ജീവിതം പോലെ ട്രെയിൻ ഓടിക്കൊണ്ടിരുന്നു.

മാഹിം സ്റ്റേഷനിൽ ട്രെയിൻ നിന്നു. ഇറങ്ങാനായി അവൾ എണീറ്റു ഭിക്കയെ നോക്കി. അവനില്ലായിരുന്നു. മുമ്പിലേതോ സ്റ്റേഷനിൽ അവൻ ഇറങ്ങിട്ടുണ്ടാവും, പാവം.

അവൾ ഊഹിച്ചു.

---

1. *വേശ്യ*
2. *അമ്മ സത്യം*
3. *കുട്ടി*

ഇരുപത്തി മൂന്ന്

വയലിൻ വാല രാവിലെ തന്നെ സർജുവിന്റെ ഝോപ്പടിയിലെത്തി ചോദിച്ചു:

"പിള്ളേരെല്ലാം തയ്യാറായോ?"

"സാലാ, നീ വന്നോ... വിശ്വസിക്കാൻ വയ്യ.... ഞാൻ കരുതി നീ മറന്നു കാണുമെന്ന്." അതും പറഞ്ഞ് സർജു ഗംഗയുടെ ഝോപ്പടിയിലെത്തി വിളിച്ചു ചോദിച്ചു.

"ഗംഗാ ബായി പിള്ളേരെ വേഗം റെഡിയാക്ക്. സ്കൂളിൽ കൊണ്ടു പോകാൻ ആളെത്തീട്ടുണ്ട്."

ഗംഗ സ്വന്തം കാതുകളെ വിശ്വസിക്കാനാവാതെ പുറത്തുവന്നു.

"സർജു ദാദാ, സത്യമാണോ നിങ്ങളീ പറേണത്?"

"ഞാനല്ല കൊണ്ടുപോകുന്നത്... ആ വയലിൻവാലയാണ്.... അയാൾ വന്നിട്ടുണ്ട്."

ഗംഗാ വയലിൻവാലയെ നോക്കി. എപ്പോഴുമുള്ള ആ വളിച്ച ചിരിയുമായി അയാൾ നില്ക്കുന്നു. അപ്പോഴേക്കും ലങ്കട കിസൻ പുറത്തു വന്നു പറഞ്ഞു:

"അവൻ വട്ടനാണ്.... പിള്ളേരെ എങ്ങനെ വിശ്വസിച്ചയക്കും."

ആ പരാമർശം സർജുവിന് ഇഷ്ടമായില്ല. അയാൾ പറഞ്ഞു:

"അരേ ലങ്കട, നീ അവനെ വട്ടനാക്കണ്ട... അവൻ നല്ലവനാണ്... അതാണ് മുമ്പീന്ന് പൈസ പെറുക്കി എടുത്തിട്ടും അവനൊന്നും പറയാതിരുന്നത്.... നിന്റെ കുത്തിന് പിടിക്കാതിരുന്നത്..."

"ഞാനാരുടെയും പൈസ എടുത്തിട്ടില്ല.... എന്നെ കള്ളനാക്കണ്ട...."

ഇതുകേട്ട് വയലിൻവാല ഉറക്കെ ചിരിക്കാൻ തുടങ്ങി.

"ലങ്കടാ, നീ ഇന്നുവരെ സത്യം പറഞ്ഞിട്ടില്ല.... നിന്നെ സഹായിക്കു

ന്നവരോടെങ്കിലും കള്ളം പറയരുത്.... ഇയാൾ കാരണമാണ് നിന്റെ പിള്ളേർ ഇന്ന് സ്കൂളിൽ പോവുന്നത്. നിന്നെക്കൊണ്ടത് നടക്കുമോ... ഗംഗാ, നീ പിള്ളേരെ റെഡിയാക്ക്...."

സർജു പിന്നെ വയലിൻവാലയെയും കൂട്ടി ദാദുവിന്റെ ഝോപ്പടിയിലേക്ക് നടന്നു. പിന്നെ കാശീറാമിന്റെ – സക്കീനയും ഗംഗയും കാശീറാമിന്റെ തള്ളയും അവരവരുടെ കുട്ടികളെ തയ്യാറാക്കി. കുട്ടികളുടെ മുഖത്ത് പൂത്തിരി കത്തി.

അബ്ബാസ് മസ്ജിദി[1]ൽ പോകുമ്പോൾ ധരിക്കാറുള്ള ഖമ്മീസും അതിനുപുറത്ത് പച്ച ജാക്കറ്റുമാണ് ധരിച്ചത്. തലയിൽ തൊപ്പിയും വച്ചിരുന്നു. മറ്റുള്ളവരും അതുപോലെ വിശേഷ ദിവസങ്ങൾക്കായി കരുതിവച്ച വസ്ത്രങ്ങൾ ധരിച്ച് തയ്യാറായി. ഇവിടത്തെ ഈ വേഷംകെട്ടൽ ചുറ്റുപാടുമുള്ള ഝോപ്പടികളിലെ പെണ്ണുങ്ങളും കുട്ടികളും കൗതുകത്തോടെ നോക്കിനിന്നു.

മാഹിം ഖാടിയിലെ കുട്ടികൾ സ്കൂളിൽ പോവുന്നത് അവർക്കൊരു സംഭവമായിരുന്നു.

അപ്പോഴേക്കും അറവുശാലയ്ക്കു പുറകിലെ ഝോപ്പടികളിൽനിന്ന് നാലഞ്ചുപേരെത്തി വിളിച്ചു പറയാൻ തുടങ്ങി.

"ചലൊ... മോർച്ചയ്ക്ക് സമയമായി. എല്ലാവരും പുറത്തുവരണം.... വീട്ടിൽ ആരും ഇരിക്കാൻ പാടില്ല."

"ആർക്കെങ്കിലും ജോലിക്ക് പോകണമെങ്കിൽ..." ആരോ വിളിച്ചു ചോദിച്ചു.

"ഇന്നാരും ജോലിക്ക് പോകുന്നില്ല.... വീട്ടിലെ ഓരോ വ്യക്തിയും മോർച്ചയിലുണ്ടാവണം..."

"കിഴവന്മാരും?"

"കിഴവനും കിഴവിയുമൊക്കെ വരണം."

"രോഗിയാണെങ്കിൽ....?"

"എന്നാലും വരണം.... ഈ ഝോപ്പടി പൊളിച്ചാൽ രോഗി എവിടെ പോകും?.... എല്ലാവരും പുറത്തിറങ്ങുക... വേഗം... വീടുകൾ പൂട്ടുക..."

കിസന്റെ ചോദ്യങ്ങളും അവരുടെ ഉത്തരങ്ങളും കേട്ടുനിന്ന സർജു പറഞ്ഞു:

"ലങ്കട നിനക്ക് വേറെ പണിയൊന്നുമില്ലേ?... മോർച്ച പോലും!.... അതിൽ കിഴവനും കിഴവിയും രോഗിയും....!

അതുകേട്ട ഒരാൾ വിളിച്ചു പറഞ്ഞു: "ബുഡ്ഢേ[2], നിന്നെ തന്നെ മുന്നിൽ നടത്തിക്കും."

"അതിന് നിന്റെ തന്ത തന്നെ വരണം."

സംഘാടകരിൽ ചിലർ സർജുവിന്റടുത്തേക്ക് പാഞ്ഞടുത്തു.

---

1. *പള്ളി*
2. *കിഴവാ*

അവരെ നോക്കി മീശപിരിച്ച് സർജു പറഞ്ഞു:

“നിന്നെപ്പോലുള്ള നേതാക്കളെ കൊറെ കണ്ടതാ ഞാൻ. മോർച്ച... പിരിവ്... ഒരുത്തന്റേയും ദാദാഗിരി മാഹിം ഖാടിയിൽ നടക്കൂല... ഈ ഖാടിക്കുപോലും ഈ ഝോപ്പടികളെ തൊടാൻ പറ്റൂല.... പിന്നെയല്ലേ ഈ സർക്കാർ.... വല്ല പണിക്കും പോടാ പിള്ളേരേ....”

സർജുവിന്റെ പ്രായവും മോർച്ചയുടെ പ്രാധാന്യവും കണക്കിലെടുത്ത് സർജുവിന് നേരെ വന്നവർ അയാളെ ഒഴിവാക്കി.

ആ സമയം ദാദുമിയ ഉച്ചയ്ക്കുള്ള ടിഫിനുമായി ജോലിക്കു പോകാനിറങ്ങി നില്ക്കുകയായിരുന്നു. വയലിൻവാല അല്പം മുമ്പ് കുട്ടികളേയും കൊണ്ട് പോയിക്കഴിഞ്ഞിരുന്നു. വഴിയിൽ കുട്ടികൾക്കൊപ്പം എത്താനായി ദാദുമിയ വേഗം നടക്കാൻ തുടങ്ങി. അപ്പോഴേക്കും മോർച്ചക്കാർ വഴി തടഞ്ഞു.

“എങ്ങോട്ട്?... ഇതുവരെ പറഞ്ഞതൊന്നും കേട്ടില്ലേ? ഇന്നാരും എങ്ങും പോകുന്നില്ല....”

“സുഹൃത്തേ.... ഇന്ന് പോയില്ലെങ്കിൽ ചിലപ്പൊ ജോലിതന്നെ പോകും.”

“ബോംബെയിലെ മുഴുവൻ ഝോപ്പടവാസികളും ഇന്ന് മോർച്ചയിലാണ്.... നിനക്ക് മാത്രം ജോലിക്ക് പോണോ....? മോർച്ചയ്ക്ക് തയ്യാറാവ്... വീട്ടിലെ എല്ലാവരേയും വിളിക്ക്....”

ആദ്യമെത്തിയവർ അറവുശാലയ്ക്കു പിന്നിലുള്ള ഝോപ്പടികളിലെ ഛോട്ടാ നേതാക്കളായിരുന്നു. അല്പനേരത്തിനുള്ളിൽ തന്നെ ധാരാവിയിലെ ബഡാ നേതാക്കളെത്തി. എല്ലാം അവിടത്തെ ദാദാമാരായിരുന്നു. ദാദാമാർ പറഞ്ഞതു പോലെതന്നെ അനുസരണയോടെ ഝോപ്പടവാസികൾ വരിവരിയായി നില്ക്കാൻ തുടങ്ങി.... മുദ്രാവാക്യങ്ങൾ ഒരാൾ പറഞ്ഞുകൊടുത്തു. മറ്റൊരാൾ പ്ലക്കാർഡുകളും കൊടികളും വിതരണം ചെയ്തു. ബാനറുകൾ പിടിക്കുന്ന പണി ചെറുപ്പക്കാരികളായ സ്ത്രീകളെ ഏല്പിച്ചു.

മോർച്ചയിൽ സ്ത്രീകളും പുരുഷന്മാരും കുട്ടികളും വൃദ്ധരും രോഗികളുമൊക്കെ പങ്കാളികളായി.

ദാദുവും സർജുവും എല്ലാം നോക്കിനിന്നു. ലങ്കട കിസൻ ദാദാമാരുടെ വലംകൈയായി അവിടെല്ലാം ഓടിനടന്നു. ഗംഗയും സക്കീനയും ഒരുമിച്ചാണ് ലൈനിൻ നിന്നത്. പുറകെ രോഷനും. അല്പമകലെയായി ആംഗ്യം കാണിച്ച് നില്ക്കുന്ന ഭിക്ക രോഷന്റെ ശ്രദ്ധയിൽപ്പെട്ടു. അവൻ തന്നോടെന്തോ പറയാൻ ശ്രമിക്കുകയാണെന്നവൾ മനസ്സിലാക്കി സക്കീനയോട് പറഞ്ഞു.

“ചാച്ചീ, ഞാൻ വരുന്നില്ല.”

“പിന്നെ?”

“അബ്ബാസ് സ്കൂളിൽ നിന്ന് വരില്ലേ?”

അത് ശരിയാണല്ലോയെന്ന് സക്കീനയ്ക്കും തോന്നി.

അവൻ വരുമ്പോൾ എന്തെങ്കിലും തിന്നാനായി തയ്യാറാക്കണം. മോർച്ച കഴിഞ്ഞ് എപ്പോൾ വരാനാവുമെന്ന് ഒരു നിശ്ചയവുമില്ല. സക്കീന മെല്ലെ പറഞ്ഞു.

"ഓർമ്മിച്ചത് നന്നായി.... എവിടേങ്കിലും പോയി ഒളിക്കാൻ നോക്ക്."

രോഷൻ കൂട്ടത്തിൽനിന്ന് അപ്രത്യക്ഷയായി.

സമയം പതിനൊന്നായി. കനത്ത വെയിൽ. മോർച്ച പുറപ്പെട്ടു. ആരോ മുദ്രാവാക്യം വിളിച്ചു.

"ഝോപ്പടപ്പെട്ടി യൂണിയൻ സിന്ദാബാദ്...."

കുറെപ്പേർ ഏറ്റു പറഞ്ഞു.

"പോരാ..." ഒരു നേതാവ് പറഞ്ഞു.

"നമ്മുടെ ശബ്ദം സച്ചിവാലയി[1]ലെത്തണം."

വീണ്ടും മുദ്രാവാക്യങ്ങൾ മുഴങ്ങി.

"വീടു തരൂ... റോട്ടി തരൂ...."

"മേയർ രാജിവയ്ക്കൂ.... കമ്മീഷണർ രാജിവയ്ക്കൂ..."

"റോഡ് ഞങ്ങൾക്ക് വേണ്ടേ വേണ്ട...."

മുദ്രാവാക്യങ്ങൾ മുഴക്കി മോർച്ച ഘോട്ട്ബന്ദർ റോഡിലൂടെ നീങ്ങി. തങ്ങൾ എവിടേക്കാണ് പോവുന്നതെന്നോ എന്തിനാണ് പോവുന്നതെന്നോ അധികം പേർക്കും അറിവില്ലായിരുന്നു. പ്രത്യേകിച്ചും സ്ത്രീകൾക്കും വൃദ്ധർക്കും കുട്ടികൾക്കും. എന്തോ ആഘോഷത്തിൽ പങ്കെടുക്കുന്ന ഉത്സാഹത്തോടെ അവർ ചുട്ടുപൊള്ളുന്ന റോഡിലൂടെ വെറും കാലോടെ നടന്നു. റോഡിലെ ചൂട് സഹിക്കാനാവാതെ മോർച്ചയ്ക്ക് പുറത്താകാൻ ശ്രമിച്ചവരെ ദാദാമാർ ഭീഷണിപ്പെടുത്തി. കൂടെ നടന്നിരുന്ന പൊലീസ് ദാദാമാരെ സഹായിച്ചു.

സർജു മോർച്ചയിൽ നിന്ന് വിട്ടുനിന്നു.

ആളൊഴിഞ്ഞ പ്ലാറ്റ് ഫാം പോലെയായ ഝോപ്പടപ്പെട്ടിയിൽ അയാൾ ചുറ്റിനടന്നു. അപ്പോൾ കണ്ടു, ദാദുമിയയുടെ ഝോപ്പടി പൂട്ടീട്ടില്ല. ഇനി ആരെങ്കിലും പൂട്ട് പൊളിച്ചതാവുമൊ? ആകാംക്ഷയോടെ വാതിൽ അല്പം തുറന്ന് അയാൾ വിളിച്ച് ചോദിച്ചു:

"അകത്താരാ?"

അകത്തുനിന്ന് റേഡിയോയുടെ നേർത്ത ശബ്ദം കേൾക്കാമായിരുന്നു. സർജു വാതിൽ അല്പം കൂടെ തുറന്നിട്ട് അകത്ത് തലയിട്ട് നോക്കി.

ഒരാൾ മൂലയ്ക്ക് കിടക്കുന്നതു കണ്ടു. അടുത്തൊരു ട്രാൻസിസ്റ്ററിൽനിന്ന് പാട്ടൊഴുകുന്നു.

സർജു അകത്ത് കാൽവച്ചതും അയാൾ പിടഞ്ഞെണീറ്റ് സൂക്ഷിച്ച് നോക്കി.

"ആരാ?"

"ഞാൻ സർജു"

---

1. *സെക്രട്ടറിയേറ്റ്*

അയാൾ ട്രാൻസിസ്റ്റർ ഓഫ് ചെയ്ത് പറഞ്ഞു:

"ഞാൻ ധോണ്ടു.... ദാദൂന്റെ ദോസ്താണ്.... ഇപ്പൊ മെഹമാനാ[1]ണ്."

"എപ്പൊ വന്നു?"

"എന്തിനാ?"

"ദാദു ഈ മെഹമാനെപറ്റി ഒന്നും പറഞ്ഞില്ല.... നാടെവിടെ?"

"വളരെ ദൂരെ"

"പുറത്തൊന്നും കണ്ടില്ല."

"സുഖമില്ല."

"ദാദുവിന്റെ മിത്രമോ.... ബന്ധുവോ?"

അതിനുത്തരം പറയാതെ ധോണ്ടു പകരം ഒരു ചോദ്യം അങ്ങോട്ട് ചോദിച്ചു.

"എന്താ നിങ്ങടെ പണി?"

"ഈ മാഹിം ഖാടിയുടെ മാലിക്കാ[2]ണ് ഞാൻ.... ഏതു സമയവും എവിടേയും കയറിച്ചെല്ലാൻ എനിക്കധികാരമുണ്ട്.... ആർക്കും എന്നെ തടയാൻ പറ്റില്ല.... അതിരിക്കട്ടെ നീ മോർച്ചയ്ക്കെന്തു പോയില്ല?"

"പറഞ്ഞില്ലേ.... സുഖമില്ലെന്ന്"

സർജുവിന്റെ ശ്രദ്ധ ട്രാൻസിസ്റ്ററിലേക്ക് തിരിഞ്ഞു.

"ഇത് മോഷ്ടിച്ചതാണല്ലേ?"

ആ ചോദ്യം ധോണ്ടുവിനത്ര രസിച്ചില്ല. അയാൾ സർജുവിനെ തറപ്പിച്ച് നോക്കി. സർജു ശാന്തനായി പറഞ്ഞു:

"ഇവിടെ കള്ളക്കടത്തു സാധനങ്ങളെല്ലാം കിട്ടും.... വാച്ച്, സിഗരറ്റ്, റേഡിയോ, മദ്യം.... അതുകൊണ്ട് ചോദിച്ചതാണ്."

"ഇത് വാങ്ങിയതാണ്."

"എത്ര കൊടുത്തു."

"നാനൂറ്"

"കൊള്ളാം.... ഒരുപാട്ട് കേട്ടാൽ കൊള്ളാമായിരുന്നു."

ധോണ്ടു സഹികെട്ട് പറഞ്ഞു.

"താനിപ്പൊ പോ – ദാദു വന്നശേഷം വന്നാൽ മതി – എനിക്കല്പം കിടക്കണം... നല്ല സുഖം തോന്നുന്നില്ല."

"ഞാൻ മോർച്ചയ്ക്ക് പോവാത്തതെന്തെന്നറിയോ?... ഇവിടത്തെ പിള്ളേര് ഇപ്പോ സ്കൂളീന്നുവരും. ലീഡർമാർ തള്ളേം തന്തേം കൊണ്ടു പോയി. പിള്ളേർക്ക് തിന്നാനും കുടിക്കാനും ആരു കൊടുക്കും! അതാണ് ഞാൻ പോവാത്തതിന് കാരണം...."

ധോണ്ടു ഒന്നും കേൾക്കുന്നതായി ഭാവിച്ചില്ല.

"ആ സുന്ദരിക്കോത എവിടെ? ദാദുവിന്റെ ഭായീടെ മോള്.... മോർച്ചയിൽ കണ്ടില്ല.... ഇവിടെയുമില്ല... പിന്നെ എവിടെപ്പോയി?"

---

1. *വിരുന്നുകാരൻ*
2. *ഉടമസ്ഥൻ*

ധോണ്ടു അതും കേട്ടതായി ഭാവിച്ചില്ല. അയാൾ ഒന്നും മിണ്ടുന്നി ല്ലെന്ന് കണ്ടപ്പോൾ സർജു പുറത്തിറങ്ങി. മിന്നൽവേഗത്തിൽ ധോണ്ടു വാതിലടച്ച് കുറ്റിയിട്ടു.

സർജു തിരിഞ്ഞ് നിന്ന് പറഞ്ഞു:

"ഈ മെഹമാൻ ആള് ശരിയല്ല...."

സമയമറിയാനായി അയാൾ മുകളിലേക്ക് നോക്കി. സൂര്യൻ തലയ്ക്കു മുകളിലാകാറായി. ആളൊഴിഞ്ഞ തന്റെ പ്രശാന്തമായ സാമ്രാജ്യത്തിലൂടെ അയാൾ അലഞ്ഞുനടന്നു. അപ്പോഴാണ് ഗംഗയുടെ അടഞ്ഞുകിടക്കുന്ന ഝോപ്പടിക്കുള്ളിൽനിന്ന് അടച്ചുള്ളൊരു സംസാരം കേട്ടത്. ഗംഗയും കിസനും മോർച്ചയിലുണ്ടായിരുന്നു. കുട്ടികൾ സ്കൂളിലാണ്. അപ്പൊ ഇതി നകത്ത്? സർജു വാതിലിൽ മുട്ടി. ഒന്നുരണ്ടു മുട്ടലിനുശേഷം വാതിൽ തുറന്നു. അകത്ത് രോഷൻ ചുവരോട് തിരിഞ്ഞ് ഘാഗ്രയും മേൽവസ് ത്രവും ശരിയാക്കുകയായിരുന്നു. വാതിൽപാളിക്ക് പിന്നിൽ നിന്ന് ഭിക്ക സർജുവിനെ വാതുക്കൽ നിന്ന് തള്ളിമാറ്റി വേഗത്തിൽ പുറത്തേക്കിറങ്ങി നടന്നു. സർജു സ്തംഭിച്ച് നിന്നു.

ആ മരവിപ്പൊന്ന് കുറഞ്ഞപ്പോൾ അയാൾ അകത്തേക്ക് കുതിച്ചു. തലകുനിച്ച് ഭയന്നു നില്ക്കുന്ന രോഷന്റെ മുഖം പിടിച്ചുയർത്തി ആഞ്ഞ ടിച്ച് വിളിച്ചു.

"കൂത്തിച്ചി... നായിന്റെ മോളെ.... നിന്റെയൊക്കെ തൊലി ഉരിക്കണം.... പിന്നെ ഈ ഖാടിയിൽ കെട്ടിത്താഴ്ത്തണം.... ഈശ്വരാ... ഇനി എന്തൊക്കെ കാണണം...."

പിന്നെ ഭിക്കായുടെ ഓർമ്മ വന്നപ്പോൾ അയാളുടെ ബി പി വീണ്ടും കൂടി.

"എവിടെ ഓടി ആ നായിന്റെ മോൻ.... ഭേംചൊദ്...." അത്രയും പറ ഞ്ഞിട്ട് സർജു ധൃതിയിൽ അവിടെ നിന്നിറങ്ങി.. ഭിക്കയെ കണ്ടെത്താ നായി ആ കിഴവന്റെ കുഴിഞ്ഞ കണ്ണുകൾ വല്ലാതെ കൊതിച്ചു. അവന്റെ എല്ലുകൾ തകർക്കാനായി അയാളുടെ മെലിഞ്ഞ കൈകൾ തരിച്ചു.

ഭിക്കായെ തിരഞ്ഞ് സർജു ഘോട്ട്ബന്ദർ റോഡിലൂടെ നടക്കാൻ തുടങ്ങി. അവൻ സർജുവിന്റെ പരിധിക്കപ്പുറം എപ്പോഴോ എത്തിക്കഴി ഞ്ഞിരുന്നു. അപ്പോഴാണ് വയലിൻവാല പിള്ളേരുമായി വരുന്നത് കണ്ടത്. സർജുവിനെ കണ്ടതും അയാൾ പതിവുപോലെ ചിരിക്കാൻ തുടങ്ങി.

"സർജു ദാദാ, മാസ്റ്റർ ചോദിച്ചു, ഇപ്പോ കുട്ടികളെ എങ്ങനെ എടു ക്കാനാവും. സ്കൂൾ തുറന്നിട്ട് ആറുമാസം കഴിഞ്ഞു.... ഞാൻ പറഞ്ഞു... നിങ്ങളൊന്നും അവരെ പഠിപ്പിക്കണ്ട... വെറുതെ ബഞ്ചിൽ ഇരിക്കാൻ അനുവദിച്ചാൽ മതി. മാസ്റ്റർ പറഞ്ഞു: ഹെഡ്മാസ്റ്ററെ കാണാൻ. അദ്ദേ ഹത്തെ കണ്ടു... എന്റെ പേര് പറഞ്ഞു. ഫിലിംഫീൽഡിലാണെന്ന് പറ ഞ്ഞു. വിശ്വസിക്കാനാവാതെ അദ്ദേഹം മിഴിച്ചിരുന്നു. പിന്നെ, വയലിൻ അല്പം വായിക്കാൻ പറഞ്ഞു.... അദ്ദേഹത്തിന് വളരെ ഇഷ്ടമായി. ചായ കുടിപ്പിച്ചു, സ്പെഷ്യൽ. പിന്നെ ഞാൻ കാര്യം പറഞ്ഞു.... ഝോപ്പടിയിലെ

പിള്ളേരാണ്.... അതൊന്നും പ്രശ്നമല്ലെന്ന് പറഞ്ഞു.... സ്കൂൾ വിടും വരെ ഞാൻ ഫുട്പാത്തിൽ കാത്തിരിക്കയായിരുന്നു..."

പിള്ളേരെല്ലാം നല്ല സന്തോഷത്തിലായിരുന്നു. അബ്ബാസിന്റെ കഴുത്തിൽ കൈയിട്ട് സർജു ചോദിച്ചു.

"ബേട്ടാ, സ്കൂൾ എങ്ങനെയുണ്ടായിരുന്നു."

"ബെഹുത്തച്ഛാ[1]"

സയനു പറഞ്ഞു:

"സർജു ദാദ, അങ്കിൾ വയലിൻ വായിച്ചപ്പോ പിള്ളേരും മാസ്റ്ററന്മാരും ജനാലയിൽക്കൂടെ നോക്കാൻ തുടങ്ങി."

വാസു പറഞ്ഞു. "ഞാൻ വീട്ടിൽ പോണു... വിശക്കുന്നു."

അതുകേട്ട് സർജു പറഞ്ഞു.

"ചലൊ, നമുക്ക് ഹോട്ടലിൽ പോകാം.... നിങ്ങളുടെ തന്തേം തള്ളേം മോർച്ചയിൽ പോയിരിക്കയാണ്."

സർജുവിന് പുറകെ പിള്ളേരും വയലിൻവാലയും നടന്നു. അടുത്തു കണ്ട ഒരു ഹോട്ടലിൽ കയറി. പിള്ളേർക്കായി പാവ്, ഭജി, നാൻകട്ട് എന്നിവ വാങ്ങി പിന്നെ അവരെ തന്റെ ഝോപ്പടിയിലേക്ക് കൂട്ടിക്കൊണ്ടുപോയി. പിള്ളേരെ പുറത്തിരുത്തി അവർക്കായി വാങ്ങിയതെല്ലാം തുറന്നുവച്ച് കഴിക്കാൻ പറഞ്ഞു. അകത്ത് അയാളും വയലിൻവാലയും "തൊണ്ട നനയ്ക്കാ"നിരുന്നു.

ഉച്ചയ്ക്ക് രണ്ടു മണി കഴിഞ്ഞു കാണും മോർച്ചയ്ക്ക് പോയവർ മടങ്ങാൻ തുടങ്ങി, ആദ്യമെത്തിയത് കാശീറാമിന്റെ കെട്ട്യോള് യേസുവും തള്ളയുമായിരുന്നു. പിന്നെ ദാദുവും സക്കീനയുമെത്തി. അസുഖമായിക്കിടന്ന യേസുവിനെ മോർച്ചക്കാർ ബലമായി കൊണ്ടുപോവുകയായിരുന്നു. മോർച്ചയിൽ കഷ്ടിച്ച് അരമൈലോളം പോവുംമുമ്പേ അവൾ വഴിയിൽവീണു. കാശീറാം മുമ്പേ മോർച്ചയിൽനിന്ന് രക്ഷപ്പെട്ടു കഴിഞ്ഞിരുന്നു. യേസുവിനൊരു താങ്ങായിനിന്നത് അയാളുടെ തള്ളയായിരുന്നു, സഹായത്തിനായി ദാദുവും സക്കീനയും മോർച്ചവിട്ടിറങ്ങി. അവർ യേസുവിനെ വെള്ളം കുടിപ്പിച്ച്, അല്പനേരം ഫുട്പാത്തിൽ കിടത്തി വീശി. പിന്നെ യേസുവിനെ അവളുടെ ഝോപ്പടിയിലെത്തിക്കാൻ സഹായിച്ചിട്ട് അവർ തങ്ങളുടെ ഝോപ്പടിയിലേക്ക് മടങ്ങി.

കൂട്ടിലിട്ട വെരുകിനെപ്പോലെ ധോണ്ടു തലങ്ങും വിലങ്ങും നടക്കുന്നതുകണ്ടു. ദാദുവിനെ കണ്ടതും അയാൾ പറഞ്ഞു:

"ദാദു, നീ എങ്ങനെയെങ്കിലും കുറച്ചു പൈസ ശരിയാക്കി താ.... എനിക്ക് ഇവിടന്ന് പോണം...."

"എന്തുപറ്റീ ധോണ്ടു... ഇവിടെയെന്താ കുഴപ്പം?
ഞാനാരോടും ഒന്നും പറഞ്ഞിട്ടില്ല..."

"പക്ഷേ, ആ കിഴവൻ വന്നിരുന്നു... സർജു. പലതും കുത്തിക്കുത്തി ചോദിക്കാൻ തുടങ്ങി. ഇനി എല്ലാവരും അറിയും. അതിനുമുമ്പ് ഇവിടം

1. *വളരെ നല്ലത്*

വിടണം. ഈ റേഡിയോവും വാച്ചും വിറ്റ് കുറച്ച് കാശ് തരമാക്ക്."

സക്കീന രോഷനോട് ചോദിച്ചു.

"ബേട്ടീ, നീ മാമന് ചായ കൊടുത്തോ? അബ്ബാസെവിടെ?"

രോഷൻ ഒന്നും മിണ്ടാതെ അടുപ്പിലേക്ക് നോക്കിയിരുന്നു.

"അവളിവിടെ ഇല്ലായിരുന്നു" ധോണ്ടു പറഞ്ഞു.

അന്നേരംതന്നെ സർജു അബ്ബാസിനേയും കൊണ്ടെത്തി. അകത്ത് നോക്കി വിളിച്ചു പറഞ്ഞു.

"ദാദു, ഒന്നു പുറത്തു വാ"

"സാലാ, എന്നെപറ്റി ചോദിക്കാൻ വന്നതാവും." ധോണ്ടു മെല്ലെ പറഞ്ഞു.

"നീ പേടിക്കാതെ."

ദാദു പുറത്തിറങ്ങി. സർജു അയാളുടെ കൈപിടിച്ച് അല്പം ദൂരെ കൊണ്ടുപോയി. പിന്നെ ഗൗരവത്തോടെ പറഞ്ഞു.

"ദാദു, കേൾക്കാൻ കൊള്ളാത്തൊരു കാര്യം പറയാൻ പോവുകയാണ്.... ദേഷ്യം തോന്നരുത്.."

ദാദു ഒന്നു ഞെട്ടി.

"നിന്റെ ഭായിയുടെ മോള് ശരിയല്ല. ഇന്നവൾ ആ ലങ്കടേടെ മോനൊപ്പം കിടക്കുന്നതു കണ്ടു. കൈയോടെ പിടിച്ചു. നീ എന്തെങ്കിലും ചെയ്യ്... അല്ലെങ്കിൽ ഇവളും മറ്റവളെപ്പോലെ ബിസിനസ് തുടങ്ങും - റെയിൽവേ യാർഡിൽ."

നെഞ്ചിൽ തറച്ച അമ്പോടെ ദാദു ഝോപ്പടിയിലെത്തി. ആർക്കും മുഖംകൊടുക്കാതെ പുറത്തെ കയറുകട്ടിലിൽ ചെന്നിരുന്നു.

സക്കീന പുറത്തുവന്നു പറഞ്ഞു.

"ഖാനാ തയ്യാറാണ്."

"നിങ്ങൾ കഴിക്ക്.... ധോണ്ടുവിനും കൊടുക്ക്."

"നിങ്ങൾ?"

"എനിക്ക് വിശപ്പ് തോന്നുന്നില്ല."

ഇരുപത്തി നാല്

സമയം സന്ധ്യ. കാശീറാമിന്റെ ഝോപ്പടിക്ക് മുന്നിൽ ഒച്ചയും ബഹ ളവും ചെറിയൊരു ആൾക്കൂട്ടവും. ധാരാവിയിലെ ഒരു ബഡാ ദാദ മൈനയെ തട്ടിക്കൊണ്ടു പോകാൻ ഒന്നുരണ്ടു ഛോട്ടാ ദാദാക്കളുമായി വന്നതാണ് സംഭവം. ഞങ്ങൾ ഒരുമിച്ച് കഴിയുകയായിരുന്നുവെന്നും "ശാദി[1]" കഴിക്കാനിരിക്കേ കാശീറാം മൈനയെ ഇവിടെ തട്ടിക്കൊണ്ടു വന്നതാണെന്നാണ് ബഡാ ദാദയുടെ വാദം. കാശീറാം ആ സമയം അവിടെ ഇല്ലായിരുന്നു. അവർ ബലമായി മൈനയെ പിടിച്ചുകൊണ്ടു പോകാൻ തുടങ്ങവെ എങ്ങുനിന്നോ കാശീറാമിന്റെ തള്ള ജഡായുവായി പറന്നെത്തി ദാദാമാരെ തടയാൻ നോക്കി. ഒരു പാറ്റയെ ചവുട്ടിയരയ് ക്കുന്ന ലാഘവത്തോടെ ബഡാ ദാദ തള്ളയെ കാലുകൊണ്ട് കോരിയെ റിഞ്ഞു. അവരുടെ നിലവിളികേട്ട് ഝോപ്പടപ്പെട്ടിയിളകി അവിടെ കൂടിയ താണ്. ആൾക്കൂട്ടം കണ്ട് ദാദമാർ അല്പം പരുങ്ങിയെങ്കിലും മൈനയി ല്ലാതെ മടങ്ങാൻ അവർ തയ്യാറല്ലായിരുന്നു. മോർച്ചയിൽനിന്ന് മൈനയെ തട്ടിക്കൊണ്ടു പോകാനായിരുന്നു ദാദാമാരുടെ ആദ്യത്തെ പ്ലാൻ. അത് പരാജയപ്പെട്ടതിനാലാണ് ഈ പുതിയ പ്ലാനുമായി അവർ മാഹിം ഖാടി യിലെത്തിയത്.

മനസ്സിൽ നിന്ന് മുമ്പേതന്നെ മൈന ബഡാ ദാദയെ പുറത്താക്കി രുന്നു. അവിടെ ഇപ്പോൾ കാശീറാമാണ്. ദാദയ്ക്ക് മസിലുകളുണ്ടെങ്കിലും തന്നെ സുഖിപ്പിക്കുന്ന കാര്യത്തിൽ കേമൻ കാശീറാം തന്നെയാണെന്ന് അവൾ മനസ്സിലാക്കിക്കഴിഞ്ഞിരുന്നു. ദാദാമാർ മൈനയെ വലിച്ചിഴച്ച് കാറിൽ കയറ്റാൻ ശ്രമിച്ചു.

ദാദുമിയയുടെ ഝോപ്പടിയിൽ നിന്ന് ധോണ്ടു എല്ലാം കാണുന്നു

---

1. *കല്യാണം*

ണ്ടായിരുന്നു. ഒരു ദാദയെന്ന നിലയ്ക്ക് ഇനി ഒരു നിമിഷം പോലും ഒരു നോക്കുകുത്തിയായി നില്ക്കുന്നത് അപമാനമാണെന്ന് തോന്നി അയാൾ രാംപുരി വീശി ധാരാവി ദാദമാരെ നേരിട്ടു. അപ്രതീക്ഷിതമായിരുന്നു ആ ആക്രമണം. അവരുടെ അറിവിൽ മാഹിം ഖാടിയിൽ ഒരു ദാദ ഉണ്ടായിരുന്നില്ല. ദാദമാർ വിരണ്ടു. മൈന ദാദാമാരുടെ പിടിയിൽനിന്ന് സ്വതന്ത്രയായി. അവൾ തള്ളയുടെ അടുത്തേക്കോടി.

ധാരാവി ദാദമാർ ധോണ്ടുവിനെ വളഞ്ഞു.

ഈ സമയത്ത് മാഹിം ഖാടിയിലെ ചെക്ക്പോസ്റ്റിൽ ആരോ വിവരമറിയിച്ചു. നിമിഷങ്ങൾക്കകം സൈറൺ മുഴക്കി പൊലീസെത്തി.

ധോണ്ടു, പിടികിട്ടാപ്പുള്ളി പൊലീസ് കസ്റ്റഡിയിലായി. പൊലീസ് വാനിൽ കയറവെ ധോണ്ടു വിളിച്ചു പറഞ്ഞു.

"ദാദു... വാച്ചും ട്രാൻസിസ്റ്ററും ഇനി വില്ക്കണ്ട.... വാച്ച് അബ്ബാസിന് കൊടുക്ക്..."

ധോണ്ടുവുമായി പൊലീസ് പോകുന്നത് ദാദു നോക്കി നിന്നു.

ഇരുപത്തി അഞ്ച്

ആരോഗ്യമല്പം മെച്ചപ്പെട്ടപ്പോൾ ശാമു പഴയ സങ്കേതത്തിലെത്തി – പൈപ്പ്ലൈനിനു മുകളിൽ. അവന്റെ തിരിച്ചുവരവ് അറിഞ്ഞ് പുറകെ കൂട്ടുകാരുമെത്തി. വളരെ നാളുകൾക്കുശേഷമുള്ള ഒത്തുകൂടലാണ്. വിശേഷങ്ങൾ പലതും അവർക്ക് അവനെ അറിയിക്കാനുണ്ടായിരുന്നു. ഒപ്പം അറിയാനും.

"ശാമു, രോഷനെ ഗാവി[1]ലയച്ചത് അറിഞ്ഞോ?"

"അവളുടെ ആശിക്ക്[2] സത്യത്തിൽ ആരാണ്? നീയോ ഭിക്കായോ?"

"രോഷനും ഭിക്കായും ഉടുതുണിയില്ലാതെ കിടക്കുന്നത് കണ്ടവരുണ്ട്."

"ആര്?" ശാമു തിരക്കി.

"സർജുകോളി... അയാളാണ് അവൾ ഗാവിൽ പോകാൻ കാരണം."

അപ്പോഴേക്കും ഭിക്കാ വരുന്നതുകണ്ടു. അവർ വിസിലടിച്ച് അവനെ സ്വീകരിച്ചു.

"ഭിക്കാ, നീ ആ രോഷനെ തൊട്ടെന്നോ പിടിച്ചെന്നോ ഒക്കെ ആൾക്കാർ പറയുന്നു. ശരിയാണോടാ...."

ചിലർ അപ്രകാരം ഭിക്കയെ കളിയാക്കിക്കൊണ്ടിരുന്നപ്പോൾ മറ്റു ചിലർ സംസാരിച്ചത് ബിസിനസായിരുന്നു.

"ശാമു, നീ ആശുപത്രിയിലായിരുന്നപ്പോ ഇവിടെ ഒരാൾ വന്നിരുന്നു... ഝോപ്പടി വാങ്ങാൻ...."

"അതിന് വില്ക്കാൻ ഝോപ്പടി ആർക്കാണുള്ളത്?"

"ഒരു ഐഡിയയുണ്ട്."

"എന്ത്?"

---

1. *ഗ്രാമം*
2. *കാമുകൻ*

"ഝോപ്പടി ഒഴിപ്പിച്ചെടുക്കണം... എന്നിട്ട് വില്ക്കണം... ഒന്നിന് അഞ്ഞൂറു രൂപയാണ് പറഞ്ഞത്..."

"ഝോപ്പടി ഒഴിപ്പിക്കുക.... മതലബ്[1] ഏതെങ്കിലും ഒരു പാവത്തിനെ അടിച്ചിറക്കുക.... ദാദാഗിരി...."

"അതെ, ദാദാഗിരിയെങ്കിൽ ദാദാഗിരി[2].... ഒന്നിന് അഞ്ഞൂറു രൂപയാണ്.... രണ്ടു നാലെണ്ണം ഒഴുപ്പിച്ചാൽ...."

"മതി, നിന്റെ ഐഡിയാ."

"അരെ ഭേംചൊദ്, നമ്മെപ്പോലെ മുംബൈയിൽ കൂരയില്ലാത്തവരാണീവരെല്ലാം.... അവരെ ദ്രോഹിച്ചിട്ടു വേണോ പണമുണ്ടാക്കാൻ."

"നിനക്ക് വേണ്ടെങ്കിൽ വേണ്ട... പരസ്യമെഴുതിയാൽ നിനക്ക് കാശായി... ഞങ്ങൾക്കോ?"

"അതിന് മനുഷ്യത്വം കളയണോ?"

"മനുഷ്യത്വമോ.... നിനക്കോ?" അയാൾ സ്വരം താഴ്ത്തി ശാമുവിന്റെ ചെവിയിൽ പറഞ്ഞു.

"ഭിക്കാന്റെ ബഹൻ[3] വിജയയെ വെച്ച് ബിസിനസ് ചെയ്യുന്നത് ഞങ്ങൾ ചിലരൊക്കെ അറിഞ്ഞു...."

ശാമു പിന്നൊന്നും പറഞ്ഞില്ല. മറ്റുള്ളവരുടെ കളിതമാശകൾ വെറുതെ കേട്ടിരുന്നു.

അപ്പോഴേക്കും ലങ്കട കിസൻ അവിടെ ഞൊണ്ടി ഞൊണ്ടിയെത്തി. എല്ലാവരും കേൾക്കാനായി വിളിച്ചു പറഞ്ഞു:

"കാശീറാമിന്റെ കെട്ട്യോള് ചത്തു."

പിന്നെ ഗ്യാങ്ങിന്റെ ചർച്ചാവിഷയം കാശീറാമിന്റെ കെട്ട്യോള് യേസുവായി.

"അവന്റെ കെട്ട്യോൾക്ക് എന്തായിരുന്നു അസുഖം?"

"ആ മൈനയുടെ യോഗം! ഇനി കാശീറാം കട്ടില് പൊളിക്കും...."

"മൈനയാര്?"

"കാശീറാമിന്റെ കെട്ട്യോൾടെ ഇളയ സഹോദരി!"

"മയ്യെത്തെടുക്കാൻ നമുക്കും കൂടാം.... ഇന്നത്തെ ഹാത്ത്ഭട്ടി[4] ഫ്രീയായി കിട്ടും.... പോകാം...."

എല്ലാവരും പൈപ്പ് ലൈനിൽനിന്ന് ചാടിയിറങ്ങി കാശീറാമിന്റെ ഝോപ്പടിയിലേക്ക് നടന്നു.

യേസുവിന്റെ പേര് വിളിച്ച് മൈന ഉറക്കെ നിലവിളിക്കുന്നുണ്ടായിരുന്നു. ഇടയ്ക്കിടെ കരച്ചിൽ നിർത്തി വരുന്ന സ്ത്രീകളോട് യേസുവിന്റെ അസുഖത്തെപ്പറ്റി പറഞ്ഞു. അവൾ തന്റെ ബഹനല്ല മാതാജി തന്നെയാണെന്ന് പറഞ്ഞു നെഞ്ചത്തടിച്ചു. കാശീറാം ഒരു മൂലയ്ക്ക് എല്ലാം കണ്ടും

1. *അതിനർത്ഥം*
2. *ഗുണ്ടായിസം*
3. *സഹോദരി*
4. *ചാരായം*

കേട്ടും ഇരിക്കുന്നുണ്ട്. അയാളുടെ തള്ള വായിൽ തുണിതിരുകിവച്ച് ശബ്ദം കേൾപ്പിക്കാതെ കരഞ്ഞു. വാസു സ്കൂളിലായിരുന്നു.

വയലിൻവാല, ദാദു, സർജ്ജു, കിസൻ – എല്ലാവരും ചേർന്ന് ശവ മഞ്ചം തയ്യാറാക്കി. ഗംഗയും സക്കീനയും മറ്റു കുറെ പെണ്ണുങ്ങളും ചേർന്ന് യേസുവിന്റെ ശവശരീരത്തിൽ പുതിയ വസ്ത്രങ്ങളും ഹാരവും അണിയിച്ചു.

അപ്പോഴേക്കും ശാമുവും ഗ്യാങ്ങുമെത്തി.

അവരെ കണ്ട ഉടൻ സർജ്ജു പറഞ്ഞു.

"ഇവിടെ ഹാത്ത്ഭട്ടി കൊടുക്കുന്നതല്ല. കുടിക്കാതെ ശവമെടുക്കാൻ തയ്യാറുള്ളവർ മാത്രം നിന്നാൽ മതി..."

ശാമു കിസനെ നോക്കി. അയാൾ ശവശരീരത്തിൽ പൂക്കൾ വിതറുകയായിരുന്നു.

"ഹാത്ത്ഭട്ടിയില്ലെങ്കിൽ ഭജനയുമില്ല...." ഗ്യാങ്ങിലെ ഒരാൾ വിളിച്ചു പറഞ്ഞു:

"ഭജനമില്ലെങ്കിൽ വേണ്ട...." സർജ്ജു തറപ്പിച്ചു പറഞ്ഞു. ഇത്രനേരം മൗനം പാലിച്ച് ദുഃഖിച്ചിരുന്ന കാശീറാം ചാടി എണീറ്റ് പറഞ്ഞു.

"ആരു പറഞ്ഞു ഹാത്ത്ഭട്ടിയില്ലെന്ന്.... വരണ്ട തൊണ്ടയോടെ ആരും അവളെ ചുമക്കേണ്ട. ഹാത്ത്ഭട്ടിയും ഭജനയും എല്ലാം വേണം... അവളുടെ കെട്ട്യോനായ ഞാനാണ് നിശ്ചയിക്കുന്നത്. ആഘോഷത്തോടെ തന്നെ അവളെ യാത്രയയക്കണം."

കാശീറാം പത്തിന്റെ ഒരു നോട്ടെടുത്ത് ശാമുവിന്റെ നേരെ നീട്ടി. ശാമു ആ നോട്ടും കൈയിൽ പിടിച്ച് സർജ്ജുവിനെ പുച്ഛത്തോടെ നോക്കി. സർജ്ജുവിന്റെ മുഖം കടന്നൽ കുത്തിയ കണക്കെ വീർത്തു. അയാൾ കൈകൾ കൂപ്പി. യേസുവിന്റെ ശവശരീരത്തിനു മുന്നിൽ അല്പനേരം നിന്നു. പിന്നെ ദാദുവിന്റെ ഝോപ്പടി ലക്ഷ്യമാക്കി നടന്നു.

ശാമു രണ്ടു കുപ്പി ചാരായവുമായെത്തി. ഉടനെ തന്നെ ഗ്ലാസുകളുമെത്തി. എല്ലാ ജോലികളും നിർത്തിവച്ച് ആണുങ്ങളെല്ലാം കുപ്പികൾ കാലിയാക്കുന്നതിൽ വ്യാപൃതരായി. ആരോ പറഞ്ഞു: "തൊണ്ട നനഞ്ഞില്ല.... രണ്ടു കുപ്പി കൂടെ വേണമായിരുന്നു...."

"ടാ ശാമു രണ്ടു കുപ്പി കൂടി കൊണ്ടുവാ.... പൈസ പിന്നെ കൊടുക്കാമെന്ന് പറ." കാശീറാമിന്റെ ചുമതലാബോധം ഉണർന്നു. ശാമു വീണ്ടും രണ്ടു കുപ്പിയുമായെത്തി. അതും കാലിയായപ്പോഴേക്കും ഢോലക്കും കൈത്താളവുമെത്തി. കൊട്ടും പാട്ടുമായി തന്റെ ശരീരം പോകുന്നത് ആരുടെയും കണ്ണിൽപ്പെടാതെ യേസു നോക്കിനിന്നു.

"ആമി ജാതൊ ആമുചാ ഗാവി....[1]"

എല്ലാവർക്കും മുമ്പേ കാശീറാം ആടിയാടി നടന്നു. അയാൾക്ക് തുണയായി നടന്നവർ അതിലും കൂടുതൽ ആടുന്നുണ്ടായിരുന്നു. ആരുടെയും

1. *വന്ന ഗ്രാമത്തിലേക്ക് തന്നെ ഞാൻ മടങ്ങുന്നു.*

കാലുകൾ നിലത്ത് ഉറയ്ക്കുന്നില്ലായിരുന്നു. കൊട്ടും പാട്ടുമായി ആ ശ്മശാനയാത്ര മുന്നോട്ട് നീങ്ങിക്കൊണ്ടിരുന്നു.

"സർജു ദാദാ, ഇതെന്തു മര്യാദയാണ്, യേസു കിടപ്പായിരുന്നപ്പോൾ മരുന്നിന് ഒരു പൈസ കാശീറാം ചെലവാക്കുമായിരുന്നില്ല. മരിച്ചപ്പൊ ചാരായത്തിന് നോട്ടിറക്കുന്നു..."

ദാദുമിയ വിഷമിച്ച് പറഞ്ഞുപോയി.

"ഭേംചൊദ്.... ജീവിച്ചിരിക്കുമ്പോ എല്ലായിടത്തും ഇങ്ങനെയൊക്കെ തന്നെ ദാദുമിയ... നമുക്കെന്തു ചെയ്യാനാവും?"

സർജു ദാദ പറഞ്ഞു.

ഇരുപത്തി ആറ്

ഉച്ചകഴിഞ്ഞപ്പോൾ വയലിൻവാല സ്കൂളിൽനിന്ന് കുട്ടികളുമായെത്തി. എല്ലാവരുടെയും മുമ്പിൽ വാസുവായിരുന്നു. വീട്ടിൽ കയറാൻ തുടങ്ങിയ അവനെ ദാദു തടഞ്ഞു നിർത്തി പറഞ്ഞു:

"വാ മോനേ.... നമുക്ക് എന്റെ വീട്ടിൽ പോകാം."

പിള്ളേരുടെ ശബ്ദം കേട്ട് പുറത്തുവന്ന സക്കീനയോട് അയാൾ പറഞ്ഞു.

"അബ്ബാസിനൊപ്പം ഇവനും റോട്ടി[1] കൊടുക്ക്."

അന്നേരം കാശീറാമിന്റെ തള്ള പുറത്തുവന്നു. കൊച്ചുമോനെ കണ്ടതും അവർ നെഞ്ചത്തടിച്ച് കരയാൻ തുടങ്ങി. കാര്യമെന്തെന്നറിയാതെ വാസു എല്ലാവരുടെയും മുഖങ്ങളിൽ മാറിമാറി നോക്കി. പിന്നെ എന്തോ മണത്തറിഞ്ഞപോലെ അവൻ "മേരി മാാ[2]" എന്നുറക്കെ വിളിച്ചു കരയാൻ തുടങ്ങി. സക്കീന അവനെ ചേർത്ത് പിടിച്ച് അവരുടെ വീട്ടിലേക്ക് കൂട്ടിക്കൊണ്ടു പോയി.

വയലിൻവാല എല്ലാം നോക്കിനില്ക്കുകയായിരുന്നു. പെട്ടെന്നയാൾ പെട്ടിതുറന്ന് വയലിൻ പുറത്തെടുത്ത് ശോകമായ ഒരു ട്യൂൺ വായിക്കാൻ തുടങ്ങി. അതുകേട്ട് മൈന തലയിലൂടെ സാരിത്തുമ്പ് വലിച്ചിട്ട് പുറത്തുവന്നു പിന്നെ വയലിൻവാലയെ നോക്കിനിന്നു.

അടുത്തുനിന്ന ആളോട് സർജു പറഞ്ഞു: "അവൻ നല്ലവനാണ്. പക്ഷേ, ഒരു സ്ക്രൂ അല്പം ലൂസാണെന്നു മാത്രം."

പിന്നെ മൈനയെ തറപ്പിച്ചു നോക്കി പറഞ്ഞു:

---

1. *ആഹാരം/ചപ്പാത്തി*
2. *എന്റമ്മേ!*

"നോക്കവളെ... വല്ല നാണവുമുണ്ടോന്ന്.... പിള്ളേര് സർക്കസ് നോക്കുന്ന പോലെയല്ലേ രസിച്ച് നില്ക്കുന്നത്...."

സർജു തന്നെ ഉദ്ദേശിച്ചാണ് എന്തോ പറയുന്നതെന്ന് ഊഹിച്ച് മൈന അകത്തു കയറി വാതിലടച്ചു.

യേസു മരിച്ച അടുത്ത ദിവസം തന്നെ കാശീറാം മൈനയേയും കൂട്ടി മാഹിം ഖാടി വിട്ടു. അവൾ അയാളെ അതിനായി നിർബ്ബന്ധിക്കുകയായിരുന്നു. പല കാരണങ്ങളാണ് അവൾ നിരത്തിയത്. ധാരാവിയിലെ ദാദയുടെ രണ്ടാംവരവ് എപ്പോഴാണുണ്ടാവുക എന്ന് പറയാനാവില്ല. മറ്റൊരു ശല്യമാണ് പലിശവാങ്ങാൻ വരുന്ന പഠാൺ. ഇവരെക്കാളേറെ ഭയക്കേണ്ടതായ മറ്റൊന്നാണ് യേസുവിന്റെ ഭൂതം.

അവൾ പറയുന്നതിലെല്ലാം കാര്യമുണ്ടെന്ന് കാശീറാമിന് തോന്നി. ദാദയേയും പഠാണേയും എങ്ങനെയെങ്കിലും കൈകാര്യം ചെയ്യാം. പക്ഷേ, യേസുവിന്റെ ഭൂതം? മൈനയോടുള്ള തന്റെ അടുപ്പം കാരണം ജീവിച്ചിരിക്കുമ്പോഴേ അവൾക്ക് തന്നോട് പകയായിരുന്നു. അതെല്ലാം തീർക്കാനായി അവൾ വരാതിരിക്കില്ല.

അടുത്ത ദിവസം ഉച്ചസമയത്ത് കാശിയും മൈനയും വെവ്വേറെയായി ഝോപ്പടിയിൽ നിന്നിറങ്ങി. ആ രാത്രി അവർ മടങ്ങിവന്നില്ല. തള്ളയും വാസുവും അവരെ കാത്തിരുന്നു.... രാവിലെ സർജുവിനെ കണ്ടപ്പോൾ തള്ള പറഞ്ഞു.

"ആ നായ്ക്കള് വന്നിട്ടില്ല."

"ഇനി വരികയുമില്ല..." സർജു മറുപടി കൊടുത്തു.

വാസുവിനെ ചേർത്ത് പിടിച്ച് തള്ള പറഞ്ഞു.

"ബേട്ടാ[1], തന്ത പോയെന്ന് കരുതി നീ വിഷമിക്കണ്ട.... അവനെ വളർത്തി വലുതാക്കിയത് ഞാനാണ്.... നിന്നേയും അതുപോലെതന്നെ വളർത്തും. കാശിക്ക് നിന്റെ പ്രായമായപ്പൊ തന്നെ അവന്റെ തന്ത ചത്തു. പിന്നെ വളർത്തിയത് ഞാനാണ്.... നീ നല്ല കുട്ടിയായി വളരണം.... തന്തയെപ്പോലെയാവരുത്..."

തള്ള എന്നും രാവിലെ മാത്രമെ സിന്ധി കോളനിയിൽ ജോലിക്കു പോകുമായിരുന്നുള്ളൂ. കാശി പോയശേഷം ദിവസം മുഴുവൻ ജോലി ചെയ്യാൻ തുടങ്ങി.... തുണികഴുകി, പാത്രം കഴുകി, വെള്ളം ചുമന്നു, നിലം തുടച്ചു.... അല്പം കൂനുള്ള ശരീരം കൂടുതൽ കൂനിയതായവർക്ക് അനുഭവപ്പെട്ടു. കൊച്ചുമോന്റെ കാര്യങ്ങൾ നടത്താനായിരുന്നു ഇതെല്ലാം.

അന്ന് മടങ്ങുന്ന സമയം മാഹിമിൽനിന്ന് തള്ള ഒരു പുതിയ സ്ലേറ്റ് വാങ്ങിക്കൊണ്ടുവന്നു. വാസുവിന്റെ കൈയിൽ കൊടുത്തിട്ട് പറഞ്ഞു.

"ആ പൊട്ടിയ സ്ലേറ്റ് കളയ്.... ഇനി "ശിരി ഗണേശാ"ന്ന് ഈ സ്ലേറ്റിൽ എഴുത്."

വാസു ആ പുതിയ സ്ലേറ്റുമായി ഝോപ്പടപ്പെട്ടിയാകെ ഓടിനടന്നു.

---

1. *മോനെ!*

അവൻ പുതിയ സ്ലേറ്റിലെഴുതുന്നത് അബ്ബാസും രത്തനുമൊക്കെ കൊതിയോടെ നോക്കിനിന്നു.

ഈയിടെയായി വാസു സ്കൂളിൽനിന്ന് വന്നശേഷം അബ്ബാസിന്റെ ഝോപ്പടിയിൽ കളിച്ചിരിക്കും. സന്ധ്യയ്ക്ക് തള്ള വന്നശേഷമാവും അവൻ തന്റെ ഝോപ്പടിയിലേക്ക് പോവുക. അന്നും അവർ കളിച്ചിരിക്കയായിരുന്നു. പെട്ടെന്ന് ജാക്കിയുടെ അസാധാരണമായ കുരകേട്ട് അബ്ബാസും വാസുവും വാതുക്കൽ വന്നു നോക്കി. അവർ ഭയന്നുപോയി. പട്ടിപിടിത്തക്കാർ എത്തിയിരിക്കുന്നു. തെരുവുനായ്ക്കളുടെ ആക്രമണത്തെപ്പറ്റിയുള്ള പരാതികൾ കൂടുമ്പോൾ മുനിസിപ്പാലിറ്റിക്കാർ പട്ടിപിടിത്തക്കാരെ അയക്കുക പതിവാണ്. കഴുത്തിൽ ലൈസൻസിന്റെ ബെൽറ്റില്ലാത്ത പട്ടികളെയെല്ലാം അവർ പിടിച്ചുകൊണ്ടുപോകും. ജാക്കിയെ അവർ കണ്ടുകഴിഞ്ഞിരിക്കുന്നു. അബ്ബാസ് ജാക്കിയുടെ കഴുത്ത് പിടിച്ച് ഝോപ്പടിയുടെ ഉള്ളിൽ ഒരു വലിയ കുട്ടയ്ക്കകത്ത് ഒളിപ്പിക്കാൻ ശ്രമിച്ചു. പക്ഷേ, ഫലമുണ്ടായില്ല. ജാക്കിയുടെ കഴുത്തിൽ ബൽറ്റില്ലെന്ന് കണ്ട് അവർ ജാക്കിയെ കസ്റ്റഡിയിലെടുത്തു. ദാദു ജോലിക്ക് പോയിരിക്കയായിരുന്നു.... സക്കീന ഗോതമ്പ് പൊടിക്കുന്ന ചക്കിയിലും.

അബ്ബാസും വാസുവും നിലവിളിച്ച് പറഞ്ഞു:

“മാമന്മാരെ ജാക്കിയെ കൊണ്ടുപോകരുത്.... അവൻ തെരുവുനായല്ല... ഞങ്ങളുടെ സ്വന്തം നായാണ്.... അവനാരേയും കടിച്ചിട്ടില്ല....”

“ലൈസെൻസെവിടെ?”

അബ്ബാസിന് കരയാനല്ലാതെ ഒന്നും ചെയ്യാൻ കഴിയില്ലായിരുന്നു. മാമന്മാർ ജാക്കിയെ വലിച്ചിഴച്ച് വാനിനടുത്തേക്ക് കൊണ്ടുപോകാൻ ശ്രമിച്ചു. കാലുകൾ തറയിൽ ഉറപ്പിച്ച് മുന്നോട്ടു നീങ്ങാതെ അവൻ ചെറുത്തുനിന്നു. പിന്നെ അബ്ബാസിനേയും വാസുവിനേയും ദയനീയമായി മാറിമാറിനോക്കി. അവന്റെ തൊണ്ടയിൽനിന്ന് ഇടയ്ക്കിടെ അപശബ്ദങ്ങൾ ഞരക്കത്തോടെ പുറത്തുവന്നു.

ഇതിനിടയ്ക്ക് ഝോപ്പടപ്പെട്ടിയിൽനിന്ന് വേട്ടയാടിപ്പിടിച്ച മറ്റു കുറെ നായ്ക്കളുമായി മാമന്മാർ എത്തി. ഓരോ നായ്ക്കളെ വാനിൽ കയറ്റാനുള്ള തിരക്കിലായി അവർ. ആ തക്കം നോക്കി അബ്ബാസ് അലറി വിളിച്ചു.... ജാക്കി ഭാഗ്[1].... അബ്ബാസിന്റെ ശബ്ദം കേട്ടതും ജാക്കി അവന്റെ ശക്തി മുഴുവൻ സമാഹരിച്ച് ശരിക്കൊന്ന് കുടഞ്ഞിട്ട് മുന്നോട്ട് കുതിച്ചു. അവനെ പിടിച്ചിരുന്ന മാമൻ പുറകോട്ട് മറിഞ്ഞു.

ഒന്നുരണ്ടു മാമന്മാർ പിന്നാലെ പാഞ്ഞെങ്കിലും അവർക്കവനെ പിടിക്കാനായില്ല. ഝോപ്പടപ്പെട്ടിയുടെ സുപരിചിതമായ ഇടുങ്ങി ഇരുണ്ട വഴികളിലൂടെ ജാക്കി കുതിച്ചു. അവൻ കുറെ ദൂരത്തെത്തിയശേഷം ഓട്ടം നിർത്തി തിരിഞ്ഞുനോക്കി. പിന്നെ വീണ്ടും ഓടി. അവൻ അറവുശാലയുടെ പുറകിലെ മുനമ്പിലെത്തി. ഇവിടെ കര അവസാനിക്കുന്നു. ഇനി

---

1. ഓട്

ചതുപ്പു പ്രദേശമാണ്. മുന്നോട്ടോടാൻ പറ്റില്ല. അറവുശാലയുടെ പരിസരത്തെ നായ്ക്കളെ പിടിക്കാൻ നിയോഗിക്കപ്പെട്ടവർ ജാക്കിയെ വളഞ്ഞു. അവൻ ചുറ്റുംനോക്കി. പിന്നെ മസ്ജിദിന്റെ അരമതിലിനു പുറത്ത് ചാടിക്കയറി ഓടി അടുത്തുള്ള ഓടിട്ട വീടിന്റെ കൂരയിലേക്ക് ചാടി ഏറ്റവും മുകളിലെത്തി മാമന്മാരെ നോക്കി കുരച്ചു – പിന്നെ നാക്ക് പുറത്തിട്ട് കിതച്ചു. അവന്റെ കണ്ണുകളിൽ അല്പം ധൈര്യവും കൂടുതൽ ഭയവുമുണ്ടായിരുന്നു.

അപ്പോഴേക്കും അബ്ബാസും അവിടെ എത്തിയിരുന്നു. അവന് സമാധാനമായി. വീട്ടിനു മുകളിൽ നില്ക്കുന്ന ജാക്കിയെ ഒന്നുകൂടെ നോക്കി കൈവീശിയിട്ട് അവൻ മടങ്ങി.

മുനിസിപ്പാലിറ്റിക്കാർക്ക് കൂടുതൽ സമയം ആ പ്രദേശത്തെ ദുർഗ്ഗന്ധം സഹിക്കാനായില്ല.

"വിട്ടേക്ക്... അടുത്തതവണ പൊക്കാം.... ഇവിടെ തന്നെ കാണും...." ഒരാൾ അഭിപ്രായപ്പെട്ടു. മറ്റുള്ളവരും അതിനോട് യോജിച്ചു.

അബ്ബാസ് വീട്ടിലെത്തിയപ്പോൾ സക്കീനയും ആട്ട[1]യുമായെത്തി. അവന് കരച്ചിലടക്കാൻ കഴിഞ്ഞില്ല. നടന്നതെല്ലാം അവൻ അവളോട് വിവരിച്ചു. "മാ, അബ്ബയോട് പറയ് ജാക്കിക്ക് ലൈസൻസെടുക്കാൻ." സക്കീന അവനെ അടുത്ത് പിടിച്ച് നിർത്തി പറഞ്ഞു. "ബേട്ടാ അതിന് അഞ്ചുരൂപാ വേണം.... ഇമ്മാതിരി ചെലവിന് നമ്മുടെ കൈയിൽ കാശുണ്ടോ? അത്രയും രൂപയ്ക്ക് നിനക്ക് പുതിയൊരു ഉടുപ്പു വാങ്ങാനാവും!"

"എനിക്ക് ഷർട്ട് വേണ്ട.... ജാക്കിക്ക് ലൈസൻസ് മതി."

"ബേട്ടാ, അവൻ മിടുക്കനാണ്. ഖുദാ ഉറുമ്പിന്റെയും പുഴുവിന്റെയും വരെ തലയിൽ എഴുതീട്ടുണ്ട്. ഈ ദുനിയാവില് എങ്ങനെ ജീവിക്കണെമെന്ന്... നമ്മുടെ ജാക്കിയാണെങ്കിൽ വെറും നായല്ല, അവൻ മറ്റൊരു മനുഷ്യൻ തന്നെയാണ്! മുനിസിപ്പാലിറ്റിയല്ല പട്ടാളം വന്നാലും അവനെ പിടിക്കാനാവില്ല. നീ ബേജാറാ[2]വാതെ."

എല്ലാം കേട്ടുകൊണ്ട് കയറിവന്ന ദാദു പറഞ്ഞു.

വൈകുന്നേരം മുഴുവൻ ജാക്കിയുടെ കാര്യം പറഞ്ഞ് കഴിഞ്ഞുപോയി. രാത്രിയായപ്പോഴാണ് അബ്ബാസിന് ആ കാര്യം ഓർമ്മവന്നത്. അവൻ ദാദുവിനോട് പറഞ്ഞു:

"അബ്ബാ, ഇന്നുച്ചയ്ക്ക് വാസുവിന്റെ ബാബ വന്നിരുന്നു."

"കാശിയോ?"

"ങാ.... വേറെയും മൂന്നുപേരുണ്ടായിരുന്നു."

"എന്തിനാണെന്ന് പറഞ്ഞോ?"

"ഝോപ്പടി വില്ക്കുന്നതായെന്തൊക്കെയോ പറയുന്നതുകേട്ടു.... വാസുവിന് നാലണ കൊടുത്തു ലഡ്ഡു വാങ്ങാൻ. എന്നോട് പറഞ്ഞു

1. ഗോതമ്പ് പൊടിപ്പിച്ചത്
2. വിഷമിക്കാതെ

അയാൾ വന്ന കാര്യം ദാദുവിനോട് പറയരുതെന്ന്!"

"പിന്നെ നീ എന്തിന് പറഞ്ഞു?" ദാദു ചിരിച്ചുകൊണ്ട് ചോദിച്ചു.

അബ്ബാസ് എന്തോ പറയാൻ തുടങ്ങിയതും ജാക്കിയെത്തി ഒരു കള്ളനെപ്പോലെ ഝോപ്പടിയിൽ നുഴഞ്ഞു കയറി. അബ്ബാസ് എല്ലാം മറന്ന് ഓടിപ്പോയി അവനെ കെട്ടിപ്പിടിച്ച് പറഞ്ഞു.

"അരേ ഭായി... നീ എങ്ങനെ ഇവിടെ എത്തി?"

അവരെ തനിയേ വിട്ട് ദാദു മുന്നിലുള്ള കാശീറാമിന്റെ ഝോപ്പടിയിലെത്തി. തള്ള വാസുവിന് തിന്നാനെന്തോ കൊടുക്കുന്നതു കണ്ടു.

"തള്ളേ, കാശീറാം വന്നതറിഞ്ഞോ?"

"ഇല്ല.... ഞാനിതാ വന്നതേയുള്ളൂ."

"നിങ്ങടെ മോൻ ഈ ഝോപ്പടി വില്ക്കാൻ പോകയാണെന്ന്."

തള്ള ഷോക്കേറ്റപോലെ മിഴിച്ചിരുന്നു. അല്പം കഴിഞ്ഞ് ചോദിച്ചു:

"പിന്നെ നമ്മളെവിടെ പോകും?"

"അത് നിങ്ങടെ മോനോട് ചോദിക്ക്." ദാദു പിന്നീടൊന്നും പറഞ്ഞില്ല. തള്ള കാശീറാമിനെ വിളിച്ച് കരയാൻ തുടങ്ങി. "കാശീ....രെ... കാശീ, നിനക്കെങ്ങനെ ഇതിന് തോന്നി?.... നീ ഞങ്ങളെ കളഞ്ഞിട്ട് പോയി, ആ പെണ്ണിനു വേണ്ടി.... നീ ഒരാണല്ലേന്ന് കരുതി സാരമാക്കീല്ല... ഇപ്പോ ഈ കൂരയും വിറ്റാൽ നമ്മളെവിടെ പോകും?"

"നിങ്ങള് കരയണ്ടാ.... അവൻ വില്ക്കാൻ വരട്ടെ.... ഞങ്ങളെല്ലാം ഇവിടെയില്ലേ... പിന്നെ നിങ്ങൾ തറപ്പിച്ച് പറയണം ഇവിടന്ന് ഇറങ്ങു ല്ലെന്ന്.... എന്തുവന്നാലും ഇവിടന്നിറങ്ങരുത് ജീവൻ പോയാലും...." ദാദു അവരെ ആശ്വസിപ്പിക്കാൻ ശ്രമിച്ചു.

കൊച്ചുമോനേയും കൊണ്ട് തെരുവിലിറങ്ങുന്ന കാര്യമോർത്തപ്പോൾ തള്ളയ്ക്ക് കരച്ചിൽ നിർത്താനായില്ല. പിന്നെ വാസുവിനെ കെട്ടിപ്പിടിച്ച് പറഞ്ഞു.

"ബേട്ടാ, നിന്റെ തന്ത നമ്മളെ തെരുവിലിറക്കാൻ പോണു."

അഞ്ഞൂറു രൂപയ്ക്ക് കാശീറാം ഝോപ്പടി വിറ്റു. ഒരു മദ്രാസിക്ക്. ഒരു കറുത്ത തടിയൻ. ഒരു ദിവസം സ്വന്തക്കാരോ നാട്ടുകാരോയെന്നു തോന്നിക്കുന്ന മൂന്നു നാലു പേരുമായി അയാൾ എത്തി. "ഇണ്ടുഗുണ്ടു" ഭാഷയിൽ ഉറക്കെ സംസാരിച്ചുകൊണ്ടായിരുന്നു വരവ്. വന്നപാടെ അവർ കാശീറാമിന്റെ തള്ളയുടെ വസ്തുവകകളെല്ലാം – ഒരു കലം, സ്റ്റൗ, തിരുവക്കല്ല്, ഒന്നുരണ്ട് വക്ക് പൊട്ടിയ പിഞ്ഞാണം, ഒരു പിത്തള ഗ്ലാസ്, ഒരു വലിയ ടബ്ബാ, മൂന്നു സഞ്ചികൾ, ഒരു ഭാണ്ഡം, പൂട്ടില്ലാത്ത ഒരു ട്രങ്ക് – ഒന്നൊന്നായി പുറത്തു കൊണ്ടുവയ്ക്കാൻ തുടങ്ങി. മൂലയ്ക്ക് കമഴ്ത്തി വച്ച ഒരു കുട്ട കണ്ടു. അതിനകത്ത് കോഴിയാണെന്ന് മനസ്സിലാക്കി ഒരാൾ കൈകടത്തി കോഴിയെ പിടിച്ചു. പിന്നെ കുട്ടയുമായി പുറത്തുവന്ന് മറ്റു സാധനങ്ങൾക്കു സമീപം വീണ്ടും കോഴിക്കു മുകളിൽ കുട്ട കമഴ്ത്തിവച്ചു. തള്ള കോളനിയിൽ ജോലിക്ക് പോയിരുന്ന സമയത്താണ് ഈ കുടിയിറക്കം നടന്നത്. വാസു ഭയന്ന് ദാദുവിന്റെ ഝോപ്പടിയിലെത്തി. അയാളും

ജോലിക്ക് പോയ്കഴിഞ്ഞിരുന്നു. വാസു പറഞ്ഞതു കേട്ട് സക്കീന പുറത്തുവന്നു നോക്കി. മൂന്നുനാലു കറുത്ത തടിയന്മാർ വീട്ടിലെ സാമാനങ്ങൾ പുറത്തു കൊണ്ടുവയ്ക്കുന്നു. പേടിയോടെയാണെങ്കിലും ധൈര്യം ഭാവിച്ച് അവൾ ഉറക്കെ ചോദിച്ചു:

"അരേ ഭായി.... നിങ്ങളാര് എന്തായിത്? സാധനങ്ങൾ പുറത്തു വയ്ക്കുന്നതെന്തിന്!"

ഒരു പഴയ അമ്മിയുമായി വന്ന ആൾ പറഞ്ഞു: "ഈ ഝോപ്പടി ഞങ്ങൾ വാങ്ങി"

"അതിന് അതാരു വിറ്റു?"

"കാശീറാം"

അപ്പോഴേക്കും കാശീറാം ആടിയാടി അവിടെയെത്തി.

പുറകേ ഒരു പഠാനും. വന്നപാടെ പഠാൻ കാശീറാമിന്റെ കുത്തിനു പിടിച്ചിട്ട് പറഞ്ഞു.

"സാലെ. – മുങ്ങി നടക്കയാണല്ലേ?.... മുഴുവൻ പലിശയും ഇപ്പൊ വേണം.... എടുക്ക് വേഗം...."

"ലാലാജി, പൈസ തരാം.... തരും.... പലിശയും മുതലുമെല്ലാം."

അതു പറഞ്ഞുതീരും മുമ്പേ പഠാൻ കാശീറാമിന്റെ കഴുത്തിനു പിടിച്ചു. ഉടനെ കുറെ നോട്ടുകൾ പുറത്തെടുത്ത് എണ്ണാതെ തന്നെ പഠാനു നീട്ടി. പഠാൻ പിടിവിട്ട് നോട്ടെണ്ണാൻ തുടങ്ങി. കാശീറാം ഝോപ്പടിയുടെ വാതുക്കൽ തലകുനിച്ച് ചാരിനിന്നു.

സക്കീന വാസുവിന്റെ ചെവിയിൽ പറഞ്ഞു.

"നീ പോയി ബാബയുടെ കാലുപിടിക്ക്... എന്നിട്ട് ചോദിക്ക് ഞങ്ങളിനി എവിടെ താമസിക്കുമെന്ന്!"

വാസു ഓടിച്ചെന്ന് ബാബയുടെ കാലുപിടിച്ച് മുഖത്തേക്ക് നോക്കി. ഒന്നും മിണ്ടാനായില്ല. കാശീറാം മോന്റെ തലയിൽ തലോടി. പിന്നെ മുട്ടുകുത്തിയിരുന്ന് അവനെ തന്നോട് ചേർത്ത് പറഞ്ഞു.

"വാസു ബേട്ടാ കരയാതെ... നീ എന്നോടൊപ്പം വാ.... മജാസ് ഖാടീല്... നമുക്കവിടെ ബംഗ്ലാവിൽ താമസിക്കാം... ബംഗ്ലാവെന്താ പൈസാവാലകൾക്കു മാത്രമാ? ഈ ഖാടീലെന്തായുള്ളത്?.... നിനക്ക് മിഠായി വാങ്ങണോ?....." കാശീറാം തന്റെ വിറയ്ക്കുന്ന കൈകൾ കീശയിലിട്ട് പൈസ തപ്പിനോക്കി. അപ്പോഴേക്കും നോട്ടെണ്ണി നിന്ന പഠാൻ കൈയിലെ നോട്ടുകൾ കാണിച്ചു പറഞ്ഞു.

"അഞ്ചുരൂപ കുറവാണ്.... ഇനി നിന്നെ ജോഗേശ്വരിയിൽ വന്ന് പിടിച്ചോളാം..." അതും പറഞ്ഞയാൾ നടന്നു. അല്പ ദൂരമെത്തിയതും കാശീറാം അങ്ങോട്ടേക്ക് നോക്കി കാർക്കിച്ച് നീട്ടി തുപ്പി. പിന്നെ പിറുപിറുത്തു. "ഗാണ്ടു[1].... എല്ലാം കൊണ്ടുപോയി...." പിന്നെ വാസുവിനെ പിടിച്ചുമാറ്റി പറഞ്ഞു: "വാസുബേട്ടാ നീ പോ എന്നെ ഉപദ്രവിക്കാതെ" അയാൾ എണീറ്റ് വേച്ച് വേച്ച് നടക്കാൻ തുടങ്ങി. എന്തോ ഓർത്തിട്ട്

1. *തെറി വാക്ക്*

തിരിഞ്ഞുനിന്ന് വാസുവിനോട് ചോദിച്ചു:

"ബേട്ടാ, നമ്മുടെ മുർഗി[1]യെവിടെ?"

വാസു കമഴ്ത്തി വച്ച കുട്ടയ്ക്കു നേരെ വിരൽ ചൂണ്ടി.

അയാൾ ഓടിച്ചെന്ന് കുട്ടയ്ക്കകത്ത് കൈകടത്തി കോഴിയെ കൈക്കലാക്കി. പിന്നെ അതിനെ നെഞ്ചോട് ചേർത്ത് പിടിച്ച് വേച്ചുവേച്ച് നടക്കാൻ തുടങ്ങി.

നാലഞ്ചടി നടന്നതും കാശീറാമിന്റെ തള്ള പാഞ്ഞെത്തി. തന്റെ സ്ഥാവരജംഗമങ്ങൾ വീട്ടിനുപുറത്ത് ചിതറിക്കിടക്കുന്നതുകണ്ട് അവരുടെ നെഞ്ച് തകർന്നു. കാശീറാമിനെ നോക്കി തള്ള നെഞ്ചിലിടിച്ച് അലറി.

"ദുഷ്ടാ.... ഞങ്ങളിനി എവിടെപോകും... ഈ രാത്രി എവിടെ കഴിയും... പറയ് സാലാ ബെവടാ...."

ഒരു തെരുവുകൂത്ത് കാണുന്ന രസത്തോടെ അയാൾ തള്ളയുടെ ചേഷ്ടകൾ നോക്കിനിന്നു. പിന്നെ മെല്ലെ നടക്കാൻ തുടങ്ങി. അതുകണ്ട് തള്ള അയാളുടെ വഴിതടഞ്ഞ് കോഴിയെ പിടിച്ചെടുക്കാൻ ശ്രമം നടത്തി.

"കോഴിയെ തന്നിട്ട് പോടാ ചെകുത്താനെ.... നിന്റെ മോന്റെ സ്കൂൾ ചെലവിനുള്ളതാണത്..."

കോഴിയെ കൈക്കലാക്കാൻ തള്ള തന്റെ ശക്തി മുഴുവൻ പ്രയോഗിച്ചു. ആ ബലപ്രയോഗത്തിനിരയായ കോഴി വല്ലാത്തൊരു ശബ്ദത്തിൽ ഒച്ചയുണ്ടാക്കാൻ തുടങ്ങി. ആ പിടിവലിയിൽ കാശീറാം ബാലൻസ് തെറ്റി അടുത്ത ഗട്ടറിലേക്ക് മറിഞ്ഞു. കോഴി തള്ളയുടെ കൈവശമായി. വേഗമവർ സക്കീനയുടെ ഝോപ്പടിയിലെത്തി കോഴിയെ ഏല്പിച്ച് പറഞ്ഞു.

"സക്കീന ഇത് എന്റെ ഏക സമ്പത്താണ്... ഇതിന്റെ മുട്ട വിറ്റിട്ടാണ് വാസുവിന്റെ സ്കൂൾ ചെലവ് നടത്തുന്നത്... നീ ഇതിനെ ഇവിടെ സൂക്ഷിച്ച് വയ്ക്ക്... കാശി ഗട്ടറിൽ വീണു.... ഞാനൊന്നു പോയി നോക്കട്ടെ...."

കാശീറാം ഗട്ടറിൽ നിന്നെണീക്കുന്നത് കണ്ട് സമാധാനത്തോടെ തള്ള തന്റെ സ്ഥാവരജംഗമങ്ങളെല്ലാം ഒരിടത്താക്കാൻ തുടങ്ങി.

വാർത്തകൾ നിറഞ്ഞ ദിവസമായിരുന്നു അത്. കാശീറാം ഝോപ്പടി വിറ്റു.... തള്ളയേയും മോനേയും പുറത്താക്കി.... ഒരു മദ്രാസി താമസത്തിനെത്തി... പഠാൻ കാശിയെ തല്ലി.... സർജൂ, ലങ്കട കിസൻ, വയലിൻ വാല ഇവരൊക്കെ കാശീറാമിന്റെ തള്ളയെ ചുറ്റിനിന്നു. അല്പം കഴിഞ്ഞ് ശാമുവും അവന്റെ ഗ്യാങ്ങുമെത്തി. കൂട്ടത്തിൽ ഭിക്കായുമുണ്ടായിരുന്നു. വളരെ ദിവസങ്ങൾക്കുശേഷമാണ് അവൻ ആ ഭാഗത്തേക്ക് വരുന്നത്. ഭിക്കുവിനെ കണ്ടതും സക്കീന തന്റെ ഝോപ്പടിയുടെ വാതിലടച്ചു.

കാശീറാമിന്റെ തള്ളയും വാസുവും ഇനി എന്തുചെയ്യും എന്നതറിയാനും കാണാനുമായിരുന്നു എല്ലാവരും കാത്തുനിന്നത്. മദ്രാസി ഒരു പണിക്കാരനെക്കൊണ്ട് ഝോപ്പടിയിൽ ചില റിപ്പയറുകൾ ചെയ്യിക്കുക

---

1. കോഴി

യായിരുന്നു. വരത്തന്മാരെ കണ്ട് ജാക്കി നിർത്താതെ കുരച്ചുകൊണ്ടിരുന്നു. "സാലാ, മദ്രാസിയുമിവിടെയെത്തി.... ഇനി അങ്ങോട്ട് യണ്ടു ഗുണ്ടു[1] കൊണ്ട് നിറയും...." കിസൻ സർജുവിനോട് പറഞ്ഞു. അതുകേട്ട് സർജു പറഞ്ഞു:

"ഇത് ഝോപ്പടപ്പെട്ടിയാണ്.... ഇവിടെ എല്ലാവർക്കും താമസിക്കാം... മദ്രാസി, സിന്ധി, പഞ്ചാബി, മഹാറ്.... ചാംഭാറ്...."

അതുകേട്ട് ഗ്യാങ്ങിൽനിന്നാരോ വിളിച്ചു പറഞ്ഞു. "ഇക്കണെക്കിന് 'അവളുമാരും' വരും." സർജുവിനെ ചൊടിപ്പിക്കാനായിരുന്നു അത്. മറ്റൊരാൾ വിളിച്ചു ചോദിച്ചു. "ഈ യണ്ടു ഗുണ്ടുവിനെന്താ പണി?"

ഈ ചർച്ച ഇങ്ങനെ അല്പനേരം തുടർന്നു. അപ്പോഴേക്കും മദ്രാസി ഝോപ്പടിയിലെ റിപ്പയറെല്ലാം കഴിഞ്ഞ് പുറത്ത് കൂടിനിന്നവർക്ക് സമീപമെത്തി. എല്ലാവർക്കും നമസ്തേ പറഞ്ഞു.

സർജു ചോദിച്ചു.

"ഭായി.... നിനക്കെന്താ പണി?"

"നമുക്കൊരു പണിയേ വശമുള്ളൂ... വലിയ മുടക്കുമുതലില്ലാത്ത ചെറിയ ബിസിനസ്.... ഒരു ഡ്രം, ഒരു ട്യൂബ്, വെള്ളം, ശർക്കര.... നവസാഗർ...."

"മതി മതി, മനസ്സിലായി."

അപ്പോഴേക്കും കാശി ഗട്ടറിൽനിന്ന് എണീറ്റ് ദുർഗ്ഗന്ധവും ദേഹത്തൊട്ടിപ്പിടിച്ച ചെളിപുരണ്ട തുണിയുമായി അവിടേക്ക് വന്നു. പിന്നെ പറയാൻ തുടങ്ങി.

".... ഈ മദ്രാസി ഇവിടെ ചാരായംവാറ്റും.... ഈ ഝോപ്പടപ്പെട്ടി താമസിയാതെ പൊളിച്ച് മാറ്റി ഇവിടെ റോഡ് വരും.... ഇപ്പോഴത്തെ താമസക്കാർക്കെല്ലാം മുനിസിപ്പാലിറ്റി പുതിയ വീട് നല്കും.... ആ ബാന്ദ്ര കോളനിയിൽ കാണുന്ന വീടുകൾ പോലെ രണ്ടു റൂം, ടാപ്പ്, ബാത്ത്റൂം.... കക്കൂസെല്ലാം അതിനകത്തു തന്നെ.... ഈ മദ്രാസിക്കും ആ പുതിയ വീട് കിട്ടും, വെറും അഞ്ഞൂറുരൂപയ്ക്ക്...."

കാശീറാം പറഞ്ഞതെല്ലാം കേട്ട് മദ്രാസി വെറുതെ നിന്നു. അതിന്റെ അന്തരാർത്ഥം മനസ്സിലായപ്പോൾ അയാൾ കൈകൂപ്പി എല്ലാവരോടുമായി പറഞ്ഞു.

"ഭായിമാരെ.... ഇതൊക്കെ വെറുതെ പറയുന്നതാണ്.... നമുക്കൊക്കെ ആരും വീടൊന്നും തരാൻ പോണില്ല..."

"നിങ്ങൾ കൂടിനിന്ന് സംസാരിച്ചത് ഞാൻ കേട്ടതാണ്.... ഇന്ന് നാനൂറ്, അഞ്ഞൂറ് രൂപയ്ക്ക് ഒരു ഝോപ്പടി, നാളെയൊരു വീട് – ഫുക്കട്ട്[2]." കാശീറാം വിടാൻ തയ്യാറായില്ല.

മദ്രാസിയുടെ ഇരുണ്ട മുഖത്തെ വെളുത്ത പല്ലുകൾ തിളങ്ങി. അയാൾ പറഞ്ഞു:

---

1. *സൗത്ത് ഇന്ത്യൻ ഭാഷകളെ ആക്ഷേപിച്ച് പറയുന്ന വാക്ക്*
2. *വെറുതെ*

"ദേഖോ, ഭായി.... എ വൺ ചാരായം വാറ്റാൻ എനിക്കറിയാം.... ഫോറിൻ സാധനം തോറ്റുപോകും... നിങ്ങളെല്ലാം കുടിക്കാൻ താല്പര്യ മുള്ളവരാണെന്നറിഞ്ഞു.... അതുകൊണ്ട് ഇങ്ങോട്ട് പോന്നു.... അത്രതന്നെ.. നിങ്ങൾക്കെന്നെ വിശ്വസിക്കാം...."

സർജുവിന്റെ നാക്ക് ചൊറിഞ്ഞുവന്നു.

"ഇവിടെ ആരും ആരേയും വിശ്വസിക്കാറില്ല... എങ്ങനെ വിശ്വ സിക്കും? കുടിക്കുന്ന വെള്ളം മോഷ്ടിച്ചത് ചെയ്യുന്ന ധന്ത[1] മോഷണം, പറ്റിക്കൽ. താമസിക്കുന്ന സ്ഥലമാണെങ്കിൽ അതും മോഷ്ടിച്ചത്.... നന്ദി, നേര്, വിശ്വാസം ഇതൊന്നും ഇവിടത്തെ മണ്ണിൽ മുളയ്ക്കൂല.... അതു കൊണ്ട് വിശ്വാസമെന്ന വാക്ക് ഇവിടെ വേണ്ട...."

സർജു പറഞ്ഞതെല്ലാം മദ്രാസി കേട്ടുനിന്നു. പിന്നെ അയാളെ തന്റെ ഝോപ്പടിയിലേക്ക് കൂട്ടിക്കൊണ്ടുപോയി, നിഴൽപോലെ വയലിൻവാലയും പുറകേ പോയി.

---

1. ബിസിനസ്

ഇരുപത്തി ഏഴ്

ശാമുവും കൂട്ടരും വീണ്ടും പഴയപോലെ പൈപ്പുലൈനിനു മുകളിൽ വെടിപറഞ്ഞിരിക്കാൻ തുടങ്ങി. ഇടയ്ക്കിടെ അവർ ബിസിനസ് ചർച്ച ചെയ്തു. ഒരുവൻ പറഞ്ഞു: "ഇവിടെ കാലിയായി കിടക്കുന്ന സ്ഥലത്തെല്ലാം ഝോപ്പടികൾ കെട്ടണം.... എന്നിട്ട് ഇരുന്നൂറോ മുന്നൂറോ കിട്ടിയാൽ കൊടുക്കണം." ഐഡിയ മോശമല്ലെന്ന് എല്ലാവർക്കും തോന്നി. കുറെ ദിവസങ്ങൾക്കുശേഷം കുറെ പൈസ സമ്പാദിക്കാനുള്ള ഒരു ഐഡിയ കിട്ടീരിക്കുന്നു. എല്ലാവരുടെയും മുഖത്ത് സന്തോഷം കാണാമായിരുന്നു.

അപ്പോഴാണ് ഭിക്ക പോകുന്നത് ശ്യാമിന്റെ ശ്രദ്ധയിൽപ്പെട്ടത്. അവൻ വിളിച്ചു:

"ടേയ് ഭിക്കാ.... ഒരു നിമിഷം നില്ക്ക്.... ഒരു കാര്യമുണ്ട്...." ഭിക്ക നിന്നു. ശാമു അവനെ സമീപിച്ച് ചോദിച്ചു.

"സാലെ, ഞാൻ കുറച്ചു ദിവസങ്ങളായി ശ്രദ്ധിക്കുന്നു നിന്റെ നടത്തത്തിനൊരു മാറ്റം... എന്തുപറ്റി?"

ഭിക്കയുടെ മുഖം വാടുന്നത് ശാമു ശ്രദ്ധിച്ചു.

"ഏയ് ഒന്നുമില്ല.... തോന്നിയതാവും."

"തോന്നലോ? അല്ല... അല്ല... നീ സത്യം പറയ്" ശാമു അവന്റെ കൈയിൽ പിടിച്ചു.

പിന്നെ ഭിക്കായ്ക്ക് ഒന്നും ഒളിക്കാനായില്ല. അവൻ മുഖം കുനിച്ച് നിന്നു.

"ഭിക്കാ.... നിനക്ക് കിട്ടിയോ.... ആ രോഗം?"

ഭിക്കയുടെ ഭാവം മാറി. അവൻ ചെറിയ വിറയലോടെ പറഞ്ഞു.

"ശാമൂ എനിക്ക് ഭയമാവുന്നു.... തുടകൾക്കിടയിൽ മുഴകൾ.... നല്ല വേദനയുണ്ട്...."

"എനിക്ക് തോന്നി... എത്രനാൾ നീ ഒളിച്ചുവയ്ക്കും..... അതുപോട്ടെ

എവിടന്നാണ് കിട്ടിയത്?"

ഭിക്ക ഒന്നും മിണ്ടാതെ നിന്നു.

"ഫോറസ് റോഡിൽ പോയിയല്ലേ?"

"ഇടയ്ക്ക് വിജയയ്ക്കൊപ്പം പോകുമായിരുന്നു.... നീ ആശുപത്രിയിലായിരുന്നപ്പോൾ"

"ഇപ്പൊ എവിടെയാണ് പോകാറ്?"

"ഇല്ല... നിർത്തി"

"പച്ചക്കള്ളം.... ഒരിക്കെ ആ ലഹരി ആസ്വദിച്ചവൻ വീണ്ടും പോകും തീർച്ച."

"സത്യം, നിർത്തി... ഭയമാണ്."

"ഡോക്ടറെ കണ്ടോ?"

"ഇല്ല."

"ഇഞ്ചക്ഷൻ എടുത്താലേ ഇത് കുറയൂ.... അല്ലെങ്കിൽ നീ പുഴുത്ത് ചാവും...."

"എനിക്കൊന്നുമറിയില്ല ശ്യാമു.... ആരോട് ചോദിക്കും...."

"നിന്റെ തന്ത ലങ്കടയോട് ചോദിക്ക്... അയാൾക്കു കിട്ടീരുന്നു ഈ രോഗം...."

ഭിക്കാ ഒന്നും മിണ്ടിയില്ല.

"ശരി... ഞാൻ പോണു.... നെപ്ട്യൂണിൽ ഒരു പിക്ചറിന്, താമസിച്ചാൽ നിന്റെ ബഹൻ വഴക്കു തുടങ്ങും."

ശ്യാമു നടക്കാൻ തുടങ്ങിയതും ഭിക്കാ ചോദിച്ചു.

"നീയൊരു സഹായം ചെയ്യുമോ?"

"എന്താ?"

"രോഗത്തെപ്പറ്റി വിജയ അറിയണ്ട.... പിന്നെ അവളോട് ഞാൻ പത്തു രൂപ ചോദിച്ചതായി പറയണം."

"അവൾടെ കൈയിൽ കാണില്ല."

"കാണും.... നീ പറഞ്ഞില്ലേ ഇഞ്ചക്ഷൻ വേണമെന്ന്.... അതിന് പൈസ വേണ്ടേ?"

മുമ്പേ നടക്കുന്ന ശ്യാമുവിന് പുറകെ ഭിക്ക ഏന്തിവലിച്ച് നടന്നു.

ദിവസങ്ങൾ കഴിഞ്ഞപ്പോൾ ഭിക്ക പനിച്ച് വിറച്ച് ഝോപ്പടിയിൽ കിടപ്പായി. ഗംഗാ എന്തോ ഒരു മരുന്ന് കല്ലിലരച്ച് തയ്യാറാക്കുകയാണ്. കിസൻ ഝോപ്പടിയുടെ നടയിൽ പുറത്ത് കാലുനീട്ടിയിരുന്നു. മുന്നിലെ വലിയ അലുമിനിയം തട്ടത്തിൽ കുറെ പുഴുങ്ങിയ മുട്ടയുണ്ട്. മരുന്നരയ്ക്കുന്നതോടൊപ്പം ഗംഗാ എന്തോ പിറുപിറുക്കുന്നുമുണ്ടായിരുന്നു. "എന്റെ വിധി... ഒരിക്കലും മാറാത്ത വിധി. ആദ്യം തന്ത കൊണ്ടുവന്നു... ഇപ്പോ മോനും.... മോളാണെങ്കിൽ.... അരേ, ദേവാ സായിനാഥാ.... ഇനി എന്തൊക്കെക്കൂടെ കാണണം..." അവളുടെ മെലിഞ്ഞ കരങ്ങൾ വേഗത്തിൽ കുഴവിയെ മുന്നോട്ടും പിന്നോട്ടും നീക്കിക്കൊണ്ടിരുന്നു. പെട്ടെന്ന് ചലനശേഷി നഷ്ടപ്പെട്ടപോലെ അവൾ അരപ്പുനിർത്തി ഭിക്കായുടെ അടുത്തേക്ക് ഓടിച്ചെന്നു. അവന്റെ മുഖം തലോടി – "ബേട്ടാ, നിനക്കെങ്ങനെ ഇത് കിട്ടി.

മോനെ, നിനക്ക് ധൃതിയായിരുന്നെങ്കിൽ മായോട് പറയാമായിരുന്നില്ലേ? ഞാൻ കല്യാണം കഴിപ്പിച്ച് തരുമായിരുന്നല്ലോ.... ഇനി എന്തു ചെയ്യും? മുമ്പ് നിന്റെ തന്തയെ ശുശ്രൂഷിച്ച് എന്റെ നടുവൊടിഞ്ഞതാണ്.... ഇപ്പൊ നീയും...."

കിസൻ മുട്ട നിറച്ച പാത്രം തലയിൽക്കയറ്റി അകത്തേക്ക് നോക്കി വിളിച്ചു പറഞ്ഞു.

"ഞാൻ പോണു...." അതുകേട്ട് ഗംഗാ തന്റെ ദുഃഖങ്ങളിൽനിന്ന് പുറത്തുകടന്ന് പറഞ്ഞു:

"എങ്ങിനേങ്കിലും കുറച്ചു പൈസ കൊണ്ടുവാ..... ഇവന്റെ കിടപ്പു കണ്ടില്ലേ.... ആശുപത്രിയിൽ കൊണ്ടുപോണം.... മദ്രാസിയോട് കടം ചോദിക്ക്...."

"അയാൾ തരില്ല... മുമ്പ് വാങ്ങിയതുതന്നെ കൊടുത്തിട്ടില്ല.... നീ കോളനിയിലെ സോണിമാരാരോടെങ്കിലും ചോദിക്ക്.."

"കഴിഞ്ഞ മാസം അവരോടൊക്കെ ഏഴു രൂപ വാങ്ങിയതാണ്... വീണ്ടും എങ്ങനെ ചോദിക്കും?.... നിങ്ങള് മദ്രാസിയോട് തന്നെ ചോദിക്ക്...."

"അയാളോട് ഞാനും കുറെ വാങ്ങിച്ചിട്ടുണ്ട്... ഇനി തരുമെന്ന് തോന്നുന്നില്ല...."

മദ്രാസി കാശീറാമിന്റെ ഝോപ്പടിയിൽ ഹാത്ത് ഭട്ടി[1] ബിസിനസ് തുടങ്ങിയതു മുതൽ കിസനും പുതിയ ബിസിനസ് ആരംഭിച്ചിരുന്നു. ദിവസം മുഴുവൻ ഝോപ്പടപ്പെട്ടിയിൽ അലഞ്ഞുനടന്ന് മുട്ട വാങ്ങും. വൈകുന്നേരം അത് പുഴുങ്ങി മദ്രാസിയുടെ ഝോപ്പടി ബാറിനു മുമ്പിൽ കുത്തിയിരിക്കും. ഈ ബിസിനസിന്റെയും മുടക്ക് മുതലിറക്കിയത് മദ്രാസിതന്നെ. ആ ബിസിനസിൽ കിസൻ രണ്ടു മൂന്നു രൂപ ദിവസവും സമ്പാദിക്കുമായിരുന്നു.

കിസനു പുറകെ ഗംഗാ വിളിച്ചു പറഞ്ഞു.

"ചെക്കന്റെ അവസ്ഥ നോക്ക്... എങ്ങനെയെങ്കിലും കുറച്ച് പൈസ കൊണ്ടുവാ...."

"രെണ്ടീ[2]ടടുത്തു പോകാൻ ഞാൻ പറഞ്ഞോ?" കിസൻ തിരിഞ്ഞു നിന്ന് പറഞ്ഞു.

"നിങ്ങടെ മോനല്ലെ.... പോവാതിരിക്കുമോ?....."

"എനിക്കും പറ്റീട്ടുണ്ട്.... പക്ഷേ, ഇതുപോലെ വീട്ടിൽ ചുരുണ്ടു കൂടി കിടന്നിട്ടില്ല...."

"അതേയ് ഞാൻ നട്ടെല്ല് കലക്കി രാപ്പകൽ നോക്കിയതുകൊണ്ട്."

"അവന്റെ കാര്യം അവൻ നോക്കിക്കൊള്ളും. നീയെന്തിനാണ് ബേജാറാവണത്?"

"നിങ്ങടെ കാര്യത്തിലും ഞാനങ്ങനെ കരുതിയിരുന്നെങ്കിൽ പുഴുത്തിവിടെ കിടന്നേനെ.... സ്വന്തം ബേട്ട എണീക്കാൻ വയ്യാതെ കിടക്കുന്നു. തന്ത പറയുന്നതു കേട്ടില്ലേ.... അവന്റെ കാര്യം അവൻ നോക്കുമെന്ന്... അരേ ദേവാ... സായി നാഥാ...."

---

1. *ചാരായം*
2. *വേശ്യ*

എത്രനേരമാണ് ആയിരിപ്പിരുന്നതെന്ന് ഗംഗയ്ക്ക് ഓർമ്മയില്ല. പരിചയമുള്ളൊരു വിളികേട്ടാണ് അവൾ ഉണർന്നത്.

വിജയ മുന്നിൽ! നൈലോൺ സാരി ചുറ്റി. മുഖത്ത് പൗഡർ പൂശി... കണ്ണെഴുതി.... പേരറിയാത്തൊരു മണം അവളെ ചൂഴ്ന്ന് നില്ക്കുന്നു. ആഫീസുകളിൽ ജോലിക്ക് പോകുന്ന സ്ത്രീകളെപ്പോലെയുണ്ട് അവളെ കാണാൻ. ഗംഗാ വിശ്വസിക്കാനാവാതെ നോക്കി ഇരുന്നുപോയി.

"മാ, ഭിക്കയ്ക്കെന്തു പറ്റി?"

ഖാർ റെയിൽവേ യാർഡിൽ മഴയുള്ള ആ രാത്രിയിൽ, പൊട്ടിപ്പൊളിഞ്ഞ ബോഗിക്കുള്ളിൽ, മെഴുകുതിരി വെളിച്ചത്തിലാണ് അവളെ അവസാനമായി ഗംഗാ കണ്ടത്. അതിനുശേഷം അവളെപ്പറ്റിയുള്ള വാർത്തകൾ അറിയുന്നതല്ലാതെ കാണാനിടയായിട്ടില്ല. മാഹിം ഖാടിയിൽ വന്നാലും അവൾ ഗംഗയെക്കാണാൻ വരുമായിരുന്നില്ല.

വിജയ വീണ്ടും ചോദിച്ചു.

"ഇപ്പോഴെങ്ങനെ? ശാമു പറഞ്ഞാണറിഞ്ഞത്.... അറിഞ്ഞ ഉടൻ ഇങ്ങോട്ടു പോന്നു."

ഗംഗ ഒന്നും മിണ്ടാതെ എണീറ്റ് ഭിക്കായുടെ അരികിൽ വന്നിരുന്നു. വിജയയും അടുത്തുചെന്നിരുന്ന് അവന്റെ കിടക്കയിലെ തുണികളെല്ലാം ശരിയാക്കി. ഭിക്ക കണ്ണുകൾ തുറന്ന് വിജയയെ നോക്കി. പിന്നെ എന്തോ പിറുപിറുത്ത് തുണികൊണ്ട് മുഖം മറച്ചു.

ഗംഗയ്ക്കും വിജയയ്ക്കും പറയാൻ നിറയെ കാര്യങ്ങളുണ്ടായിരുന്നു. പക്ഷേ, പറഞ്ഞു തുടങ്ങിയാൽ അതൊരു വാക്കേറ്റത്തിലേ അവസാനിക്കൂ എന്നിരുവർക്കും നല്ല ബോദ്ധ്യമുണ്ടായിരുന്നു. ഇരുവരും കുറെസമയം മൗനം പാലിച്ച് ഭിക്കയെ നോക്കിയിരുന്നു. അറിയാതെ ഒരു ചോദ്യം വിജയയുടെ നാവിൽ നിന്നുതിർന്നു വീണു.

"സയനുവും രത്തനുമെവിടെ?"

"സ്കൂളിൽ" ഗംഗയും അല്പം അയഞ്ഞ മട്ടിലായി.

"സ്കൂളിൽ പോകാൻ തുടങ്ങിയൊ? എപ്പൊ മുതൽ...." അതിനുത്തരം പറയാതെ ഗംഗാ വിജയയെ തന്നെ സൂക്ഷിച്ചു നോക്കിയിരുന്നു. പിന്നെ ചോദിച്ചു.

"ഇവിടെ വരാൻ നിനക്കെങ്ങനെ ധൈര്യം വന്നു?"

വിജയ ഒരു പുഞ്ചിരിയോടെ തന്നെ പറഞ്ഞു.

"പറഞ്ഞില്ലേ... ഭിക്കയെ കാണാനാണെന്ന്... എന്റെ ഭായിയെ കാണാൻ വന്നതാണ്...."

"ഭായിയെ കാണാൻ! ഭായിക്ക് നല്ല മാർഗ്ഗം കാണിക്കുന്ന ബഹൻ!"

"ഞാനാര് മാർഗ്ഗം കാണിക്കാൻ? ഈ ഝോപ്പട്ടിയിലുള്ള ഓരോരുത്തരും അവനവന്റെ വിധിപോലെ ജീവിക്കും.... എന്റെ വിധി ഞാൻ സ്വീകരിച്ചു.... മാ, ഇനി നിങ്ങളുടെ കുത്തുവാക്കു വേണ്ട... ആരേയും കുറ്റപ്പെടുത്തുകയും വേണ്ട.... ഇവിടേ ഇതൊക്കേ നടക്കൂ.... ആർക്കും ഇതൊന്നും മാറ്റാനാവില്ല. ദൈവത്തിനു പോലും!"

ഗംഗയെ സംസാരിക്കാനനുവദിക്കാതെ അവൾ തുടർന്നു. "എനിക്ക്

സുഖമായി ജീവിക്കണം.... മനുഷ്യരെപ്പോലെ.... ഇവിടെ എന്തുണ്ട്? പട്ടിണിയും പരിവട്ടവും പിന്നെ ദുർഗ്ഗന്ധവും...."

"എന്നിട്ടെന്താ സുഖം കിട്ടിയോ?" ഗംഗ പുച്ഛത്തോടെ ചോദിച്ചു.

"സംശയമെന്ത്?"

"വയറ്റിലെ കുഞ്ഞിന്റെ തന്ത ആരെന്ന് വല്ല നിശ്ചയവുമുണ്ടോ?"

"അതെല്ലാം നിങ്ങളെന്തിനറിയണം?" വിജയ എണീറ്റ് അടുപ്പിനരികിലെ കലത്തിൽനിന്ന് വെള്ളമെടുത്തു കുടിച്ചു. പിന്നെ ഭിക്കയുടെ അടുത്തുവന്നു.

വിജയയുടെ ഓരോ ചലനവും ഗംഗാ സസൂക്ഷ്മം വീക്ഷിച്ചുകൊണ്ടിരുന്നു. അവളുടെ വയറുകണ്ടാൽ നാലഞ്ചു മാസമായിട്ടുണ്ടാവണം. അവൾ പിടഞ്ഞെണീറ്റ് വിജയയെ കെട്ടിപ്പുണർന്നു, വിങ്ങിപ്പൊട്ടി. പിന്നെ കരഞ്ഞു പറഞ്ഞു: "ബേട്ടീ നീ നശിച്ചുപോയല്ലോ മോളെ.... ആരുടെ ശാപമാണിത്.... സുഖംതേടി പോയ നീ എത്തിപ്പെട്ടത് നരകത്തിലാണല്ലോ?"

വിജയ അമ്മയുടെ തോളത്ത് അല്പം തലചായ്ച്ച് കിടന്നശേഷം ശാന്തമായി പറഞ്ഞു:

"മാ.... നിങ്ങൾ വിഷമിക്കാതെ... ഇതെല്ലാം എനിക്കറിയാമായിരുന്നു. എല്ലാം അറിഞ്ഞുകൊണ്ടു തന്നെയാണ് വീട്ടിൽ നിന്നിറങ്ങിയത്. അതിനാരേയും കുറ്റപ്പെടുത്തേണ്ടതില്ല.... കരയണ്ടാ.... ഞാൻ സന്തോഷവതിയാണ്."

വിജയയെ അകറ്റിനിർത്താൻ ആഗ്രഹിച്ചെങ്കിലും ഗംഗയ്ക്കതിനു കഴിഞ്ഞില്ല. മനസ്സിലെ ഭാരം കുറഞ്ഞെന്നു തോന്നിയപ്പോൾ ചോദിച്ചു:

"ഇപ്പൊ താമസമെവിടെ?"

"സാന്താക്രൂസിൽ – ആ പഴയ സ്ഥലത്തു തന്നെ."

"ആരോ പറഞ്ഞു നിന്നെ ജവാഹർ നഗറിൽ കണ്ടുവെന്ന്, മറ്റൊരാൾ പറയുന്നതുകേട്ടു ധാരാവിയിൽ കണ്ടെന്ന്.... ഒരുത്തി പറഞ്ഞു നീ ഫോറസ് റോഡിൽ പോകുന്നുണ്ടെന്ന് ഇതിൽ ശരിയേത് തെറ്റേതെന്ന് ഒന്നും എനിക്കറിയില്ല..... മരിച്ചു പോയെന്നൊക്കെ വിശ്വസിക്കാൻ ശ്രമിച്ചെങ്കിലും നിന്റെ ഓർമ്മ വരുമ്പോൾ ചങ്കുപൊട്ടും പോലെ..... നിന്റെ അമ്മയുടെ അവസ്ഥ ആലോചിച്ച് നോക്ക്.... മൂത്ത രണ്ടു മക്കൾ.... വീടിന് താങ്ങാകേണ്ടിയിരുന്നവർ.... ഈ അവസ്ഥയിൽ..." ഗംഗ വിങ്ങിവിങ്ങി കരയാൻ തുടങ്ങി. വിജയ അവരുടെ മുഖമുയർത്തി കണ്ണീരൊപ്പി, പിന്നെ പറഞ്ഞു.

"ഞാൻ പോവ്വാ.... ഇരുട്ടും മുമ്പ് അവിടെ എത്തണം." ഗംഗാ ഭിക്കുവിന്റെ തലയണയ്ക്കടുത്തു കിടന്ന ഒരു ബിസ്ക്കറ്റ് കഷണമെടുത്ത് വിജയയ്ക്ക് കൊടുത്തിട്ടു പറഞ്ഞു.

"ഇത് തിന്ന്.... ഇവിടെ തരാൻ വേറൊന്നുമില്ല....."

"വേണ്ട... അതവനിരിക്കട്ട്.... "ദവാപാനി[1]"യെന്തെങ്കിലും ചെയ്യുന്നുണ്ടോ?""

"എന്തു ദവാ? നിന്റെ തന്ത എന്തോ കൊണ്ടുവച്ചിട്ടുണ്ട്. അതു കൊടുത്തിട്ടൊന്നും കുറയുന്നില്ല.

---

1. മരുന്ന്

വിജയ പഴ്സ് തുറന്ന് പത്തിന്റെ രണ്ടു നോട്ടെടുത്ത് ഗംഗയ്ക്ക് നീട്ടീട്ട് പറഞ്ഞു. "ഇതുവച്ചോ.... അവന് ഇഞ്ചക്ഷൻ കൊടുക്ക്.... ശാമു പറഞ്ഞത് ഇതിന് ഇഞ്ചക്ഷൻ വേണമെന്നാണ്....."

ഗംഗാ വേഗം പ്രതികരിച്ചു.

"വേണ്ട ഈ പൈസ കൊണ്ട് അവന് മരുന്ന് വാങ്ങില്ല. ഇത് പാപത്തിന്റെ കാശാണ്... അസുഖം ഭേദമാവില്ല."

"മാ, ഇത് വാങ്ങ്.... അവനു വേണ്ടിയാണ്."

"വേണ്ട... ജീവൻ പോയാലും നിന്റെ പൈസ വേണ്ട."

"ബാബയുണ്ടായിരുന്നെങ്കിൽ വാങ്ങുമായിരുന്നു."

"ഞാനതിന് സമ്മതിച്ചിട്ട് വേണ്ടേ.... നീ ഇനി പോ."

ഗംഗാ അവളെ വാതിലിലേക്ക് തള്ളിവിട്ടു.

"നീ വാങ്ങീല്ലെങ്കിൽ ഞാൻ ഭിക്കായ്ക്ക് കൊടുക്കും."

വിജയ ആ നോട്ടുകൾ ഭിക്കയുടെ തലയണയ്ക്കരുകിലിട്ടേച്ച് പുറത്തേക്ക് നടന്നു. ഗംഗാ ഉടനെ ആ നോട്ടുകളെടുത്തു അവൾക്കു പുറകേ വലിച്ചെറിഞ്ഞു.

"അവൻ ചത്താലും നിന്റെ പൈസകൊണ്ട് മരുന്നു വാങ്ങൂല."

വിജയ തിരിച്ചുവന്ന് നോട്ടുകൾ പെറുക്കി പിന്നെ അവിടന്ന് വേഗം നടക്കാൻ തുടങ്ങി.

അതുവരെ വേദന സഹിച്ച് എല്ലാം നോക്കിക്കിടന്ന ഭിക്ക വിജയ പോയതും ദയനീയമായി വിളിച്ചു പറഞ്ഞു.

"മാ, എന്നെ ഡോക്ടറെ കാണിക്ക്.... വേദന സഹിക്കാൻ വയ്യ."

ഗംഗാ കുപ്പിയിലെ ബാക്കി മരുന്ന് അവന്റെ വായിലേക്ക് ഒഴിച്ചു കൊടുത്തു.

അല്പം കഴിഞ്ഞപ്പോൾ രത്തനും സയനുവും സ്ലേറ്റും പുസ്തകങ്ങളുമായി ഝോപ്പടിയിലെത്തി.

"ബേട്ടാ, ഇത്ര താമസിച്ചതെന്ത്!"

"മാ... വഴിയിൽ വിജയ ദീദിയെ കണ്ടു... ഞങ്ങളെ കാത്ത് നില്ക്കുകയായിരുന്നു.... എനിക്ക് കുൾഫി[1] വാങ്ങിത്തന്നു. സയനു പറഞ്ഞു.

"എനിക്ക് ഭേൾപൂരി[2]യും" രത്തൻ പറഞ്ഞു.

ഗംഗ മക്കളുടെ മുഖത്തെ സന്തോഷം നോക്കിയിരുന്നു. സയനു പുസ്തകസഞ്ചിയിൽ കൈയിട്ട് പറഞ്ഞു.

"മാ... ദീദി പൈസ തന്നു. ബാബയ്ക്ക് കൊടുക്കാൻ പറഞ്ഞു... ഭിക്കായ്ക്ക് മരുന്നുവാങ്ങാൻ.... ഇതാ വച്ചോ...." അവൾ പത്തിന്റെ രണ്ടു നോട്ടുകൾ ഗംഗയ്ക്ക് നേരെനീട്ടി.

ഗംഗാ യാന്ത്രികമായി ആ നോട്ടുകൾ വാങ്ങി എന്നിട്ട് ഭിക്കയെ നോക്കി. അവന്റെ കണ്ണുകൾ പറഞ്ഞു.

"മാ.... എന്നെ ഡോക്ടറെ കാണിക്ക്."

---

1. *ഐസ്ക്രീം പോലെ*
2. *ഒരു ഡിഷ്*

ഇരുപത്തി എട്ട്

സർജു ഘോട്ബന്ദർ റോഡിൽ നിന്നിറങ്ങി ഝോപ്പടപ്പെട്ടിയിലേക്ക് കയറാൻ തുടങ്ങുമ്പോഴായിരുന്നു വയലിൻവാലയെ കണ്ടത്. അയാൾ തന്നെ പ്രതീക്ഷിച്ചു നില്ക്കുകയായിരുന്നുവെന്ന് സർജുവിന് തോന്നി. സർജുവിനെ കണ്ടതും അയാൾ ഓടിയടുത്ത് കെട്ടിപ്പിടിച്ച് കരയാൻ തുടങ്ങി. "എന്തു പറ്റി? കരയുന്നതെന്തിന്? ഡോസ് കൂടിയോ.... ആ മദ്രാസീടത് കുടിക്കരുതെന്ന് പറഞ്ഞതല്ലേ? ലഹരി കൂടാൻ അയാൾ 'നവസാഗർ' കൂടുതൽ ചേർക്കുന്നുണ്ടെന്നാണ് കേൾവി...."

വയലിൻവാല പിടിവിടാതെ തന്നെ പറയാൻ തുടങ്ങി.

"സർജു ദാ, എന്റെ വയലിൻ അവർ തട്ടിയെടുത്തു. അതില്ലാതെ എനിക്ക് ജീവിക്കാൻ പറ്റൂല."

സർജു അയാളെ പിടിച്ചകറ്റി ചോദിച്ചു.

"ആര്?"

"ശാമുവും അവന്റെ ഗ്യാങ്ങും.... അവരെന്നെ തല്ലി.... വയലിൻ പിടിച്ചു വാങ്ങി.... എന്നിട്ട് പറഞ്ഞു.... പോ ആ ബുഡ്ഡാ സർജുവിനോട് പോയി കംപ്ലേന്റ് ചെയ്യ്.... അയാളിവിടെ വരട്ടെ.... സർജു ദാ എങ്ങനെയെങ്കിലും വയലിൻ വാങ്ങി താ...." വയലിൻവാല പറഞ്ഞു.

സർജുവിന്റെ തളർന്ന ഞരമ്പുകൾ മുറുകി. പിന്നെ മനസ്സിൽ പറഞ്ഞു.

"ഭേംചൊദ്, ആ ശാമിനെ ശരിയാക്കുന്നുണ്ട്. അന്ന് കിട്ടിയതൊന്നും അവന് പോരാന്ന് തോന്നുന്നു.... ഈ പാവത്തിനെ ഉപദ്രവിച്ചിട്ട് ആ ഊരുതെണ്ടികൾക്ക് എന്തു കിട്ടാനാണ്?"

"നീ നില്ക്ക് ഞാനിപ്പൊ വരാം...." വയലിൻവാലയോട് പറഞ്ഞിട്ട് സർജു ശാമു ഗ്യാങ്ങിന്റെ അഡ്ഡ[1]യായ പൈപ്പ് ലൈനിന്റെ ദിശയിലേക്ക്

1. കൂടുന്ന സ്ഥലം

വേഗത്തിൽ നടന്നു. എവിടെയോ നിന്നെത്തിയ ജാക്കിയും അയാൾക്ക് പിന്നാലെ നടക്കാൻ തുടങ്ങി.

പൈപ്പ് ലൈനിൽ ശാമുവും ഗ്യാങ്ങും വെടിപറഞ്ഞിരിക്കുന്നു. ശാമുവിന്റെ കൈയിൽ വയലിനുണ്ട്. അവൻ അതുകൊണ്ട് അപശബ്ദങ്ങൾ കേൾപ്പിച്ച് എല്ലാവരേയും രസിപ്പിക്കുന്നുണ്ടായിരുന്നു.

സർജു ശാമുവിന്റെ മുന്നിൽ നിന്ന് പറഞ്ഞു.

"ടാ... ആ വയലിനിങ്ങു താ.... അതുകൊണ്ടുള്ള കളിവേണ്ട."

ശാമു കൂട്ടർക്ക് കണ്ണുകാണിച്ചു. അവർ പൈപ്പ് ലൈനിൽനിന്ന് ചാടിയിറങ്ങി സർജുവിനെ വളഞ്ഞു.

ശാമുവിന്റെ കരങ്ങൾ വയലിൻ വായിച്ചു. അവന്റെ കൂട്ടുകാരുടെ കരങ്ങൾ സർജുവിന്റെ മേൽ തബല വായിച്ചു.

അല്പം കഴിഞ്ഞ് ശാമു വയലിനുമായി ചാടിയിറങ്ങി. സർജുവിനെ നോക്കി അലറി.

"ഭേം ചൊദ് ബുഡ്ഡാ.... എന്നെ നീ ഇരുട്ടടി അടിച്ചു. നിന്നെ ഞാൻ പകലടി അടിക്കും. നീയാര് ഇവിടത്തെ രാജാവാ.... സാലാ ചംചാ, നാടു നന്നാക്കാൻ നടക്കുന്നു...."

സർജു അടിയേറ്റ് വീഴുന്നത് കണ്ടിട്ടാവും ജാക്കി അവരെ നോക്കി കുരയ്ക്കാൻ തുടങ്ങി. പിന്നെ ആക്രമിക്കാനും. ചിലരുടെ കൈയിലും കാലിലും കടിയേറ്റു. ചിലരുടെ പാന്റും ഷർട്ടും കീറി. ശാമുവിന്റെ കൈയിൽ കടിയേറ്റതോടെ അവൻ വയലിൻ നിലത്തിട്ടിട്ട് ഓടി... പിന്നാലെ മറ്റുള്ളവരും. ഇടയ്ക്ക് ജാക്കിയുടെ രണ്ടു മൂന്നു സഖാക്കളും സഹായത്തിനായി കുരച്ചുകൊണ്ട് ഓടിയെത്തിയിരുന്നു.

സർജു വീണ കിടപ്പിൽ തന്നെ കുറേനേരം കിടന്നു. പിന്നെ മയങ്ങി. ഉണർന്നപ്പോൾ നേരം ഇരുണ്ടു തുടങ്ങീരുന്നു. ജാക്കിയും കൂട്ടരും അപ്പോഴും അവിടെ കാവലിരിക്കുന്നുണ്ടായിരുന്നു.

സർജു മെല്ലെ എണീറ്റ് വേച്ച് വേച്ച് നടക്കാൻ തുടങ്ങി. വയലിനും വില്ലും കൈയിൽ പിടിച്ചിട്ടുണ്ടായിരുന്നു. ദാദുമിയയുടെ ഝോപ്പടിയിലെത്തി വാതുക്കൽ മുട്ടി. ദാദു വീട്ടിലുണ്ടായിരുന്നു. സർജുവിന്റെ അവസ്ഥ കണ്ട് അയാൾ ചോദിച്ചു. "എന്തുപറ്റീ?.... വീണോ?"

"അല്ല... ശാമുവും കൂട്ടരും തല്ലിയതാണ്...." അടുത്തുനിന്ന ജാക്കിയെ തലോടി പറഞ്ഞു: "ഇവനാ രക്ഷപ്പെടുത്തിയത്."

"തല്ലിയെന്നോ? എന്തിന്?"

"ആ വട്ടന്റെ ഈ കുന്തം അവന്മാര് തട്ടിയെടുത്തു.... അതു ചോദിക്കാൻ ചെന്നപ്പോഴായിരുന്നു.... എന്നെ കുടുക്കുകയായിരുന്നു..... കൂടുതൽ കിട്ടി.... കുറച്ചു കൊടുത്തു.... പിന്നെ ആ വയലിൻവാലയെ കണ്ടോ.... ഇത് അവന് കൊടുക്കണം."

ദാദുവിന്റെ ശ്രദ്ധ സർജുവിന്റെ കാലിലെ മുറിവിലായിരുന്നു.

അതിൽനിന്ന് രക്തം അപ്പോഴും പൊടിയുന്നുണ്ടായിരുന്നു. ദാദു മഞ്ഞൾപ്പൊടിയും ചുണ്ണാമ്പും ചേർത്ത് അതിൽ കെട്ടിവച്ചു. എന്നിട്ട്

പറഞ്ഞു:

"സർജു, വയലിൻവാല പോയി."

"എവിടെ? അവനു വേണ്ടീട്ടാണ് ഞാനീ തല്ലൊക്കെ കൊണ്ടത്.... രാവിലെ വന്നു പറഞ്ഞു വയലിൻ കിട്ടീലെങ്കിൽ ഭ്രാന്തനായി പോവുമെന്ന്."

"അവന്റെ ബന്ധുക്കളാണെന്ന് തോന്നുന്നു. കാറുമായി വന്നു.... അവന്റെ ഫോട്ടോ പേപ്പറിൽ വന്നിട്ടുണ്ടായിരുന്നുപോലും.... ആരോ അറിയിച്ചു അയാളിവിടെയുണ്ടെന്ന്... അവന് പോകാൻ ഇഷ്ടമില്ലായിരുന്നു.... ഓടാൻ നോക്കി.... പക്ഷേ, അവർ പിടിച്ച് കാറിലിട്ട് കൊണ്ടുപോയി...."

നീറുന്ന ശരീരവും മനസ്സുമായി സർജു നടന്നു.... അയാൾ പിറുപിറുക്കുന്നുണ്ടായിരുന്നു.

"അല്ലെങ്കിലും അവൻ ഇവിടെ കഴിയേണ്ടവനല്ല.... തെറി പറയില്ല... അടി പിടിയില്ല.... മോഷണമില്ല, ചതിയും വഞ്ചനയുമില്ല..... ഇതൊന്നുമില്ലാതെ മാഹിം ഖാടിയിൽ കഴിയുന്നതെങ്ങിനെ?"

വയലിൻവാല പോയ ദുഃഖം മാറ്റാൻ സർജു മദ്രാസിയുടെ ഢോപ്പടി ബാറിൽ കയറി.

ഇരുപത്തി ഒമ്പത്

ശാമുവും ഗ്യാങ്ങും ഒരു ഇംഗ്ലീഷ് പിക്ചർ കാണാൻ തീരുമാനിച്ചു. ചർച്ച് ഗേറ്റിലാണ് തിയേറ്റർ. ഉഗ്രൻ പടമെന്നാണ് അതുകണ്ട ഒരു ദോസ്ത് ശാമുവിനോട് പറഞ്ഞത്. അവൻ മൂന്നുപ്രാവശ്യം കണ്ടു കഴിഞ്ഞുവത്രെ. ഓരോ തവണയും ടിക്കറ്റ് വാങ്ങിയത് ബ്ലാക്കിലാണെന്നാണവൻ പറഞ്ഞത്. മൂന്നു പ്രാവശ്യം ബ്ലാക്കിൽ ടിക്കറ്റു വാങ്ങി കാണാൻ മാത്രം എന്താണതിലുള്ളത്? സായിപ്പന്മാർ പറയുന്നതു വല്ലതും മനസ്സിലാവുമൊ? ശാമുവിന് സംശയമായി. ദോസ്ത് അവന്റെ സംശയങ്ങളെല്ലാം മാറ്റി. ആൾക്കാർ ഇംഗ്ലീഷ് പിക്ചറിന് പോവുന്നത് ഒന്നും കേൾക്കാനല്ല... പലതും കാണാനാണ്. അതൊന്നും തന്നെ ഹിന്ദി പിക്ചറിൽ കാണാൻ പറ്റില്ല. നിന്റെ ഹിന്ദി പിക്ചറിൽ ഹീറോ ഒറ്റയ്ക്ക് ഒരു ഡസൻ ഗുണ്ടകളെ അടിച്ചു വീഴ്ത്തും. പിന്നെ ഹീറോയിന്റെ പുറകേ പാട്ടും പാടി ഓടി നടക്കുന്നതു കാണാം. ഇംഗ്ലീഷ് പിക്ചറിൽ ഇതൊന്നുമില്ല. ഹീറോയുടെ ഫൈറ്റെല്ലാം ഒറ്റയ്ക്കൊറ്റയ്ക്കാണ്. ഹീറോയും ഹീറോയിനുമൊന്നും കൂടുതൽ ഡയലോഗൊന്നും പറയാറില്ല. ഒന്നു രണ്ടു വാക്കുകൾ.... ഉടനെ കിസ് തുടങ്ങും. ശാമുവിന്റെ ഈ വിഷയത്തിലുള്ള അനുഭവം അറിയാനായി ദോസ്ത് ചോദിച്ചു. "സായിപ്പിന്റെ കിസ് നീ കണ്ടിട്ടുണ്ടോ?" ശാമു ഇല്ലെന്ന് തലയാട്ടി. പിന്നെ ചോദിച്ചു. "കിസു മാത്രമേയുള്ളോ?" ദോസ്ത് പറഞ്ഞു. "അല്ല, അടുത്തതുമുണ്ട്.... നീ പിക്ചറ് കണ്ടുനോക്ക്..." അന്നവൻ നിശ്ചയിച്ചതാണ്, ഈ പിക്ചർ കണ്ടേതീരൂവെന്ന്.

ചർച്ച് ഗേറ്റിലേക്കുള്ള ട്രെയിൻ പിടിക്കാൻ അവർ ബാന്ദ്രാ സ്റ്റേഷനിലേക്ക് നടക്കുകയായിരുന്നു. ഇടയ്ക്ക് ഒരാൾ ചോദിച്ചു.

"ശാമാ, ഭിക്കായ്ക്കെന്തുപറ്റി? കിടപ്പിലാണെന്നറിഞ്ഞു."

"കിടക്കാതെ പിന്നെ – അതല്ലേ രോഗം. ഞാൻ ഇൻഞ്ചക്ഷനെടു

ക്കാൻ പറഞ്ഞു...."

വിശേഷങ്ങൾ പറഞ്ഞവർ സ്റ്റേഷനിലെത്തി. ശാമു നേരെ പോയത് ടോയിലെറ്റിലേക്കാണ്. പുറകേ മറ്റുള്ളവരും. കൂട്ടത്തിലൊരാൾ "ഒന്നി"നു തയ്യാറാവുമ്പോൾ മറ്റുള്ളവരും അതനുകരിക്കുന്നത് മനുഷ്യ സ്വഭാവമാണ്. ശാമു പോക്കറ്റിൽ നിന്നൊരു പെൻസിലെടുത്ത് മൂത്രമൊഴിക്കുന്നതിനിട യിൽ തന്നെ ഒരു നിമിഷംകൊണ്ട് മുന്നിലെ ചുവരിൽ ഒരു പെണ്ണിന്റെ നഗ്നചിത്രം വരച്ചുവച്ചു. അതിനടുത്തായി ഒരാണിന്റെ ചിത്രവും. അതും തുണിയില്ലാത്ത ഒരാൾ. ശാമു തന്റെ കലാസൃഷ്ടി സുഹൃത്തുക്കളെ കാണിച്ചു. അതുകണ്ട ഒരുവൻ പറഞ്ഞു.

"ഇവള് ശരിക്കും കാശീറാമിന്റെ മൈനയെപ്പോലെയുണ്ട്. തടിച്ച് കൊഴുത്ത്...."

"എനിക്ക് ഘാഗ്ര ഇല്ലാത്ത രോഷനെയാണ് ഓർമ്മവന്നത്."

മറ്റൊരുവൻ പറഞ്ഞു.

അതിനുശേഷം എല്ലാവരും ടോയിലെറ്റിൽനിന്ന് പുറത്തിറങ്ങി. ട്രെയിൻ വരാൻ ഇനിയും സമയമുണ്ട്. ഒരാൾ സിഗററ്റെടുത്തു. മറ്റൊ രാൾ ഗോഗിളിൽ കൂടെ സ്ത്രീകളെ നോക്കിനിന്നു. ഇനിയൊരുവൻ ഫുട്ട് ഓവർ ബ്രിഡ്ജിന്റെ താഴെ പോയി നില ഉറപ്പിച്ചു. കയറിയിറങ്ങുന്ന ഫ്രോക്കിട്ട സ്ത്രീകളുടെ തുടകൾ നോക്കി രസിച്ചു. ശാമു അടുത്തുനിന്ന ഒരുവനോട് പറഞ്ഞു.

"ഞാനൊരു ഊരാക്കുടുക്കിലാണ്."

"എന്തുപറ്റി?"

"ആ റാംണ്ടി വിജയ – വയറ്റിലാക്കി വച്ചിരിക്കുന്നു."

"അരരെ! ഇനി?"

"ഇന്നലെ അവൾടെ തള്ളേടടുത്തേക്ക് പറഞ്ഞുവിട്ടു."

"എന്നിട്ട്."

"വീട്ടിൽ കയറ്റീല്ല."

"എങ്ങനെ കയറ്റും? നീ അവളെ വച്ച് കാശുണ്ടാക്കീല്ലേ?... ആരുടെ വിത്താണെന്നറിയാമോ?"

അതിനുത്തരം പറയാതെ ശാമു ട്രെയിൻ വരുന്ന ദിശയിലേക്ക് നോക്കിനിന്നു. പിന്നെ പറയാൻ തുടങ്ങി.

"എന്തു ചെയ്യണമെന്നൊരു ഐഡിയയുമില്ല... ചിലപ്പൊ തോന്നും മുങ്ങിയാലെന്തെന്ന്...."

"ഏയ്.... അത് പാടില്ല.... അവളെ വച്ച് നീ കുറെ കാശുണ്ടാക്കിയ തല്ലേ...."

"ശരിയാണ്.... പക്ഷേ, എനിക്കെന്തു ചെയ്യാനാവും.... ഒരു കൂര പോലു മില്ല.... ഒരു കുഞ്ഞിനെ എങ്ങനെ എവിടെ വളർത്തും?"

അപ്പോഴേക്കും ട്രെയിനെത്തി. ആൾക്കാർ ഇറങ്ങാനും കയറാനും തള്ളും ഉന്തും തുടങ്ങി. ശാമുവും ഗ്യാങ്ങും ഒരു ധൃതിയും കാണിക്കാതെ നിന്നു. ട്രെയിൻ നീങ്ങാൻ തുടങ്ങിയതും ഒന്നു രണ്ടുപേർ ലേഡീസ്

ബോഗിക്കു തൊട്ടുപിന്നിലുള്ള ബോഗിയുടെ ഫുട്ബോർഡിൽ തൂങ്ങി നിന്നു. ഒരാൾ ലാഡിൻ തന്നെ കയറി. ഒന്നു രണ്ടുപേർ രണ്ടു ബോഗികൾക്കിടയിൽ കയറിനിന്നു. അവർ പരസ്പരം അശ്ലീലച്ചുവയുള്ള പലതും ഉറക്കെ വിളിച്ച് പറഞ്ഞുകൊണ്ടിരുന്നു.

പെട്ടെന്നാണ് അടുത്തുനിന്ന യാത്രക്കാരന്റെ പാന്റിന്റെ പുറകത്തെ കീശയിലെ പേഴ്സ് ശാമുവിന്റെ ശ്രദ്ധയിൽപ്പെട്ടത്. ഒന്നു രണ്ടു നോട്ടുകൾ അതിൽ തല ഉയർത്തി നില്ക്കുന്നതുകണ്ടു. ശാമു കൂടെയുണ്ടായിരുന്നവർക്ക് സിഗ്നൽ കൊടുത്തു. അവർ തയ്യാറായി നിന്നു. മഹാലക്ഷ്മി സ്റ്റേഷൻ എത്താറായപ്പോഴേക്കും ഇറങ്ങാനുള്ളവർ കൂട്ടമായെത്തി. ആ കൂട്ടത്തിനിടയിലൂടെ ശാമുവിന്റെ കൈകൾ ആ പേഴ്സിൽ തൊട്ടതും അതുവരെ സംഭവിക്കാത്തത് സംഭവിച്ചു. ഇറങ്ങാൻ തയ്യാറായി നിന്ന ഒരാൾ ശാമുവിന്റെ കൈയിൽ പിടികൂടി വിളിച്ചുപറഞ്ഞു. "പാക്കിട്ട് മാർ.... പകടൊ പകടൊ[1]....."

പബ്ലിക്ക് ശാമുവിനെ പൊക്കി. വേണ്ടവിധത്തിൽ കൈകാര്യം ചെയ്ത് റെയിൽവേ പൊലീസിനെ ഏല്പിച്ചു.

ഗ്യാങ്ങിലെ മറ്റു മെമ്പർമാർ പിക്ചർ പ്രോഗ്രാം ക്യാൻസലാക്കി നിരാശരായി മടങ്ങി.

---

1. പോക്കറ്റടിക്കാരൻ.... പിടിക്ക്.... പിടിക്ക്

മുപ്പത്

മാഹിം ഖാടിയിൽ തേനറകൾ പോലെയാണ് ഝോപ്പടികൾ രൂപമെടുത്തത്. വേലിയേറ്റത്തിൽ വെള്ളത്തിനടിയിലാവുന്ന സ്ഥലങ്ങളിലും ഝോപ്പടികൾ ഇടംപിടിച്ചു. ഈ വികസനത്തിന്റെ ഭാഗമായി പല പുതിയ ബിസിനസുകളും ഝോപ്പടികളിൽ കണ്ടു തുടങ്ങി.

പുതുതായുയർന്ന ഒരു ഝോപ്പടിയിൽ പൊലീസ് റെയ്ഡ് നടന്നപ്പോഴാണ് അവിടെ അനധികൃതമായി ഒരു അറവുശാല നടത്തുന്നുവെന്ന കാര്യം മറ്റുള്ളവർ അറിയുന്നത്. ഒരു പോത്തിനെ കാലുകൾ കെട്ടിയിട്ട് കഴുത്തിൽ കത്തിവയ്ക്കാൻ തുടങ്ങവെയാണ് പൊലീസെത്തിയത്. പുതുതായി തുടങ്ങിയ മറ്റൊരു ബിസിനസ് "മട്ക[1]"യായിരുന്നു. അക്കങ്ങൾ വച്ചുള്ള ചൂതാട്ടം. പാവപ്പെട്ടവരുടെ ലോട്ടറി. അതിന്റെ നടത്തിപ്പുകാരൻ പുറത്തുനിന്നുള്ളവരും കളിക്കാർ ഝോപ്പടപ്പെട്ടി നിവാസികളുമായിരുന്നു. കിസൻ മുട്ടക്കച്ചവടത്തിനൊപ്പം മട്കയുടെ ഏജന്റുമായി. വൈകുന്നേരങ്ങളിൽ മട്ക നമ്പരുകൾ വാങ്ങാൻ ആളുകൾ അയാളെ പൊതിയും. വ്യഭിചാരമായിരുന്നു മറ്റൊരു പുതിയ ബിസിനസ്. റെയിൽവേ യാർഡിലും കടലോരത്തെ പാറക്കെട്ടിനിടയിലും ആശ്വാസം തേടിപ്പോയിരുന്ന മാഹിം ഖാടിയിലെ നിവാസികൾക്ക് അടുത്തൊരു ആശ്വാസകേന്ദ്രമെന്ന നിലയിൽ ആ ബിസിനസും പച്ചപിടിച്ചു.

മദ്രാസിയുടെ 'ഹാത്ത്ഭട്ടി' ജനപ്രീതി നേടി. കസ്റ്റമേഴ്സ് വിലകൂടിയ കാറുകളിൽ 'ഝോപ്പടി ബാർ' തേടിവരാൻ തുടങ്ങി. 'ആർക്കും കടം കൊടുക്കുന്നതല്ല' എന്ന് മൂന്നുനാലു ഭാഷകളിലെഴുതിയ ഒരു ബോർഡ് അവിടെ കാണാമായിരുന്നു. എന്നിട്ടും പറ്റുകാരുടെ ശല്യം മദ്രാസി നേരിട്ടു

---

1. *ഒരു തരം ചൂതാട്ടം*

കൊണ്ടിരുന്നു. ഒരു തുക ആയിക്കഴിഞ്ഞാലുടൻ മദ്രാസി പൈസ ചോദിക്കാൻ തുടങ്ങും. അതിനുമുമ്പേ പറ്റുകാർ അദൃശ്യരാവും. വേദനയോടെ പറ്റ് എഴുതിത്തള്ളുകയേ അയാൾക്ക് മാർഗ്ഗമുണ്ടായിരുന്നുള്ളൂ.

ഈ സമയത്താണ് കാശീറാം പുതിയൊരു രൂപത്തിൽ മടങ്ങിയെത്തിയത്. ഹാഫ് പാന്റ്, വലിയ ഇംഗ്ലീഷ് അക്ഷരങ്ങളുള്ള ടീ ഷർട്ട്, നീട്ടി വളർത്തിയ മുടിയും താടിയും – ഒരു ദാദാ ലുക്ക്.

ഝോപ്പടി ബാറിന്റെ മുമ്പിൽ മുട്ടയുമായിരിക്കുന്ന കിസന്റെ മുന്നിലെത്തി ഒരു പരുക്കൻ ശബ്ദത്തിൽ കാശീറാം വിളിച്ചു.

"അരേ ലങ്കട കൈസാ ഹൈ[1]?" മുഖമുയർത്തി ഒരു നിമിഷം സൂക്ഷിച്ചു നോക്കിയിട്ട് കിസൻ അതിശയിച്ച് ചോദിച്ചു:

"കാശീറാം നീ.... ഇതെന്തു വേഷം?"

കാശീറാം ഗർജ്ജിച്ചു.

"ഇത് കാശീറാമല്ല.... കാശി ദാദയാണ്...." പിന്നെ ഒരു രാംപുരി കത്തി അരയിൽനിന്ന് വലിച്ചെടുത്ത് കാണിച്ച് പറഞ്ഞു. "ചിലരെയൊക്കെ ഞാൻ കാണുന്നുണ്ട്." പിന്നെ കത്തികൊണ്ട് ബാറിലെ വാതുക്കലെ പർദ്ദ അകറ്റി വിളിച്ചുപറഞ്ഞു.

"ടേയ്... മദരാശിയാ.... "പാവ്ശേ[2]"റുടുക്ക്." കത്തി കണ്ട് മദ്രാസി ചാരായം നിറച്ച കെറ്റിലും ഗ്ലാസുമായി പുറത്തുവന്നു. കാശീറാം കിസന്റെ തട്ടത്തിൽനിന്ന് രണ്ടു മുട്ടയെടുത്ത് തോല് പൊളിച്ചു. കിസൻ അതിൽ കുരുമുളകുപൊടിയും ഉപ്പും വിതറി.

ചാരായം ഗ്ലാസിലൊഴിച്ച് മദ്രാസി പറഞ്ഞു: "കാശീ ദാദാ നീ വന്നത് നന്നായി. ഈ ഝോപ്പടപ്പെട്ടിക്കൊരു നാഥനായി ഒരു ദാദ അത്യാവശ്യമായിരുന്നു..." എന്തോ ആലോചിച്ചിട്ട് അയാൾ വീണ്ടും പറയാൻ തുടങ്ങി, "കാശീറാം, നിനക്കിവിടെ എല്ലാം ഫ്രീയാണ്.... പക്ഷേ, എനിക്കൊരു സഹായം ചെയ്തു തരണം...."

"പറഞ്ഞോ"

"എന്റെ പറ്റുകാരെല്ലാം മുങ്ങിനടക്കുകയാണ്.... അതൊക്കെ വസൂലാക്കിത്തരണം.... എനിക്കും നിനക്കും ലാഭമുള്ള കാര്യമാണ്. ഫിഫ്റ്റി – ഫിഫ്റ്റി. "ഒ കെ" മുട്ടയും പുറകെ ചാരായവും അകത്താക്കി കാശീറാം പുതിയ ജോലി ഏറ്റെടുത്തു.

ഒരു ദിവസം ഝോപ്പടി ബാറിൽ സർജു മദ്യപിച്ചിരിക്കയായിരുന്നു. കാശീറാമിന്റെ തള്ള കൊച്ചുമോൻ വാസുവുമായെത്തി. അവർ പറഞ്ഞു.

"സർജു ദാദ, ഒരെട്ടണ താ..."

"നിന്റെ മോൻ... കാശീദാദ ചത്തോ? അവനോട് ചോദിക്ക്."

"അങ്ങനെ പറയല്ലേ സർജു.... എങ്ങനെയായാലും അവനെന്റെ മോനാണ്!"

---

1. *എങ്ങനെയുണ്ട്!*
2. *മദ്യത്തിന്റെ ഒരളവ്*

"ഇത് നിങ്ങടെ വീടായിരുന്നില്ലേ.... അവൻ നിങ്ങളെ അടിച്ചിറക്കിയത് മറന്നോ?"

ഇതിനിടയ്ക്ക് ഝോപ്പടിയുടെ പിന്നിൽനിന്ന് കാശീറാമെത്തി. സർജുവിനെ നോക്കി പറഞ്ഞു.

"ഇവിടെയാരും ഒച്ചവയ്ക്കരുത്.... കുടിച്ചെങ്കിൽ കാശുവെച്ചിട്ട് പൊയ്ക്കോണം..."

"അതു പറയാൻ നീയാരെടാ?"

"നിന്റെ തന്ത..."

"കാശ് വയ്ക്ക് ബുഡ്ഢേ..." കാശീറാം കത്തി കാണിച്ചു.

കാശീറാമിന്റെ തള്ള അവനെ തടഞ്ഞു.

"കാശീ.... നീ അടങ്ങ്.... നിന്റെ തന്തേടെ പ്രായമുണ്ട് അയാൾക്ക്...."

"തള്ളേ നീ മിണ്ടരുത്.... ഇയാളെ നിങ്ങൾക്കൊന്നും അറിഞ്ഞുകൂടാ.. വിഷമാണ്... ഇവിടെ മുഴുവൻ ചുറ്റിയടിച്ച് അവിടത്തെ ന്യൂസ് ഇവിടെ ഇവിടത്തേത് അവിടെ. ആൾക്കാരെ കൂട്ടിയടിപ്പിച്ച് നോക്കി രസിക്കണം. അതാണ് ഇയാളുടെ തൊഴിൽ...."

സർജു എല്ലാം കേട്ടുനിന്നു. പിന്നെ മദ്രാസിയോട് ചോദിച്ചു:

"എത്ര തരാനുണ്ട്?"

"എഴര"

"തള്ളേ നിങ്ങൾക്കെത്ര വേണം?"

"എട്ടണ. ഈ ചെക്കന്റെ തല ജഡപിടിച്ചു. അപ്പടി പേനാണ്.... എല്ലാം വെട്ടിക്കളയണം...."

സർജ്ജു എണീറ്റ് നടന്നു.

"പൈസ വച്ചിട്ട് പോടാ കെളവാ." കാശി വിളിച്ചു പറഞ്ഞു.

അരമണിക്കൂർ കഴിഞ്ഞതും സർജു മടങ്ങിവന്നു. പത്തിന്റെ ഒരു നോട്ട് മദ്രാസിക്ക് നീട്ടിപ്പറഞ്ഞു.

"ഭേംചൊദ്... നിന്റെ പൈസയെടുത്തിട്ട് ബാക്കി താ...."

മദ്രാസി മടക്കിക്കൊടുത്ത ബാക്കി തള്ളയെ ഏല്പിച്ച് സർജു കാശീറാമിനെ നോക്കി കാർക്കിച്ച് തുപ്പീട്ട് പറഞ്ഞു:

"തള്ളേ, ഇവനെ പെറാതിരുന്നെങ്കിൽ നിനക്ക് മോക്ഷം കിട്ടിയേനേ..." കൈയിലെ കടല ഒന്നൊന്നായി വായിലിട്ട് സർജു ഒരു മൂലയ്ക്ക് ചടഞ്ഞുകൂടി.

അപ്പോഴേക്കും ഭിക്കയെത്തി. തന്ത കിസനെ ആഹാരം കഴിക്കാനായി ഝോപ്പടിയിലേക്കയച്ചു. മുട്ട വില്ക്കുന്ന കാശെല്ലാം ഭിക്ക സ്വന്തം കീശയിലാക്കുന്നതു കണ്ട് കാശീറാം അവന്റെ അടുത്തുകൂടി ചെവിയിൽ പറഞ്ഞു. "സാലാ ചോർ[1].... സ്വന്തം തന്തയെ പറ്റിക്കുന്നോ?" ഭിക്ക മനസ്സിൽ ചിരിച്ചു. പിന്നെ എണീറ്റ് പോക്കറ്റിൽ കൈകൾ കടത്തി ചൊറിയാൻ തുടങ്ങി. അതുകണ്ട് കാശീറാം ഉപദേശിച്ചു. "ഭിക്കാ... പോയി

1. *കള്ളാ*

ഡോക്ടറെ കാണ്. പെണ്ണും പാവ്ശേറും ഒരുപോലെയാണ്. ഒരിക്കെ രുചിച്ചാൽ വീണ്ടും വീണ്ടും വേണമെന്ന് തോന്നും.”

ഈ വിഷയങ്ങളിൽ മറ്റുള്ളവരുടെ അനുഭവങ്ങളും കഥകളും കേൾക്കാൻ ഭിക്കായ്ക്ക് വളരെ ഇഷ്ടമാണ്. അവൻ ചോദിച്ചു. “നിങ്ങൾ കൊണ്ടുനടന്ന മൈന എവിടെ?”

“അത് പറന്നുപോയി.” പെട്ടെന്നോർത്തപോലെ കാശീറാം ചോദിച്ചു. “ഭിക്കാ, നിന്റെ വിജയ ഇപ്പൊ എവിടെ? ശാമു ജയിലിലല്ലേ? അവൾക്ക് കൂട്ടിനാരുണ്ട്?”

ഭിക്കാ ഒന്നും മിണ്ടിയില്ല.

“അവൾക്ക് വയറ്റിലായല്ലേ? ഇനി നിങ്ങടെ അടുത്തു തന്നെ വരും.”

“വന്നാലും മാ കയറ്റൂല.”

“പിന്നെ അവളെവിടെ പോവും. പാവം! തങ്കം പോലത്തെ പെണ്ണായിരുന്നു... ശാമു എന്നേയും വിളിച്ചതാണ് റെയിൽവേ യാർഡിൽ....”

“ബസ്[1]....” ഭിക്കയ്ക്ക് അതുകേട്ടു നില്ക്കാനായില്ല.

“നീയും നിന്റെ തന്തയും തന്നെ അവളിങ്ങനെയാവാൻ കാരണം...”

അപ്പോഴേക്കും കിസൻ മടങ്ങിയെത്തി.

ഭിക്കാ കീശയിലെ കാശു മുഴുവൻ തന്തയ്ക്കു മുന്നിലിട്ട് ഝോപ്പടിയിലേക്ക് നടന്നു.

---

1. *മതി*

മുപ്പത്തി ഒന്ന്

അന്ന് അതിരാവിലെ വെളുത്ത ഡ്രസ്സു ധരിച്ച സർക്കാർ അധികാരികൾ ചില പ്രത്യേകതരം യന്ത്രങ്ങളുമായി മാഹിം ഖാടിയിലെത്തി. ഒരാൾ മൂന്നുകാലുള്ള സ്റ്റാന്റിൽ ഒരു ബോർഡ് വച്ച് അതിൽ ഒരു ഭൂപടം നിവർത്തിവച്ചു. പിന്നീട് ഘോട്ബന്ദർ റോഡിന്റെ കിഴക്കേ ഭാഗത്ത് കൈചൂണ്ടി രണ്ടുപേർ പരസ്പരം എന്തൊക്കെയോ പറയാൻ തുടങ്ങി. കൂടെവന്ന ഒരാൾ കൈയിൽ കൊടിയുമായി ദൂരെ പൈപ്പു ലൈനിന്റെ അടുത്ത് പോയിനിന്നു. എന്നിട്ട് നിർദ്ദേശപ്രകാരം മുമ്പോട്ടും പുറകോട്ടും വശത്തേക്കുമെല്ലാം നീങ്ങിനീങ്ങി നില്ക്കാൻ തുടങ്ങി. ഇതെല്ലാം നോക്കി നിന്ന മദ്രാസി, കിസനോട് പറഞ്ഞു:

"നോക്ക് സർവ്വേ ചെയ്യാൻ ആളെത്തി... ഇനി വേഗം റോഡ് പണി നടക്കും."

സർവ്വേക്കാർ വന്ന വാർത്ത ഖാടിയിലെ ദുർഗ്ഗന്ധം പോലെ അന്തരീക്ഷത്തിൽ നിറഞ്ഞുനിന്നു. ത്ധോപ്പടപ്പെട്ടി നിവാസികൾ സർവ്വേക്കാരുടെ അടുത്തുകൂടി. അവരുടെ ജോലി അതിശയത്തോടെയും ഭയത്തോടെയും നോക്കി പരസ്പരം പിറുപിറുത്തു.

"ത്ധോപ്പടി ഉടനെ പൊളിക്കേണ്ടിവരുമെന്നാണ് തോന്നുന്നത്."

"ഏയ്... സർക്കാർ കാര്യമല്ലേ... സമയമെടുക്കും..."

"അല്ലല്ല... പേപ്പറിലുമൊക്കെ വാർത്ത വന്നിട്ടുണ്ട്."

"ഇവരോട് ചോദിച്ചാലോ?"

ഒരാൾ ധൈര്യത്തോടെ ഒരു സർവ്വേയറോട് തന്നെ ചോദിച്ചു. മാപ്പിൽ നിന്ന് കണ്ണെടുക്കാതെ തന്നെ അയാൾ പറഞ്ഞു.

"ഈ സ്ഥലത്ത് ഒരു വലിയ റോഡ് വരുന്നു... വെസ്റ്റേൺ എക്സ്പ്രസ് ഹൈവേ."

“സായിബ്... അത് എപ്പൊ വരും?”

“പണി ഉടനെ തുടങ്ങും.”

“അപ്പൊ നമ്മുടെ കാര്യം?”

“സർക്കാർ വീടു തരും.... ഇതിനേക്കാൾ നല്ലത്.”

ഇനി എന്തു ചോദിക്കണമെന്നറിയാതെ അവർ ആരുടെ ഝോപ്പടിയാണ് ആദ്യം പൊളിക്കാൻ സാദ്ധ്യതയെന്നതിനെക്കുറിച്ച് ചർച്ച നടത്തി.

സർജു പെട്ടെന്ന് കൂട്ടത്തിൽ നിന്നിറങ്ങി സർവ്വേയറുടെ മുക്കാലിക്കു മുമ്പിൽ നിലയുറപ്പിച്ചു. പിന്നെ വിളിച്ചു.

“സായിബ്...”

സർവ്വേയർ അയാളെ ഒരു വശത്തേക്ക് പിടിച്ചുമാറ്റി. പിന്നെ മുമ്പിലത്തെ സർവ്വേയറോട് എന്തൊക്കെയോ വിളിച്ചു പറഞ്ഞു. സർജു ഒരിക്കൽക്കൂടി വിളിച്ചു. “സായിബ്... ഈ റോഡ് വേഗം തുടങ്ങണം. ഈ ഝോപ്പടപ്പെട്ടി ഇവിടെനിന്ന് പോണം.... എത്രയും വേഗം...”

സർവ്വേയർ ഒരു നിമിഷം ജോലിനിർത്തി ഇലക്ട്രിക്ക് പോസ്റ്റുപോലെ നീണ്ടു നിവർന്നു നില്ക്കുന്ന കിഴവൻ കോളിയെ നോക്കി. സർജു അയാളുടെ കണ്ണുകളിൽ നോക്കി പറഞ്ഞു:

“ഈ ഝോപ്പടപ്പെട്ടി നിറയെ പാപികളാണ് സായിബ്! ഇവിടെ സഹോദരൻ – സഹോദരി, ഭാര്യ – ഭർത്താവ് ഇതിനൊന്നും ഒരർത്ഥവുമില്ല.... അയൽക്കാരും കൂട്ടുകാരുമെല്ലാം പരസ്പരം ചതിക്കാൻ അവസരം നോക്കിയിരിക്കയാണ്.”

“എല്ലായിടത്തും ഇങ്ങനെയൊക്കെത്തന്നെ അങ്കിൾ.”

“ഇവിടെ കൂടുതലാണ്... അല്ല... അതേയുള്ളൂ....”

“ചിലപ്പോ ആഗ്രഹിക്കും ഖാടിയിൽ ഒരു സുനാമിവന്ന് ഈ ഝോപ്പടപ്പെട്ടിയെ വിഴുങ്ങിയെങ്കിൽ എത്ര നന്നായിരുന്നെന്ന്.”

“നിനക്കിപ്പൊ സന്തോഷമാവുമൊ?” കാശീറാം മുന്നോട്ട് വന്ന് ചോദിച്ചു.

“പിന്നെ സന്തോഷമല്ലാതെ.... സായിബ് ഈ പറഞ്ഞവനെ കണ്ടോ... സ്വന്തം കെട്ട്യോളെ ദ്രോഹിച്ച് കൊന്നു... പിന്നെ അവൾടെ ബഹനുമായി ഒളിച്ചോടി... സ്വന്തം തള്ളയേയും മോനെയും വീട്ടീന്നിറക്കിവിട്ടു.... ഇത്തരം സൈത്താന്മാരാണ് ഇവിടെ മുഴുവൻ...”

“മിണ്ടരുത് സാലാ ബുഡ്ഡാ... കിളവന് ഭ്രാന്താണ്.” സർജുവിന്റെ നേർക്ക് കുതിച്ച കാശീറാമിനെ മദ്രാസിയും കിസനും തടഞ്ഞുനിർത്തി.

“ഝോപ്പടി പൊളിച്ചാൽ നിങ്ങളെവിടെ പോകും?”

സർവ്വേയർ സർജുവിനോടു ചോദിച്ചു.

“മുംബൈയിൽ ഝോപ്പടപ്പെട്ടിക്കാണോ പഞ്ഞം... ഞാൻ ജനിച്ചത് ഇവിടെ.... മരിക്കുന്നതും ഇവിടെ തന്നെ.... സർക്കാർ എത്രതന്നെ ശ്രമിച്ചാലും മുംബൈയിൽ ഝോപ്പടപ്പെട്ടി ഇല്ലാതാക്കാൻ പറ്റൂല. സായിബ്, മുംബൈ വളരുന്നതോടൊപ്പം തന്നെ ഝോപ്പടപ്പെട്ടികളും വളരും.... അത് ന്യായമാണ്.... ലോകത്ത് പണക്കാർ കൂടിയാൽ പാവങ്ങളും കൂടും.”

"സർക്കാർ നല്ല വീടുകൾ തന്നാൽ?" ഒരു സർവ്വേയർ ചോദിച്ചു.

"ഛെ! സർക്കാർ വീട് തരുമെന്നോ? ഈ ഝോപ്പടപ്പെട്ടി രോഗം മുംബൈയെവിട്ട് പോവില്ല സാറെ. സർക്കാർ വീടു തന്നാലും ആളുകൾ അത് വിറ്റിട്ട് ഝോപ്പടിയിൽ തന്നെ താമസിക്കും.... എന്താ സംശയമുണ്ടോ?"

സർവ്വേയർ ഒരു നിമിഷം മാപ്പിൽ നിന്ന് കണ്ണെടുത്ത് സർജുവിനെ നോക്കി പുഞ്ചിരിച്ചു. പിന്നെ ഒരു സത്യം കേട്ട സുഖത്തോടെ ജോലിയിലേക്ക് മടങ്ങി. സർജു മാത്രം സർവ്വേക്കാർ വരയ്ക്കുന്ന വെളുത്ത വരകളിൽ കണ്ണുംനട്ട് നിന്നു.

ഉച്ചയായപ്പോഴേക്കും ഗംഗയും ഭിക്കായും ഘോടബന്ദർ റോഡിലൂടെ വരുന്നതുകണ്ടു.

"ഗംഗാ ബായി, എവിടെ പോയിരുന്നു?"

"ഇവന്റെ പാപം തീർക്കാൻ. മുനിസിപ്പാലിറ്റി ആശുപത്രിയിൽ–"

ഭിക്കാ ഒന്നും കേൾക്കാൻ നിന്നില്ല. അവൻ നടത്തം തുടർന്നു.

"ഇതുവരെ ശരിയായില്ലേ?"

"ഇല്ല... ഇപ്പോ ടി ബിയുമുണ്ടെന്നാണ് ഡോക്ടർ പറഞ്ഞത്. രാവിലെ ലൈനിൽ നിന്നതാണ്... ഇപ്പോഴാണ് വിളിച്ചത്... ചെക്കന്റെ ഗതി എന്താവുമോ?"

"ഝോപ്പടികൾ ഉടനെ പൊളിക്കും.... സർവ്വേ നടക്കയാണ്."

"ശരിയാണോ സർജു ദാദാ...."

"ആ വെളുത്ത വരകൾ കണ്ടോ... ആ വരകൾക്കകത്തുള്ള ഝോപ്പടികളെല്ലാം പൊളിക്കും...."

"എന്റെ സായിനാഥാ!"

"നിന്റെ ലങ്കടയോട് പറയ് വേറെ സ്ഥലം നോക്കാൻ."

"ഞാനെന്തു ചെയ്യും സർജു ദാദ... രണ്ടു പറക്കമുറ്റാത്തവർ, ഒരു രോഗി.... ഇവരേയുംകൊണ്ട് ഞാനെവിടെ പോകും?"

പറയുന്നതിനിടയ്ക്ക് അവൾ നിർത്തി. എന്തോ ഓർത്തിട്ടെന്നപോലെ ചോദിച്ചു:

"ആ തെമ്മാടിയെ കാണാറുണ്ടോ?"

"ആര്?"

"ആ പെയിന്റർ ശാമു. എന്റെ കുടുംബം തകർത്തവൻ... എന്റെ മോളെ നശിപ്പിച്ചു... മോനെ ഈ ഗതിയിലാക്കി."

"ആ തെണ്ടി ഇപ്പോ ജയിലിലാണ്. ഒരു പോക്കറ്റടി കേസിൽ... അവനെന്നെയും തല്ലി... പുറത്തുവരട്ടെ ശരിയാക്കുന്നുണ്ട്."

"എന്റെ മോളെ ഗതി ഇനി എന്താവും... രണ്ടു ജീവിതമാണ്... എവിടെ കഴിയുന്നോ... വല്ലതും കഴിക്കുന്നോ..." വിജയയെപ്പറ്റി ഓർത്ത് ഗംഗാ വല്ലാതെ പരവശയായി. അതുകണ്ട് സർജുവിനും ദയ തോന്നി അയാൾ പറഞ്ഞു:

"പെറ്റതള്ളയേക്കാളിഷ്ടം അവൾക്ക് ആ നീചനോടായിരുന്നില്ലേ.....

നിന്നെ അനുസരിക്കാതെ അവനോടൊപ്പം പോയില്ലേ... എന്നിട്ടവൻ രക്ഷിച്ചോ... അവളെ വച്ച് കാശുണ്ടാക്കി..... എന്നിട്ടും നിനക്ക്....”

“സർജു ദാദ അവരെ കുറ്റപ്പെടുത്തീട്ട് കാര്യമില്ല.... ഇവിടെ താമസിച്ചാൽ ഇതൊക്കെ സംഭവിക്കും. ഹാത്ത്ഭട്ടി, മോഷണം, ചൂതുകളി, അടിപിടി, പെണ്ണ് ഇതൊക്കെ ഈ ഝോപ്പടി ജീവിതത്തിന്റെ ഭാഗം തന്നെയാണ്. അതാർക്കും മാറ്റാൻ പറ്റില്ല. അത് മാറണമെന്നുണ്ടെങ്കിൽ ഇവിടെ നിന്ന് പോണം. മറ്റെവിടേക്കെങ്കിലും...”

“മറ്റൊരു ഝോപ്പടപ്പെട്ടിയിൽ...?”

“അല്ലാതെവിടെ?... നമുക്കാശ്രയം ഝോപ്പടപ്പെട്ടികളല്ലാതെ മറ്റെവിടമാണുള്ളത്?”

വെളുത്ത വരകളെ നോക്കി സർജു നടന്നു. പുറകെ ഗംഗയും.

മുപ്പത്തി രണ്ട്

ഒരു ദിവസം പൊലീസിന്റെ വലിയൊരു വാൻ ഘോട്ബന്ദർ റോഡിൽ വന്നുനിന്നു. പുറകെ മറ്റൊന്ന്. തോക്കുധാരികളായ പൊലീസുകാർ അതിൽനിന്ന് ചാടിയിറങ്ങി വരിവരിയായി നിലയുറപ്പിച്ചു. ഈ കാഴ്ച കണ്ടതും ഝോപ്പടപ്പെട്ടിയാകെ ഇളകിമറിഞ്ഞു. ഒരു പൊലീസ് അധികാരി കൈയിലെ സ്പീക്കറിലൂടെ വിളിച്ചു പറഞ്ഞു:

"ഭായിയോ ഝോപ്പടികൾ വേഗം കാലിയാക്കുക.... സാധനങ്ങളുമായി വേഗം പുറത്തിറങ്ങുക.... ഝോപ്പടികൾ പൊളിക്കാൻ പോവുകയാണ്...." ഈ വാചകങ്ങൾ പൊലീസ് ആവർത്തിച്ചു കൊണ്ടിരുന്നു. പൊലീസ് ചെറിയ ഗ്രൂപ്പുകളായി പലയിടത്തും നിലയുറപ്പിച്ച് അനൗൺസ്മെന്റിന്റെ പ്രതികരണം ശ്രദ്ധിച്ചുകൊണ്ടിരുന്നു. ചില പേടിത്തൊണ്ടന്മാർ വേഗംതന്നെ തങ്ങളുടെ സാധനങ്ങളെല്ലാം ഭാണ്ഡങ്ങളിലാക്കി പുറത്തിറങ്ങി. മറ്റു ചിലർ ചുറ്റിനടന്ന് എല്ലാവർക്കും ധൈര്യം പകരുന്നുണ്ടായിരുന്നു. "പേടിക്കണ്ട, ഒന്നും സംഭവിക്കില്ല.... ഇതെത്ര കണ്ടതാണ്...." ചിലർ അലഞ്ഞു നടക്കുന്ന തങ്ങളുടെ കോഴികളെയും കളിച്ചുനടക്കുന്ന കുട്ടികളെയും തേടിനടന്നു. കാശീറാം, കിസൻ, ശാമു ഗ്യാങ് അങ്ങനെ പലരും ഈ അത്യാഹിതത്തെ എങ്ങിനെ നേരിടണമെന്നതിനെക്കുറിച്ച് ചർച്ചയിലേർപ്പെട്ടു. അതിലൊരുവൻ പറഞ്ഞു:

"ഝോപ്പടപ്പെട്ടി തൊടാനനുവദിക്കരുത്.... വീട് കിട്ടിയശേഷം ഒഴിയാമെന്ന് പറയാം...."

മറ്റൊരാൾ അതിശയത്തോടെ ചോദിച്ചു:

"സാലെ, ഈ ലീഡർമാർ എവിടെ പോയി തുലഞ്ഞു. പിരിക്കാൻ കൃത്യമായെത്തുമായിരുന്നല്ലോ.... ഞാൻ പോയി നോക്കാം."

"എവിടെ പോയി നോക്കും?"

“ഫോൺ ചെയ്യാം.”

“ട്രൈ ചെയ്യ്.... ഇപ്പൊ വന്നില്ലെങ്കിൽ മേലാൽ ഇവിടെ കാലുകുത്ത രുതെന്ന് അറിയിക്ക്.”

ഫോൺ ചെയ്തത് ഫലം കണ്ടു.

ലീഡർമാർ വേഗമെത്തി. അവർ പൊലീസ് അധികാരിയോട് ചർച്ച നടത്തി. എല്ലാവരും ഫലമറിയാൻ കാത്തുനിന്നു. കുറെ സമയം കഴിഞ്ഞ് ലീഡർമാർ മാഹിം ഖാടി നിവാസികളോട് പറഞ്ഞു:

“ദേഖോ ഭായിലോഗ്! ഈ ഝോപ്പടപ്പെട്ടി പൊളിക്കുമെന്നത് സത്യ മാണ്. ഇന്നല്ലെങ്കിൽ നാളെ അത് സംഭവിക്കും.... എല്ലാവർക്കും സർക്കാർ പല ഇടങ്ങളിലായി വീടു തരാൻ തയ്യാറാണെന്നാണ് പൊലീസ് പറയു ന്നത്... ഇവിടെ ഹൈവേ വരാൻ പോവുകയാണ്.... അതിന്റെ പ്രയോ ജനം നമ്മൾക്കെല്ലാവർക്കും ആണ്. അതുകൊണ്ട് ബഹളമൊന്നുമുണ്ടാ ക്കാതെ സർക്കാരിന്റെ ഈ വികസന കർമ്മത്തിന് വേണ്ട സഹകരണവും പ്രോത്സാഹനവും നല്കാൻ നിങ്ങളോട് അപേക്ഷിക്കുകയാണ്.... മറ്റൊരു പ്രധാനകാര്യം സാധനങ്ങൾ പാക്ക് ചെയ്യാനും മറ്റു തയ്യാറെടുപ്പുകൾക്കു മായി ഞങ്ങൾ ഇന്നത്തെ ദിവസം വേണമെന്ന് പൊലീസിനോട് അപേ ക്ഷിച്ചിട്ടുണ്ട്. ആ അപേക്ഷ മാനിച്ച് ഝോപ്പടികൾ നാളെ പൊളിക്കുന്ന താണ്.... ബോലൊ, ഝോപ്പടപ്പെട്ടി സംഘ് – സിന്ദാബാദ്.”

സിന്ദാബാദ് ആരും ഏറ്റു പറഞ്ഞില്ല. മറിച്ച് പരസ്പരം ലീഡർമാരെ അവർ കേൾക്കാതെ തെറി പറഞ്ഞു. “ഇന്നത്തെ മരണം നാളത്തേക്ക് മാറ്റി... ഇന്നുതന്നെ ചത്താൽ മതിയായിരുന്നു....” ചിലർ അഭിപ്രായപ്പെട്ടു.

ഭാണ്ഡങ്ങളുമായി ചിലർ ഝോപ്പടികൾ വിടാൻ തുടങ്ങി. ഒപ്പം തൂണു കളായിനിന്ന കമ്പുകളും കൂരയായി നിന്ന ടാർപാളിൻ ഷീറ്റുകളും എടു ക്കാൻ അവർ മറന്നില്ല. മറ്റു ചിലർ ഘോട്ബന്ദർ റോഡിനപ്പുറത്തെ ചതു പ്പിൽ നാലു കമ്പുകൾ കുത്തിവച്ച് തങ്ങളുടെ അവകാശം ഉറപ്പിച്ച് കഴി ഞ്ഞിരുന്നു.

സമയം കഴിയുംതോറും ഝോപ്പടികൾ ഒന്നൊന്നായി കാലിയാവാൻ തുടങ്ങി. മുംബൈയിലെ മറ്റിടങ്ങളിലെ ഝോപ്പടികൾ പൊളിച്ചപ്പോൾ ഇവിടെ ചേക്കേറിയവർ പലരുമുണ്ടായിരുന്നു. അവർക്കൊന്നും മറ്റുള്ള വരെപ്പോലെ ഇതൊരു വേദനിക്കുന്ന അനുഭവമായൊന്നും തോന്നിയില്ല. അവർ പുതിയൊരു പൊതു സ്ഥലംതേടി പുറപ്പെട്ടു. റെയിൽവേ ലൈനി ന്റെയോ ഗട്ടറുകളുടെയോ ഓരത്തേക്ക് –

മാഹിം ഖാടിയിൽ പണ്ടേ താമസക്കാരായവരാരും അവിടം വിട്ട് പോകാൻ തയ്യാറായില്ല. തലമുറകളായി കഴിയുന്ന തങ്ങളുടെ വീടുകൾ പൊളിക്കുന്നതിനെതിരായിരുന്നു അവർ. അത് നേരിടാൻ തന്നെ അവർ തീരുമാനിച്ചു.

എല്ലാ നീക്കങ്ങളും പൊലീസ് നിരീക്ഷിക്കുന്നുണ്ടായിരുന്നു. നേതാ ക്കന്മാർ വിചാരിച്ചാൽ ഒരു കലാപം സൃഷ്ടിക്കാനാവും.... ഒരു തീപ്പൊരി മതി. അത്രയ്ക്ക് ചൂടായ അന്തരീക്ഷമായിരുന്നു മാഹിം ഖാടിയിലപ്പോൾ.

ദാദുവും സക്കീനയും തങ്ങളുടെ സമ്പാദ്യമെല്ലാം കെട്ടിപ്പെറുക്കി ഝോപ്പടിക്കു പുറത്തുകൊണ്ടുവച്ചു. ജാക്കി അസ്വസ്ഥനായി രാവിലെ മുതൽ കുരച്ച് പ്രതിഷേധിക്കുകയായിരുന്നു. ഝോപ്പടപ്പെട്ടിയിലൂടെ തോക്കുമായി നടക്കുന്ന പൊലീസുകാരെ അവന് തീരെ ഇഷ്ടമായില്ല. അവർക്ക് നേരെ കുരച്ച് ചാടാൻ തുടങ്ങിയപ്പോൾ അബ്ബാസ് അവനെ കെട്ടിയിട്ടു.

സക്കീന ദാദുമിയായോടു പറഞ്ഞു:

"ഞാനൊന്നു ഗംഗാ ബായിയെ കണ്ടിട്ടുവരാം."

"മാ... ഞാനും വരുന്നു... സയനുവിനെ കാണണം."

"വാ, മോനെ...."

ഗംഗാ തന്റെ ചുമതലകളും കടപ്പാടുകളും ബന്ധനങ്ങളുമെല്ലാം വെവ്വേറെ ഭാണ്ഡങ്ങളാക്കി വയ്ക്കുകയായിരുന്നു. എവിടെ പോകും? ഈ ചോദ്യത്തിന് ഉത്തരം കാണാതെ അവൾ വിഷമിക്കുകയായിരുന്നു. ഭിക്കാ പുറത്തിരിക്കുകയായിരുന്നു. സക്കീന അവനെയൊന്നു നോക്കി, ഒരു അസ്ഥിപഞ്ജരം! പിന്നെ ഝോപ്പടിക്കുള്ളിൽ കടന്ന് ചോദിച്ചു:

"ഗംഗാ ബായി.... തയ്യാറായോ?"

"എന്തു തയ്യാറാവാൻ.... വരുമ്പോലെ കാണാം അത്രതന്നെ. സഹിക്കാനല്ലാതെ മറ്റെന്തു ചെയ്യാനാവും.... നായായി ജനിച്ചാൽ മതിയായിരുന്നു.... വീടും കുടിയുമില്ലാതെ കഴിയാമായിരുന്നു."

"നിങ്ങളെവിടെ പോവും?"

ഗംഗാ അതിനുത്തരം പറയാതെ നിറകണ്ണുകളോടെ സക്കീനയെ നോക്കി. പിന്നെ തുണിഭാണ്ഡത്തിന്റെ കെട്ട് മുറുക്കി വീണ്ടും വീണ്ടും, ആരോടോ പ്രതികാരം ചെയ്യുംപോലെ. പുതിയൊരു സ്ഥലത്തേക്ക് മാറുന്ന സന്തോഷത്തിൽ സയനുവും രത്തനും തങ്ങളുടെ സാധനങ്ങളെല്ലാമെടുത്ത് ഗംഗയുടെ അടുത്തേക്ക് വച്ചു.

സയനു അബ്ബാസിനോട് ചോദിച്ചു:

"അബ്ബാസ് ഇനി നമ്മൾ ഏതു സ്കൂളിൽ പോവും?"

അതുകേട്ട് സക്കീന പറഞ്ഞു:

"ബേട്ടാ, ഝോപ്പടപ്പെട്ടീലെ കുട്ടീടെ വായിൽനിന്ന് സ്കൂൾ, കിതാബ്[1] പോലുള്ള വാക്കുകൾ വരാൻ പാടില്ല... വന്നാൽ ഖുദാ ശിക്ഷിക്കും...."

"എന്തു ശിക്ഷ?"

"ഝോപ്പടി, നമ്മുടെ വീട്, നശിപ്പിക്കും."

ആർക്കും ഒന്നുംതന്നെ പറയാൻ തോന്നിയില്ല അല്പം കഴിഞ്ഞ് സക്കീന ചോദിച്ചു:

"ഗംഗാ ബായി.... നിങ്ങളെപ്പൊ പോകും? ഇപ്പോഴോ രാവിലെയോ?"

"രാവിലെ തന്നെ... ചെമ്പൂരിൽ സ്വന്തക്കാരുണ്ടെന്ന് പിള്ളേരുടെ തന്ത പറയുന്നതു കേട്ടു."

---

1. *പുസ്തകം*

"നിങ്ങളെവിടേക്കാണ്?"

"അറവുശാലയ്ക്കടുത്തുള്ള മസ്ജിദില് നാലഞ്ചു ദിവസം കഴിയും. പിന്നെ ബാന്ദ്രയിൽ പോവും. നമ്മുടെ ഒരു ബന്ധു രാവിലെ വിളിക്കാൻ വന്നിരുന്നു... അവിടെയായാൽ മദരസയിൽ അബ്ബാസിന്റെ പഠിത്തവും നടക്കും."

"നിങ്ങള് ഭാഗ്യമുള്ളവരാണ് സക്കീന ബായി.... നിങ്ങൾക്ക് താങ്ങായി മസ്ജിദുണ്ട്.... ബന്ധുക്കളുണ്ട്.... ഞങ്ങൾക്കാ കഷ്ടം!" ഗംഗാ ഒരു മരവിപ്പോടെ പറഞ്ഞു.

"എന്തു ഭാഗ്യം.... ഇത്രകാലവും ആരും തിരിഞ്ഞുനോക്കീല്ല."

"എന്നാലും ആപത്തു സമയത്ത് വന്നല്ലോ? നമുക്കാണെങ്കിൽ മന്ദിറുമില്ല ബന്ധുവുമില്ല...."

ഒരുനിമിഷം കഴിഞ്ഞ് സക്കീന പറഞ്ഞു:

"ഗംഗാ ബായി ഞാനിറങ്ങുന്നു.... കുട്ടികളെവിടെ? ങാ, സയനു പോട്ടേ.... രത്തനെവിടെ?"

"അവളെ പാവു വാങ്ങാനയച്ചു.... രാത്രിക്കെന്തെങ്കിലും വേണ്ടേ?"
"ഞങ്ങളെന്നും നിങ്ങളെ ഓർക്കും." സക്കീന ഇടറിയ സ്വരത്തിൽ പറഞ്ഞു.
സക്കീനയും അബ്ബാസും നടന്നകലുന്നത് ഗംഗാ നോക്കിനിന്നു. നേരം ഇരുട്ടാൻ തുടങ്ങീട്ടും കിസന്റെ വിവരമില്ല. എന്നും ഈ സമയത്ത് അലറിവിളിക്കുന്ന മാഹിം ഖാടി ഇന്ന് ശാന്തമായിരിക്കുന്നു.

ഗംഗാ പുറത്തിറങ്ങി വിളിച്ചു.... "ഭിക്കാ...."

മുപ്പത്തി മൂന്ന്

ഭിക്കാ നേരത്തെ തന്നെ പുറത്തിറങ്ങി വേച്ച് വേച്ച് പൈപ്പ് ലൈനി നടുത്തേക്ക് നടന്നു. അവനെ കണ്ടതും ശാമു ഗ്യാങ് നീട്ടി വിളിച്ചു.

"ബോലോ, ഭിക്കാജി മഹാരാജ് കി ജയ്... ബോലോ, രോഷൻ റാണീ കീ ജയ്.... ബോലോ, ഫോറസ് റോഡ് കാമാഠിപുരാ കീ ജയ്..."

തന്നെ പരിഹസിച്ചുള്ള ആർപ്പു വിളികേട്ട് ഭിക്ക ഒരു നിമിഷം നിന്നു. കാലുകൾ മുന്നോട്ട് നീങ്ങുന്നില്ല. വേദനയും അപമാനവും തടസ്സങ്ങളായി നില്ക്കുന്നു... അത് മറികടന്ന് അവൻ മുന്നോട്ട് തന്നെ നീങ്ങി. ശാമു ഗ്യാങ്ങിലെ മണ്ടു തന്റെ രോഗത്തിന് പുതിയൊരു ചികിത്സാ പറഞ്ഞു കൊടുക്കാമെന്ന് ഏറ്റിരുന്നു. ആ ചികിത്സ ചെയ്താൽ രോഗം വേരോടെ പിഴുതു മാറ്റാമെന്നാണവൻ പറയുന്നത്. അവന്റെ ഒരു സുഹൃത്തിന്റെ അനുഭവമാണ്. ഭിക്കയെ ദൂരെ കണ്ടതും മണ്ടു വിളിച്ചു പറഞ്ഞു:

"ഡേയ് ഭിക്കാ. നീ വന്നത് നന്നായി." അവൻ പൈപ്പ് ലൈനിൽനിന്ന് ചാടിയിറങ്ങി ഭിക്കയുടെ അടുത്തെത്തി തോളിൽ കൈയിട്ട് പറഞ്ഞു:

"വാ നമുക്ക് മാറിനിന്ന് സംസാരിക്കാം.... ഇവന്മാർ കേൾക്കണ്ട..." ഇരുട്ട് പരക്കുന്നുണ്ടായിരുന്നു. രണ്ടു നിഴലുകളെപ്പോലെ അവർ മെല്ലെ നടന്നു. അല്പ ദൂരം ചെന്നപ്പോൾ മണ്ടു പറയാൻ തുടങ്ങി.

"ഭിക്ക, ഈ ചികിത്സ അല്പം റിസ്ക്കുള്ളതാണ്.... നിന്നെ കൊണ്ടാവുമോയെന്തോ...."

"വലിയ ചെലവുള്ളതാണൊ?"

"അതില്ല."

"പിന്നെ പറയ്.... എന്തു വേണമെങ്കിലും ചെയ്യാം... ഈ രോഗത്തീന്ന് രക്ഷപ്പെടണം.... ഇഞ്ചക്ഷൻ കൊണ്ട് ഗുണം കാണുന്നില്ല.... മടുത്തു.... ഖാടിയിൽ ചാടിയാലോയെന്നുവരെ പലവട്ടം തോന്നി.... ഒരിക്കെ മാറി

കിട്ടിയാ പിന്നെ "ആയിശപഥ്[1]" ഈ പണിക്ക് പോവില്ല...."

"അപ്പൊ, എന്തു ചെയ്തും രക്ഷപ്പെടണം, അല്ലേ?"

"രക്ഷപ്പെടണം.... പറയ് എന്തു ചെയ്താലിത് മാറും?"

"പറയട്ടെ?"

"പറയ്"

"ശ്രദ്ധിച്ച് കേൾക്ക്"

"എന്റെ ഒരു ഖാസ് ദോസ്തി[2]നും ഇത് കിട്ടീരുന്നു. അവന് കംപ്ലീറ്റായിട്ട് മാറി.... ആ ചികിത്സയാണ് ഞാൻ പറയാൻ പോണത്...." ഒന്നു നിർത്തിയശേഷം അവൻ പറഞ്ഞു.

"ആദ്യം ഒരു 'ചോക്കരി'[3]യെ വശത്താക്കണം. വയസ്സറിയാത്തത്... പിന്നതിനെ...."

"അതിനെ?"

ഭിക്കയ്ക്ക് പകുതി മനസ്സിലായെങ്കിലും ബാക്കി കൂടി അറിയാനായി ചോദിച്ചു.

"അരേ ഭിക്കാ.... ഭേംചൊദ്, ഒരു പെണ്ണിനെ കൈയിൽ കിട്ടിയാ എന്തു ചെയ്യണം? അതും പറഞ്ഞുതരണോ? ഒരു പ്രാവശ്യം.... ബസ്. നിന്റെ രോഗം പമ്പ കടക്കും...."

"ഇതല്പം പ്രയാസമുള്ളതുതന്നെ." ഭിക്കാ നിരാശയോടെ പറഞ്ഞു.

"ങാ.... പ്രയാസം തന്നെ.... എന്നാൽ എളുപ്പവുമാണ്.... എന്റെ ദോസ്ത് എന്തുചെയ്തെന്നറിയാമോ?"

"എന്തുചെയ്തു?"

"ഒരു എട്ടു വയസ്സുകാരിയെ നോട്ടമിട്ടു.... ഒന്നു രണ്ടു ദിവസം പെപ്പർമിന്റ് വാങ്ങിക്കൊടുത്തു. പിന്നെ പെപ്പർമിന്റ് കൊടുക്കാമെന്ന് പറഞ്ഞ് കൂട്ടിക്കൊണ്ടു പോയി കാര്യം സാധിച്ചു."

"ഐഡിയ കൊള്ളാം...." ഭിക്ക സമ്മതിച്ചു.

"പിന്നെ ഭിക്ക... നിനക്കിതൊന്നും ചെയ്യണ്ട... നാളെ ഈ ഝോപ്പടികളൊക്കെ പൊളിക്കുകയാണ്.... എല്ലാവരും സാധനങ്ങളൊക്കെ കെട്ടിവയ്ക്കുന്ന ജോലിയിലും.... പിള്ളേരൊക്കെ അങ്ങിങ്ങ് കളിച്ച് നടക്കുന്നുണ്ടാവും.... ഇരുട്ടിലൊന്ന് തപ്പിനോക്ക്.... കിട്ടാതിരിക്കില്ല. പിന്നെ ഇതുപോലൊരു ചാൻസ് കിട്ടീന്നുവരില്ല. ഇന്നുതന്നെ കാര്യം നടന്നാൽ പിന്നെ ആരും അറിയുമെന്ന പേടിവേണ്ട... നാളെ എല്ലാം നാലുവഴിക്ക് പോവും.... ഒന്ന് ട്രൈ ചെയ്ത് നോക്കുന്നോ?"

ഭിക്കാ, മണ്ടുവിനെ നോക്കി പുഞ്ചിരിച്ച്, തോളിൽ തട്ടി നന്ദി അറിയിച്ചു. പിന്നെ വേച്ച് വേച്ച് നടക്കാൻ തുടങ്ങി.

കേട്ടപ്പോഴല്പം ഭയം തോന്നിയെങ്കിലും മണ്ടുവിന്റെ വാക്കുകൾ അതിനെ അകറ്റി നിർത്തി. എന്തു ചെയ്തും രോഗമുക്തനാകണം.... മാർഗ്ഗ

1. *അമ്മയാണെ*
2. *ഉറ്റമിത്രം*
3. *പെൺകുട്ടി*

മൊരു പ്രശ്നമാവാൻ പാടില്ല.

ഖാടിയിൽ ചാടണോ ട്രെയിനിനു തലവയ്ക്കണോ എന്നൊക്കെ പല വട്ടം ആലോചിച്ച് കൂട്ടിയതാണ്. അതുമായി നോക്കുമ്പോൾ എത്ര നിസ്സാരമാണ് മണ്ടു പറഞ്ഞ കാര്യം.... കാണുന്ന ഒന്നിനെ പിടിച്ച് ആദ്യം വായിൽ തുണി തിരുകണം... എന്നിട്ട്...

ഭിക്കായുടെ മനസ്സിൽ ഇപ്പോൾ ഒന്നേയുള്ളൂ. എന്തു ചെയ്തിട്ടായാലും ഈ രോഗത്തിന്റെ പിടിയിൽ നിന്ന് രക്ഷ നേടണം. അതിനൊരു കന്യകയ്ക്കാവുമെങ്കിൽ എന്തു കൊടുത്തിട്ടായാലും അവളെ വശത്താക്കണം.

ജ്വലിക്കുന്ന ചിന്തയുമായി അവൻ ഇരുട്ടിലൂടെ നടന്നു.

അല്പം മുന്നിൽ കൈയിലൊരു പൊതിയുമായി ഒരു കൊച്ചു പെൺരൂപം നീങ്ങുന്നു. വേദന മറന്ന് പേയ് പിടിച്ച നായയെപ്പോലെ അവൻ കുതിച്ചു. അവളെ കടന്നു പിടിച്ച് വായ്പൊത്തി. പെൺകുട്ടി കുതറിമാറാനും നിലവിളിക്കാനും തുടങ്ങി. അവൻ വായിൽ തുണി കുത്തിത്തിരുകി. എന്നിട്ടവളെ പൈപ്പ് ലൈനിന്റെ മറവിലേക്ക് വലിച്ചിഴച്ചു.

ഇരുട്ടിൽ ഒരു പെൺകുട്ടിയുടെ നിലവിളി! ഒരു നായ ഓലിയിട്ടു. അതുകേട്ട് മറ്റു നായ്ക്കളും. ആളുകൾ "ചോർ.... ചോർ[1]...." എന്ന് വിളിച്ച് അങ്ങിങ്ങ് ഓടിനടന്നു. പാറാവു നിന്ന പൊലീസുകാർ ടോർച്ചുമായി ഓടിയെത്തി –

ആ വെളിച്ചത്തിൽ അവർ കണ്ടത് ഒരു പെൺകുട്ടിയെ തന്നിലോട്ട് അമർത്തിപ്പിടിച്ചിരിക്കുന്ന ഒരു യുവാവിനെയാണ്. അവന്റെ പാന്റ് കാൽക്കൽ വീണുകിടക്കുന്നു. പെൺകുട്ടി അരയ്ക്കു താഴെ നഗ്നയാണ്. ആൾക്കാർ കൂടി. ചിലർ ആ യുവാവിനെ തിരിച്ചറിഞ്ഞു.

"അതെ... ഇത് ആ തെണ്ടി ഭിക്കായാണ്.....

ലട്ക്കി[2].... അതവന്റെ ബഹൻ[3] തന്നെ...."

ആ ചെറിയ ആൾക്കൂട്ടത്തിന് ഭ്രാന്തിളകി. വിശ്വസിക്കാനാവാത്ത കാഴ്ചയാണവർ കണ്ടത്... ഒരു ഭായി സ്വന്തം ബഹനെ.... കൂട്ടത്തിലൊരാൾ രത്തനെ പിടിച്ചകറ്റി വസ്ത്രമണിയിച്ചു. മറ്റുള്ളവർ ഭിക്കുവിനെ ചതയ്ക്കാൻ തുടങ്ങി. അപ്പോഴേക്കും പൊലീസ് ഇടപെട്ടു. പകുതി ചതഞ്ഞ ഭിക്കുവിനെ അവർ കസ്റ്റഡിയിലെടുത്തു.

ഝോപ്പടപ്പെട്ടി മുഴുവൻ വാർത്ത പരന്നു. പൈപ്പ് ലൈനിലെ ഗ്യാങ്ങും ഓടിയെത്തി. അവരിൽ മണ്ടു ഇല്ലായിരുന്നു. ഭിക്കാ നിലവിളിച്ച് എന്തോ പറയാൻ ശ്രമിച്ചുകൊണ്ടിരുന്നു. ഇടയ്ക്കിടെ അവൻ പറയുന്നത് കേട്ടു.... 'ആ മണ്ടു എന്നെ ചതിച്ചതാണ്.... അവനെന്നെ ഭ്രാന്തനാക്കി....'

---

1. *കള്ളൻ*
2. *പെൺകുട്ടി*
3. *സഹോദരി*

സംഭവം ഗംഗയുടെ ചെവിയിലും ആരോ എത്തിച്ചു. അവൾ പാവുമായിവരുന്ന രത്തനെ കാത്തിരിക്കയായിരുന്നു.

ഒരു നിലവിളിയോടെ ഗംഗാ സംഭവ സ്ഥലത്തെത്തി. ആൾക്കാർക്കിടയിൽ ഭിക്ക വിറച്ച് വിറങ്ങലിച്ച് മുഖം താഴ്ത്തി നില്ക്കുന്നുണ്ടായിരുന്നു. ഒരു പൊലീസുകാരൻ രത്തന്റെ കൈ പിടിച്ചിട്ടുണ്ടായിരുന്നു. ഗംഗാ ഓടിച്ചെന്ന് രത്തനെ കെട്ടിപ്പുണർന്നു... പിന്നെ കോരിയെടുത്ത് മാറോട് ചേർത്തു. ഭിക്കാ ഉറക്കെ വിളിച്ചു – "മാ... മാ."

ഗംഗാ അങ്ങോട്ടേക്ക് നോക്കിയതേയില്ല. രത്തനുമായി ഝോപ്പടിയിലെത്തി ഇരുട്ടത്ത് കുത്തിയിരുന്ന് കുറെ കരഞ്ഞു. അവളോട് ചേർന്നിരുന്ന് ഭയന്ന് വിറച്ച് രത്തനും.

ഗംഗാ പെട്ടെന്നെണീറ്റ് യാത്രയ്ക്ക് തയ്യാറാക്കിയ ഭാണ്ഡങ്ങളിലൊന്നിന്റെ കെട്ടുകൾ അഴിക്കാൻ തുടങ്ങി. അതിൽ നിന്നൊരു പഴയ ഫോട്ടോ പുറത്തെടുത്ത് അതിൽ നോക്കി എന്തോ പിറുപിറുത്ത് കണ്ണീർ തുടച്ചു. എന്നിട്ടവൾ വാതിലിലെത്തി ആ ഫോട്ടോ ഘോടബന്ദർ റോഡിലേക്ക് വലിച്ചെറിഞ്ഞു. അവൾ നോക്കിനില്ക്കേ വലിയൊരു ട്രക്ക് അതിനെ ചതച്ചരച്ച് കടന്നുപോയി. പിന്നാലെ മറ്റു വാഹനങ്ങളും.

ഹൃദയത്തിന്റെ ചുവരിൽ പണ്ടാരോ തൂക്കിയിട്ട സായിബാബയുടെ ഫോട്ടോ ആയിരുന്നു അത്.

www.ingramcontent.com/pod-product-compliance
Lightning Source LLC
LaVergne TN
LVHW100312051026
849517LV00006B/2265